# લીલું સગપણ લોહીનું

AF901007

કાજલ ઓઝા વૈદ્ય

મુખ્ય પ્રાપ્તિસ્થાન

નવભારત સાહિત્ય મંદિર

જૈન દેરાસર પાસે, ગાંધી રોડ, અમદાવાદ-૧
ફોન : (૦૭૯) ૨૨૧૩૯૨૫૩, ૨૨૧૩૨૯૨૧

૨૦૨, પૅલિકન હાઉસ, આશ્રમ રોડ, અમદાવાદ-૯
ફોન: (૦૭૯) ૨૬૫૮૩૭૮૭, ૨૬૫૮૦૩૬૫
E-mail : info@navbharatonline.com
Web : www.navbharatonline.com
fb.com/NavbharatSahityaMandir

TOYCRA play to grow

બીજા માળે, ઈન્દ્રપ્રસ્થ કૉર્પોરેટ હાઉસ,
રિલાયન્સ પેટ્રોલ પંપ સામે, વિનસ એટલાન્ટિસ સામે,
૧૦૦ ફૂટ પ્રહલાદનગર ગાર્ડન રોડ, અમદાવાદ
ફોન : (૦૭૯) ૬૬૧૭૦૨૬૫ મો. ૯૮૭૯૧ ૧૦૬૫૦

**LILUN SAGPAN LOHINUN**
Novel Written by Kajal Oza Vaidya
Navbharat Sahitya Mandir, Ahmedabad
2014
ISBN : 978-82-8440-058-8



પ્રથમ આવૃત્તિ : ઑક્ટોબર, ૨૦૦૮
પુનઃમુદ્રણ : ઑક્ટોબર ૨૦૧૨
પુનઃ મુદ્રણ : સપ્ટેમ્બર ૨૦૧૪

₹ ૧૭૫.૦૦

**પ્રકાશક**
મહેન્દ્ર પી. શાહ
**નવભારત સાહિત્ય મંદિર**
જૈન દેરાસર પાસે, ગાંધી રોડ, અમદાવાદ-૧
ફોન : (૦૭૯) ૨૨૧૩૯૨૫૩, ૨૨૧૨૨૯૨૧
**E-mail : info@navbharatonline.com**
**Web : www.navbharatonline.com**
**fb.com/NavbharatSahityaMandir**

**ટાઇપસેટિંગ**
**દેવરાજ ગ્રાફિક્સ**
અમદાવાદ

**મુદ્રક**
**યશ પ્રિન્ટર્સ**
અમદાવાદ

## અર્પણ

**શ્રી ફાલ્ગુનભાઈ પટેલ**

(તંત્રી : સંદેશ)

મારી પહેલી 'બાયલાઈન'

'સંદેશ'માં છપાઈ !

એ માટે

સદાય ઋણી રહીશ.

## ઋણસ્વીકાર

પાર્થિવ પટેલ

હરિ દેસાઈ

ટીના દોશી

રાજ ગોસ્વામી

હર્ષદ પંડ્યા

એચ. એમ. ત્રિવેદી

# પ્રસ્તાવના

'સંદેશ'માં પ્રગટ થયેલી આ નવલકથા મૂળ વર્ષો પહેલાં એક ફિલ્મના વિષય તરીકે લખાયેલી.

સ્વ. શફી ઈનામદાર આ વિષય ઉપરથી ફિલ્મ બનાવવા માગતા હતા...

એમણે 'હમ-દોનોં' નામે ફિલ્મ બનાવી - જેનો પ્રથમ ભાગ મેં લખેલો. તે જ ગાળામાં મેં નાટક લખ્યું અને દિગ્દર્શન કર્યું 'પિતૃદોષ'...

નાટક તો ન ચાલ્યું, પણ વિષય મારા હૃદયની ખૂબ નિકટ રહ્યો.

આ નવલકથાના પ્રતિભાવો નહીં ધારેલા એટલા સારા મળતાં રહ્યાં. ક્યારેય ન વિચાર્યું હોય એવા વાચકો આ વાંચતા રહ્યાં, પત્રો પાઠવતાં- એસ.એમ.એસ. તથા ફોન કરતા રહ્યાં.

'સંદેશ'ના સમગ્ર વાચકવર્ગે મને વારંવાર આ નવલકથાનાં પાત્રો સાથે ઓતપ્રોત થઈને લાગણીના દરિયામાં નવડાવી, તો ક્યારેક મારાં પાત્રોને હું જ અન્યાય કરું છું એમ કહી ધમકાવી.

હિન્દુ - અને મુસલમાન મારે માટે કદી જુદાં નહોતાં, હોઈ શકે પણ નહીં... રોઝા - નમાજ અને ઈસ્લામ મારી જિંદગીમાં મંદિર, ઉપવાસ અને હિંદુત્વની લગોલગ રહ્યાં - રહેશે !

ધર્મ હંમેશા અંગત બાબત છે, રહેવી જોઈએ. 'સ્વધર્મ' જેટલો સાચો અને પ્રસ્તુત શબ્દ મને બીજો કોઈ જડ્યો નથી !

સિકંદર અને શૈલરાજ કદાચ ત્યાંથી જ ઊતરી આવ્યા છે.

ગુજરાત એક છે, અને એક રહે એટલી જ પ્રાર્થના -

એ જ દુઆ.


– કાજલ ઓઝા - વૈદ્ય

૩૦૮, સુપર પ્લાઝા
સંદેશ પ્રેસ રોડ
વસ્ત્રાપુર, અમદાવાદ-૧૫
ફોન : ૨૬૭૬૭૩૩૪

## કાજલ ઓઝા-વૈદ્યનાં પુસ્તકો

**નવલકથા**

* **કૃષ્ણાયન :** કૃષ્ણના જીવનની ત્રણ સ્ત્રીઓ. રાધા, રુક્મિણિ અને દ્રૌપદી – પ્રેયસી, પત્ની અને મિત્ર... માણસ થઈને જીવી ગયેલા ઈશ્વર સાથે પોતાના મનની વાત કરે છે. અંગ્રેજી, મરાઠી, હિન્દી ભાષામાં અનુવાદિત થયેલી અને ગુજરાતીમાં ત્રણ વર્ષમાં ચાર આવૃત્તિ જીવી ચૂકેલી ધબકતી નવલકથા. (ત્રણ વર્ષમાં પાંચ આવૃત્તિ)

* **યોગ-વિયોગ (ભાગ ૧-૨-૩) :** 'યોગ-વિયોગ' છે સંબંધોના તાણાવાણા ઉકેલતી એક કથા. 'ચિત્રલેખા'ના પાનાં ઉપર ૭૬ પ્રકરણ સુધી સફળતાપૂર્વક વાચકોને જકડી રાખનાર અદ્ભુત નવલકથા. ટૂંક સમયમાં બે આવૃત્તિ.

* **મધ્યબિંદુ :** જે સ્ત્રીને પતિ અને પ્રેમીની વચ્ચે બે જિંદગી જીવતાં આવડે છે એવી સ્ત્રીના પ્રણયની સંવેદનશીલ અને છતાં હૃદયમાંથી નીકળતી સાચી વાત. 'દિવ્ય ભાસ્કર'ના વાચકોને સ્પર્શી ગયેલી પહેલી બોલ્ડ ગુજરાતી નવલકથા.

* **મૌનરાગ :** અંજલિ પોતે જ પોતાની કેદી છે ! અંજલિ અને એની આ પીડા... સાથે સાથે વહેતા અનિરુદ્ધ અને અક્ષયની બંધ હોઠોમાં કહેવાતી લગ્નજીવનથી લંબાઈને ભૂતકાળના પ્રેમસંબંધ સુધી ફેલાતી વ્યથા-કથા.

* **છલ (ભાગ ૧-૨) :** નિયતી અને રેવતી... એક જેવી દેખાતી બે ટ્વીન બહેનોની તદ્દન જુદી જિંદગીની રસપ્રદ વાર્તા.

* **પારિજાતનું પરોઢ :** ધર્મની ગાદી પર બેઠેલા એક એવા માણસની કથા જે ધર્મની વ્યાખ્યા ધરમૂળથી બદલવા માગે છે. 'ધર્મ પ્રેમ છે કે પ્રેમ જ ધર્મ ?' એ સવાલ સૌને પૂછતી એક વિધર્મી પ્રેમીઓની સ્વધર્મ કથા.

* **એક સાંજને સરનામે :** આથમતી સંધ્યાએ પાંગરતા પ્રણયની એક એવી વાત, જેમાં પ્રેમની વ્યાખ્યા નવેસરથી લખવાનો પ્રયાસ છે. અનેક જુદા સ્થળ અને સંવેદનોમાં જીવતી સ્ત્રીઓના મનોભાવોના તાણાવાણા ગૂંથીને બનાવેલું એક ભાતીગળ પોત એટલે નવા સમયની નવલકથા.

* **તારા વિનાના શહેરમાં :** જાતથી ભાગતી રાધિકાના પ્રવાસની એવી વાત જેમાં પડાવ તો અનેક આવે છે, પરંતુ મંઝિલ ક્યાંય મળતી નથી. પ્રેમ પામવાનો પ્રયત્ન ખરેખર આટલી બધી પીડા આપતો હશે? 'મુંબઈ સમાચાર'ના વાચકોએ વખાણેલી નવલકથા.
* **પોતપોતાની પાનખર (ભાગ ૧-૨) :** અનાહીતા અને શિવાંગી વચ્ચે જીવતા કરણને પોતાનું અસ્તિત્વ શોધવું છે. અસ્તિત્વની આ શોધમાં નીકળી પડેલા ત્રણેય જણાના રસ્તામાં સવાલોની સાથે સાથે સંબંધો અને સત્યો એવી રીતે સેળભેળ થઈ જાય છે કે ત્રણેય એકબીજામાં ગૂંથાઈને એકસાથે જીવવા મજબૂર થઈ જાય છે. સમય સાથે વહેતી સંબંધોની સંવેદનશીલ નવલકથા.
* **લીલું સગપણ લોહીનું :** શૈલરાજ અને સિકંદર... લોહી એક ને સગપણ કાંઈ નહીં ! વેરમાંથી વહાલ સુધીના વિસ્તૃત પ્રવાસની વેદના એક પછી એક એવા વળાંક લે છે જેમાં માણસના માણસ સાથેના સંબંધની એક સુંદર વાર્તા સર્જાય છે. 'સંદેશ'ના પાના ઉપર વાચકોની સાથે વહેતી રહેલી નવલકથા.
* **દરિયો એક તરસનો :** માનસશાસ્ત્રના પ્રશ્નો પર નવલકથાઓ ગુજરાતી ભાષામાં ઓછી લખાઈ છે. 'પર્સનાલિટી ડિસઑર્ડર' ઓછાવત્તા અંશે બધામાં હોય છે. 'દરિયો એક તરસનો' વિક્ષિપ્ત-વિખંડિત-વિખરાયેલા વ્યક્તિત્વોની એક એવી જીગ્સો છે જેના કેટલાક ટુકડાઓ ખોવાઈ ગયા છે. આપણી ઇચ્છા અને સંબંધનાં સત્ય વચ્ચેની ખાલી જગ્યા એટલે 'દરિયો એક તરસનો.'
* **સત્ય-અસત્ય :** બિનજરૂરી રીતે ફક્ત શોખ માટે કે વાતને ટાળી જવા માટે જૂઠું બોલતો સત્યજીત... પ્રિયંકા અને આદિત્યની આ પ્રણયકથા સાવ જુદી રીતે આકાર પામે છે. કૃષ્ણે મહાભારતમાં કહ્યું હતું, 'મિથ્યા અને અસત્ય વચ્ચે તફાવત છે.' સત્યજીતના સત્ય અને અસત્યને એકબીજા સાથે તાણાવાણામાં ગૂંથીને સર્જાતી એક આગવી સંવેદનશીલ નવલકથા.

**નવલિકા**

* **સંબંધ તો આકાશ :** સ્ત્રી-પુરુષના સંબંધોને આવરી લેતી બાર ટૂંકી વાર્તાઓ જેમાં મા-દીકરાથી શરૂ કરીને લગ્નેતર સંબંધ સુધીના આકાશને કલમથી આંબવાનો એક સંનિષ્ઠ પ્રયાસ પ્રત્યેક વાર્તામાં વિસ્તરે છે.

* **કાજલ ઓઝા-વૈદ્યની વાર્તાઓ :** આ ટૂંકી વાર્તાઓનો બીજો સંગ્રહ છે. ત્રણ લઘુનવલ અને બીજી ટૂંકી વાર્તાઓ સાથે આ સંગ્રહમાં જુદા પ્રકારની, જુદાં અવાજની ટૂંકી વાર્તાઓ સંકલિત કરવામાં આવી છે.

**કવિતા**

* **શેષયાત્રા :** એકમાત્ર કવિતાસંગ્રહ જે મનની પીડામાંથી ઉદ્ભવતી સ્ત્રી સંવેદનાની કવિતાઓને ઉજાગર કરે છે.

**નાટક**

* **પરફેક્ટ હસબન્ડ :** ગુજરાતી ભાષાનાં બે એવાં નાટકો જે રંગમંચ પર ધૂમ મચાવી ચૂક્યાં છે.

**નિબંધો – લેખો**

* **સર્ચલાઇટ :** આ લેખો અણસમજમાંથી પ્રગટેલી એક એવી સમજ છે જે કદાચ કોઈના અંધરાઈ રહેલા રસ્તાઓ ઉપર પ્રકાશ પાથરીને એમને દિશા બતાવી શકે. આ લેખો ‘ફૂડ ફોર થોટ’ છે, વિચાર માટેનું અમૂલ્ય ભાથું...
* **એકબીજાને ગમતાં રહીએ :** ‘સંદેશ’ના પાના ઉપર ‘સંબંધોનાં સમીકરણ’ નામે ઉકેલાતી રહેલી સમસ્યાઓનો એક એવો સંગ્રહ જે સુખી થવાની નાની નાની ફૉર્મ્યુલાઝ તમારા સુધી લઈને આવે છે. ગુજરાતી ભાષામાં પ્રેમ અને પરિણયની છણાવટ કરતો પહેલો મૌલિક લેખસંગ્રહ. **(બાર મહિનામાં છ આવૃત્તિ)**
* **મન – માઇનસથી પ્લસ :** લાગણીનાં બંધનોમાં બંધાતા પહેલાં કે સંબંધમાં પ્રવેશતાં પહેલાં સમજવાં જ જોઈએ એવાં કેટલાંક સત્યોની નાનકડી હેન્ડબૂક ! અપેક્ષાઓના લિસ્ટની બહાર નીકળીને સંબંધને સમજવાની, ફરિયાદોના લિસ્ટને ટૂંકું કરવા માટેની સાવ સરળ, છતાં ખૂબ જ ઉપયોગી એવી નાની નાની વાતોનો એવો સંગ્રહ જે આપણે બધા જ જાણીએ છીએ. જરૂર છે તો માત્ર એને ઓળખીને આવકારવાની.
* **મનની ક્લોઝ સર્કિટ :** મન સાથે જોડાયેલી કેટલીક સર્વસામાન્ય સમસ્યાઓ વિશેના લેખો. મોટા ભાગના સહુ જે વાતને જાણે છે, પણ સમજી શકતા નથી

એવી સાદી વાતોની સમજણપૂર્વક કરાયેલી છણાવટ. નાના-મોટા સહુને ઉપયોગી નીવડે તેવી, સંબંધો સુધારવાની, જિંદગીને વધુ રસપ્રદ બનાવવાની સાવ સરળ ફૉર્મ્યુલા. દરેક પ્રકરણ સાથે એક એવું પ્રશ્નપત્ર જેના પ્રામાણિક જવાબો તમને એક નવા અજવાળા સાથે જોડી દેશે.

* **આઇ લવ યુ... :** પ્રેમમાં પડેલી દરેક વ્યક્તિ લગ્નને જ જીવનનું અંતિમ ધ્યેય સમજે છે. પ્રેમમાં પડેલી દરેક વ્યક્તિ માને છે કે રોમાન્સની અથવા પ્રેમની આ મનોદશા કાયમ રહેશે. દરેક વ્યક્તિ ઇચ્છે છે કે એના લગ્ન આદર્શ હોય. ભાંગી ગયેલા, તૂટી ગયેલા લાગતા, મૃતઃપ્રાય થઈ ગયેલા લગ્ન પણ ફરીથી નવપલ્લવિત થઈ શકે છે. જરૂર છે થોડી સમજદારીની, થોડા સ્વીકારની, થોડા પ્રયત્નની અને થોડા સમાધાનની. આ પુસ્તક જાદુની લાકડી નથી, પરંતુ અનુભવમાંથી જન્મેલાં સાદાં સમીકરણો છે જે તમારા લગ્નને થોડું ખાતર, થોડું પાણી, થોડો તડકો જરૂર પૂરો પાડી શકશે.

**અનુવાદ**

* **પ્રેમની પાંચ ભાષા :** ડૉ. ગેરી ચેપમૅનના વર્લ્ડ બેસ્ટ સેલર 'ફાઇવ લવ લેંગ્વેજીસ'નો અનુવાદ. તમારા પ્રિયજનને હૃદયની વાત કહેવાનો સાચો અને સરળ રસ્તો.

**સંકલન**

* **પ્રેમ - ચુંબન - પ્રાર્થના - આંસુ - સ્મિત :** ત્રણ ભાષામાં સંકલિત કરાયેલી સર્વપ્રથમ ફોટો બુક. પરિકલ્પના અને સંકલન દ્વારા દશ્ય અને શબ્દને નજીક લાવી જીવનના વિવિધ વિષયોને એકબીજા સાથે સાંકળતી ભેટ આપવાલાયક ઉત્તમ પુસ્તિકાઓ.

**પત્રો**

* **વ્હાલી આસ્થા, :** પિતાએ પુત્રીને લખેલા આ પત્રો એક નાજુક સંબંધના બદલાતા રંગોને આલેખવાનો પ્રયાસ છે. સ્ત્રીલેખકે લખ્યા હોવા છતાં આ પત્રો એક પિતાના હૃદયની લાગણીઓને વર્ષોવર્ષ વાચા આપે છે. ૭થી ૨૫ વર્ષની ઉંમર સુધી પુત્રીને સંબોધીને લખાતા પિતાના આ પત્રોમાં દરેક પિતાએ પોતાની પુત્રીને કહેવાની વાતો છે.

* **પ્રિય નમન, :** લગ્નની પહેલી ઍનિવર્સરીથી પચ્ચીસમી ઍનિવર્સરી સુધી પતિ-પત્નીના એકબીજાને લખાતા રહેલા પત્રો. જે સંબંધોના સત્યોથી શરૂ કરીને અપેક્ષાઓની પીડા સુધી વિસ્તરે છે. લાગણીઓના એવા તાણાવાણા જેમાં દરેક વાચક પોતાના લગ્નજીવનનું પ્રતિબિંબ તો નિહાળી જ શકશે, પરંતુ ક્યાંક પોતાને પ્રશ્નો પૂછીને પરિસ્થિતિ સુધારી શકશે તો ક્યાંક સંવેદનાઓના પ્રવાહમાં વહેતાં વહેતાં પોતાના વીતેલાં વર્ષોમાં ભીંજાશે પણ ખરા.

**ઑડિયો બુક**

* **તારા ચહેરાની લગોલગ :** આદિત્ય, નીશા અને આકાશ એકબીજાંની સાથે ફક્ત પત્રોમાં વાત કરે છે... એકબીજાં સુધી પહોંચવાના પ્રયાસમાં એક ન સમજાય તેવી અસમંજસ સર્જાય છે. એકબીજાંને લખાતા પત્રોમાંથી સર્જાતો એક ઝંઝાવાતી પ્રણયત્રિકોણ.
* **પ્રેમપત્રો :** અહીં એક એવો અંગત સંવાદ જાહેરમાં વંચાયો છે, જે આપણા બધા માટે સાવ જાણીતો સંવાદ છે. બંધ આંખે કે ટોળાની વચ્ચે એકાદ ક્ષણ માટે એકલા પડીને આપણે બધાએ આ સંવાદ અનુભવ્યો છે. અહીં લખાયેલાં ગીતો સાચા અર્થમાં યુગલગીતો છે. બે જણાંના કંઠે ગવાતાં એવાં ગીતો, જેમાં બે જણાની વાત કહેવાઈ છે.
* **ત્રણ પેટીની કવિતા :** કવયિત્રી પન્ના નાયક, કાજલ ઓઝા-વૈદ્ય અને એષા દાદાવાલાના સ્વમુખે ઉદ્ઘાટિત થતી આ કવિતાઓમાં ચિક્કાર અને ભરપૂર જીવનનો ચિત્કાર છે. ક્યાંક વતનઝુરાપો છે, ક્યાંક તનઝુરાપો છે અને ક્યાંક મનઝુરાપો છે. પ્રિય અને આત્મીય વચ્ચે આ કવિતાઓ લાગણીનો ઓવરબ્રિજ છે.

# ૧

મુંબઈના પાલી હિલના ઉતાર-ચઢાવવાળા રસ્તાઓ ઉપર કેટલાય ફિલ્મસ્ટારના બંગલાઓ આવેલા છે. દિલીપકુમાર, સુનિલ દત્ત, ગુલઝાર જેવાં કેટલાંય મોટાં નામો આ વિસ્તારમાં રહે છે. કોઈ એક જમાનામાં મીનાકુમારી અને કમાલ અમરોહી જેવાં નામોનાં મકાન પણ અહીં જ હતાં.

પાલી હિલના આ રસ્તાઓએ એવી ગાડીઓનાં ટાયર પોતાની ઉપર ફરતાં અનુભવ્યાં છે, જે ગાડીઓની પાછળ ફેન ગાંડા થઈને દોડતા...

આજે તો ફિલ્મસ્ટારને રહેવાનો વિસ્તાર જૂહુ અથવા જે.વી.પી.ડી. સ્કીમ ગણાતો થઈ ગયો છે. પરંતુ કોઈ એક જમાનામાં રાજેશ ખન્ના જેવો સુપરસ્ટાર પણ બાંદરાના વિસ્તારમાં વસતો હતો, રેખા અને શાહરુખ ખાનના બંગલા આજે પણ બાંદરા વિસ્તારમાં છે.

પાલી હિલના એ જ ઐતિહાસિક રસ્તાઓ ઉપરથી પસાર થતા મીનાકુમારી અને કમાલ અમરોહીના જૂના મકાન "રેમ્બ્રાં"થી આગળ જઈએ તો લગભગ ચારેક બંગલા છોડીને આજના નરગીસ દત્ત રોડ ઉપર એક બ્રિટિશ બાંધણીનો બંગલો દેખાય. ચાર પીલર પર બનાવાયેલા આર્ચવાળા પોર્ચ પછી પાંચેક પગથિયાં ચડીને વરંડામાં દાખલ થવાય. વરંડામાં કમ્મર જેટલી પાળીથી બનાવાયેલી બંગલાની ચારે તરફ જાણે પેસેજ હોય એવી ઓસરીને થાંભલાઓ ઉપર ગોળ આર્ચવાળા મોટા મોટા સ્થાપત્યથી બાંધી લેવાઈ હતી. એ ઓસરી કે વરંડામાં ઘરના ચાર મુખ્ય દરવાજા ખૂલતા હતા. પૂર્વ-પશ્ચિમ, ઉત્તર-દક્ષિણ ચારે તરફથી ઘરમાં દાખલ થઈ શકાય એવી ટીપીકલ બ્રિટિશ બાંધણી સાથે બંગલાની આસપાસ લેન્ડસ્કેપિંગ કરીને બનાવાયેલો સુંદર બગીચો હતો.

બગીચાની કંપાઉન્ડ વૉલ મોટાં મોટાં વૃક્ષોથી એવી રીતે ઢંકાઈ હતી કે માણસને બંગલાની અંદર જોવું હોય તો કંપાઉન્ડ વોલની ઉપર ચડીને ઝાડની વચ્ચેથી જોવું પડે...

પાલી હિલના મુખ્ય રસ્તા પર પડતો બંગલાનો ગેટ કાળા રંગે રંગાયેલો હતો. લગભગ આઠ ફૂટ ઊંચો ગેટ લોખંડના સળિયા અને ભાલાઓથી બનાવાયો હતો.

ગેટ ઉપર બે દરવાજા ભેગા થાય ત્યારે મોટો સૂરજનો આકાર બનતો.

ગેટ જે થાંભલાઓ સાથે જોડાયેલો હતો...એમાંના જમણી તરફના થાંભલા ઉપર મારબલની પ્લેટ લગાડેલી હતી, જેના પર સોનેરી અક્ષરે "શક્તિ પેલેસ" લખેલું લગભગ ૨૦ ફૂટ દૂરથી વાંચી શકાતું.

મુંબઈ જેવા શહેરમાં આવી જમીન અને આવો બંગલો કોઈનું પણ ધ્યાન ખેંચે એવાં હતાં. જ્યાં બિલ્ટઅપ, સુપર બિલ્ટઅપ અને કારપેટ જેવા શબ્દો સ્કવેર ફૂટમાં મપાતા હોય એવા શહેરમાં આવો વૈભવી બંગલો કોનો હશે એવો સહેજે વિચાર આવી જાય એ સ્વાભાવિક છે.

ગેટ ખૂલે અને લગભગ પચીસ મીટરનો ડ્રાઈવ-વે પસાર કરીને જો પોર્ચમાં પહોંચીએ તો પગથિયાં પર કારપેટ જોઈને એવું સમજી જ શકાય કે આ કોઈ રાજઘરાનાનો બંગલો છે. વરંડામાં દાખલ થઈએ ત્યાં ગોઠવાયેલી સિંહાસન જેવી ખુરશીઓ પર નજર પડે તો સૌરાષ્ટ્રની કલાકારીગીરી અછતી ન રહે, ખુરશી ઉપર ટેપેસ્ટ્રી તરીકે વપરાયેલુ જામનગરનું અતલસ જોઈને અહીં કોઈ સૌરાષ્ટ્રની સુગંધ ધરાવતો માણસ રહેતો હશે એ ધારવું અઘરું નહોતું.

આટલા વૈભવી અને વિશાળ ઘરમાં રહેનારા માણસની સહેજે ઈર્ષા થાય એવું હતું. મુંબઈ શહેરમાં આવી કરોડો રૂપિયાની મિલકત ધરાવનારો માણસ કેટલો સુખી અને નસીબદાર હશે એવો વિચાર લોકલ ટ્રેનમાં નોકરી કરવા દોડતા મુંબઈગરાને આવ્યા વિના ન રહે એ સ્વાભાવિક હતું...

માત્ર એક વાત આ ઘરમાં ઊડીને આંખે વળગે એવી રીતે ખૂંચતી હતી...એ હતી આ ઘરની સ્મશાન જેવી શાંતિ...

આવડા મોટા વિશાળ અને વૈભવીશાળી ઘરમાં માણસોની અવરજવર અને ચહલપહલ હોવી જોઈએ, આનંદની વાતો થવી જોઈએ, સાંજ પડ્યે મહેફિલો ગોઠવાવી જોઈએ એને બદલે જાણે આખાય મકાનને જાણે કોઈ શાપિત આત્માએ ગ્રસી લીધું હોય એમ મકાન તદ્દન ચૂપચાપ અને ઉદાસીમાં ડૂબેલું દેખાતું.

"શક્તિ પેલેસ" જાણે કોઈને આપવામાં આવેલી કાળા પાણીની સજા હોય એમ એની આસપાસ દિવસના ચોવીસેય કલાક કાળાશનો એક એવો

ઓળો લપેટાયેલો રહેતો કે બહારના રસ્તા પરથી પસાર થનાર માણસો સુધી એ ઘરની ઉદાસીની છાલક વાગી જતી જાણે.

એ ઘરની આસપાસ રહેનારા કંઈ કેટલાય પરિવારોમાંથી ભાગ્યે જ કોઈએ ત્યાં અવરજવર જોઈ હતી. આટલો મોટો વેલમેઈન્ટેઈન બગીચો ભાગ્યે જ કોઈ માણસના પગનો સ્પર્શ પામતો...

બસ, સવારે થોડી વાર લગભગ સિત્તેરની ઉંમરના પણ કડેધડે અને ટટ્ટાર એવા એક સજ્જન બગીચામાં ચાલતા દેખાતા.. માળી કામ કરતો હોય ત્યારે કદીક ઊભા રહીને એ માળી સાથે એકાદ બે વાક્યોની આપ-લે કરતા એ સિવાયનો દરેક સમય મકાન, બગીચો, પોર્ચ અને ઓસરી તદ્દન નિર્જન રહેતાં.

પોર્ચમાં સતત ઊભી રહેતી સફેદ રંગની ૩૦૦ ડી મર્સિડીઝ ભાગ્યે જ બંગલાની બહાર નીકળતી, છતાંય ડ્રાઈવર રોજ આવતો. ગાડી રોજ સાફ થતી..

"શક્તિ પેલેસ"ના ત્રણ નોકરો મકાનનો એકએક ખૂણો સતત સ્વચ્છ અને ચમકતો રહે એ પ્રયત્નમાં બારબાર કલાકની નોકરી કરતા. જે ડ્રોઈંગ રૂમમાં ભાગ્યે જ કોઈ બેસતું, એ રૂમમાં ગોઠવાયેલા પાંચસો વર્ષ જૂના એન્ટીક પિસીસને ઝાડી પોંછીને ચમકાવતા રહેવામાં એ નોકરોનો આખો દિવસ પૂરો થઈ જતો...

ટૂંકમાં, મકાનને બદલે મ્યુઝિયમ વધારે લાગતું "શક્તિ પેલેસ".

સવારે સાડા છ થી સાડા સાત જે સજ્જન બગીચામાં આંટા મારતા દેખાતા એ જ સજ્જન સૂરજ ઢળે ત્યારે ઓસરીમાં ગોઠવાયેલા અતલસની ટેપેસ્ટ્રી ચડાવેલા સિંહાસન ઉપર ગોઠવાઈ જતા. એમની સામે જર્મન સિલ્વરનો ઢોળ ચડાવેલી બેલ્જિયમ ગ્લાસની ટ્રોલી મુકાતી, ટ્રોલીમાં વિશ્વનો શ્રેષ્ઠ સ્કૉચ, ચાંદીનું આઈસ પેલેટ અને ચાંદીના નાના નાના બાઉલ્સમાં સલાડ, બાફેલા ચણા અને ખારી સિંગનું મન્ચિંગ ગોઠવાતું.

ચાંદીનો લગભગ બે વેંત મોટો ગ્લાસ એમની સામે ગોઠવાતો, જેમાં એક પછી એક પેગ સ્કૉચ ઉંડેલાતો અને ધીમેધીમે ઘૂંટ ભરતા એ સજ્જન સૂરજ સાવ આથમી જાય અને મકાનને કાળો અંધકાર ઘેરાઈ વળે ત્યાં સુધી એકલા બેસીને પોતાનું ડ્રિંક લેતા રહેતા.

મોટા ભાગે તો આ સમયે પણ સાવ શાંતિ જ રહેતી. સાંજના સમયે જ્યારે આ વયોવૃદ્ધ સજ્જન પોતાનું ડ્રિંક લેતા હોય ત્યારે જવલ્લે જ કોઈ વાર શાસ્ત્રીય

સંગીતના સૂરો એ બંગલાની બહાર સુધી રેલાતા.

એક ઘૂંટાયેલો દર્દીલો અવાજ આખાય "શક્તિ પેલેસ"ને ભરી મૂકતો. સજ્જનની આંખોમાંથી ખારું પાણી ક્યારે ટપકીને એમના ચાંદીના ગ્લાસમાં ભરેલા સ્કૉચ સાથે ભળી જતું એની એમને પોતાને પણ ખબર નહોતી રહેતી...

આજે પણ "શક્તિ પેલેસ"માંથી એક ઘૂંટાયેલો સ્વર રેલાઈ રહ્યો હતો. "ઇશ્ક મેં ગૈરતે જસ્બાત ને રોને ના દિયા...વરના ક્યા બાત થી ...કિસ બાતને રોને ના દિયા...."

હાથમાં ચાંદીનો ગ્લાસ પકડીને એ સજ્જન દૂર ક્ષિતિજમાં તાકી રહ્યા હતા. એમની આંખો ફરી એક વાર છલકાઈ આવી હતી. બરાબર એ જ વખતે એક ઉંમર લાયક નોકર સફેદ યુનિફોર્મ પહેરીને એમના સુધી આવ્યો અને અદબથી વાંકા વળીને એણે લગભગ કાનમાં કહેતો હોય એટલા ધીમેથી અને નમ્રતાથી કહ્યું, "મધુભાઈ ઠક્કર આવ્યા છે."

"બેસાડો, હું આવું છું." એ સજ્જને ઝૂકીને ઊભેલા નોકર તરફ જોયું.

કોઈ એક જમાનામાં આ માણસ કોઈ પણ સ્ત્રીનું દિલ ધડકાવી શકે એવો હેન્ડસમ હશે, એ આજે પણ જણાઈ આવતું હતું. લગભગ છ ફૂટની ઊંચાઈ, પહોળા ખભા, આજે પણ સાવ ફ્લેટ પેટ અને પથ્થરની શીલા જેવી વિશાળ છાતી જોઈને એવું સમજી શકાતું હતું કે કોઈ એક જમાનામાં આ માણસનું ફિઝિક ગ્રીક યોદ્ધા જેવું હશે, આ ઉંમરે પણ જે માણસ આટલો આકર્ષક દેખાતો હતો એ એની જુવાનીના દિવસોમાં કોઈ અભિનેતાથી ઓછો નહીં દેખાતો હોય, એવું અત્યારે પણ સમજી શકાતું હતું.

નમણું નાક, મોટી ભાવવાહી આંખો, વિશાળ કપાળ અને આંકડા દીધેલી મૂછો એમના રજવાડીપણાની સાક્ષી પૂરતી હતી. એમણે એક જ ઘૂંટડામાં અડધાથી વધુ ભરેલો ગ્લાસ પૂરો કર્યો, ખાલી ગ્લાસને ટ્રોલી પર મૂકીને નોકર તરફ જોયું. એ હજી ઝૂકીને જ ઊભો હતો. આછા સફેદ વાળ અને મૂછો વગરનો પ્રેમાળ ચહેરો ધરાવતો નોકર માલિકની રગરગથી વાકેફ હશે એવું એની આંખોમાં લખેલું હતું.

"ભાઈ, ફરી એકવાર કહું છું જે કરો તે વિચારીને કરજો."

"મહેરુ !" પેલા સજ્જને મહેરુની આંખોમાં જોયું, એમની આંખોમાં

ભારોભાર વિષાદ અને ખાલીપો હતો. પાછળ રેલાઈ રહેલો પેલો દર્દભર્યો ઘૂંટાયેલો અવાજ જાણે એમના હૃદયની વાત કહેતો હોય એમ હજીયે ગૂંજી રહ્યો હતો.

"સમજ ! હવે ક્યાંથી લાવું ?" એમણે ફરી કહ્યું, ઊંડો નિઃશ્વાસ નાખ્યો. જાણે પોતાની વાત કઈ રીતે કહેવી એ ગોઠવવાનો પ્રયાસ કરતા હોય એમ એમણે ફરી શૂન્યમાં જોયું... પછી ધીમેથી કહ્યું, "વિચાર કરવાનો હતો ત્યારે ન કર્યો. બધુ રફેદફે કરી નાંખ્યું. હાથે કરીને પગ પર કુહાડા મારતો રહ્યો. હવે શું વિચારવાનું મહેરુ ?" આંખમાં ધસી આવેલા પાણીને ડૂમા સાથે પ્રયત્નપૂર્વક આંખો મીંચીને ગળા નીચે પાછાં ધકેલી દીધાં. "બહોત ગઈ ઓર થોડી રહી..."

"પણ ભાઈ, બાબો નહીં માને."

"મારે ક્યાં જોવા જીવવું છે ?" એમના ચહેરા પર સ્મિત આવી ગયું, "હું તો મારી મરજી કહીને જતો રહેવાનો. પછી એને જેમ સાચું લાગે એમ કરે." એમણે ફરી એક નિઃશ્વાસ નાંખ્યો, "આમેય આખી જિંદગી એ જ કર્યું છે એણે... પોતાની મરજી અને પોતાની મુનસફી સિવાય ક્યાં કંઈ આવડે છે તમારા બાબાને !"

"ભાઈ, બાબો જેટલો મારો એટલો તમારો ખરો કે નહીં ?" મહેરુના ચહેરા પર સ્મિત આવી ગયું, ઝૂકેલા મહેરુના ખભે હાથ દઈને વજન આપીને ઊભા થતા એ વયોવૃદ્ધ સજ્જને ફરી એક વાર સ્મિત કર્યું.

વરસાદના દિવસોમાં ઘડીકમાં સૂરજ ઢંકાય અને ઘડીકમાં ઊઘડે એવી વિષાદ અને સ્મિતની રમત આ સજ્જનના ચહેરા પર છેલ્લી થોડી મિનિટોથી ચાલી રહી હતી... "હું તો એને મારો પાટવી કુંવર માનું છું. પણ એ મને બાપ માનવા તૈયાર નથી. બરાબર એની મા જેવો છે જિદ્દી અને વટવાળો..."

"આપ પણ ક્યાં ઓછા છો ભાઈ ?" મહેરુના ચહેરા પરથી સમજાતું હતું કે આ સજ્જનને આવી વાત કોઈ મોઢે કહી શકે તો એ કદાચ એકલો મહેરુ જ હશે. આમ નોકરના યુનિફોર્મમાં હતો મહેરુ. પણ પેલા સજ્જનના ચહેરા પર અને મહેરુના ચહેરા પર કોઈ અજબ પ્રકારના તાણાવાણા ગૂંથાતા હતા. આ બન્ને જણા જિંદગીમાં ઘણી તડકી છાંયડીમાં ભેગા રહ્યા હશે એવું એમની વચ્ચેના

સ્નેહાળ તંતુ પરથી સમજી શકાતું હતું, "રજવાડી લોહી તો રજવાડી લોહી હોય જ ભાઈ !" મહેરુએ કહ્યું. પેલા સજ્જન મહેરુના ખભાનો ટેકો લઈને ઊભા થઈ ગયા.

હવે મહેરુ પણ સીધો થઈ ગયો. એ સજ્જન ધીમા પગલે સ્ટડીરૂમ તરફ ચાલવા લાગ્યા ત્યારે મહેરુ અદબપૂર્વક એમની પાછળ પાછળ જવા લાગ્યો.

પેલા સજ્જન સિંહ જેવી ચાલે ગૌરવભેર પગલાં ભરતા ઓસરીમાંથી પસાર થઈ રહ્યા હતા. એમણે પાછળ જોયા વિના મહેરુને કહ્યું. "બધો ઝઘડો લોહીનો જ છે ને મહેરુ, લોહી વહાવી દો તો પણ લોહીની તરસ ક્યાં છીપે છે ? એક જ લોહી જ્યારે સામસામે એકબીજાનું લોહી વહાવવા ઊભું થઈ જાય ત્યારે..." એમને ફરી ડૂમો ભરાઈ ગયો હતો.

"ભાઈ, બધું સરખું થઈ જશે. એક દિવસ બન્ને એકબીજાને સમજશે." મહેરુને એમનો ચહેરો વગર જોયે પણ સમજાતું હતું કે એની આગળ જઈ રહેલા એના માલિકને ફરી એકવાર ડૂમો ભરાઈ આવ્યો હતો.

"એની મને ખાતરી છે મહેરુ, પણ એ સમજદારી જોવા હું જીવતો નહીં રહું એનીયે મને ખબર છે."

"આવું વિચારવાનું છોડી દો ભાઈ...હજી ઘણાં વરસ કાઢવાનાં છે તમારે.."

પેલા સજ્જન અચાનક જોરથી હસી પડ્યા અને પાછળ ફર્યા, એમનો ચહેરો ખડખડાટ હસતો હતો પણ આંખોનો વિષાદ એમનો એમ જ હતો. બલકે ઔર ગહેરો થઈ ગયો હતો. "તું પણ શાપ આપીશ મહેરુ ?" એમણે પૂછ્યું પછી અનાયાસ મહેરુના ખભા પર હાથ મૂકી દીધો. જાણે પોતાના જ શરીરનું વજન લાગતું હોય એમ એમણે મહેરુના ખભા પર પોતાનો બોજ નાંખી દીધો. અત્યાર સુધી ટટ્ટાર ચાલે ચાલતો આ માણસ અચાનક જ ઝૂકી ગયો.

" મારે હવે નથી જીવવું મહેરુ, આ મધુભાઈ ઠક્કર મારી છેલ્લી વસિયત બનાવે, હું સહી કરું એ પછીની કોઈ પણ પળે જીવ નીકળી જાય તો મને ફરિયાદ નહીં હોય."

"ભાઈ, આ છઠ્ઠીવાર વસિયત બદલો છો તમે ..."

"ખરી વાત છે. દર વખતે મને એમ થયા કરે છે કે હું ખોટું કરું છું કે સાચું, જાત સાથે લડી ઝઘડીને એક વસિયત તૈયાર કરાવું, થોડો વખત એ વસિયત એમ જ રહે પછી મને વિચાર આવે કે આ બરાબર નથી, એટલે બદલી નાખું... મહેરુ, મને ખરેખર નહોતું સમજાતું કે મારે શું કરવું જોઈએ..." એમણે મહેરુના ખભા પર હાથ એમ જ રાખીને મહેરુની આંખોમાં જોયું. "પણ હવે સમજાઈ ગયું છે ! આજની વસિયત મારી છેલ્લી વસિયત છે."

"ભાઈ...આવું શું કામ બોલતા હશો ?"

"મહેરુ !" એમનાં ચહેરા પર સ્મિત આવી ગયું, "સિરોસીસ ઑફ લિવર સાથે ત્રણ વરસથી તો જીવું છું. હજી કેટલું ખેંચું ?" પછી એમણે આંખો મીંચીને ઊંડો શ્વાસ લીધો, "બસ, સિકંદરને એનો અધિકાર મળવો જોઈએ, એટલી જ મારી છેલ્લી ઇચ્છા છે."

"ભાઈ, મને લાગે છે કે તમારે એક વાર સિકંદર જોડે..."

"જરાય ઓછો નથી એ પણ...છેલ્લા દસ દિવસમાં એક વાર મોઢું બતાવવા પણ નથી આવ્યો. વરસોવાના ફ્લૅટમાં ફોનની રિંગો વાગે છે, મોબાઈલ એ રાખતો નથી...શોધું તો ક્યાં ? આ મિનિટે મારું હૃદય ધડકતું બંધ પડી જાય તો અગ્નિદાહ આપવા માટે બેમાંથી એકેય દીકરો પહોંચે એમ નથી મહેરુ." એમણે નિસાસો નાંખ્યો, "કહેવાય ત્યારે બબે દીકરા...પણ મને લાગે છે, મને કાંધ આપવા માટે પણ ભાડૂતી માણસ લાવવા પડશે." આટલું બોલીને હોઠ ભીંસી દીધા - જાણે બાકીના શબ્દો હોઠની બહાર ન આવવા દેવા હોય એમ.

થોડીક ક્ષણો બન્ને જણા એમ જ ચૂપચાપ ઊભા રહ્યા, પછી મહેરુએ હળવેકથી પોતાના ખભે મુકાયેલો હાથ થપથપાવ્યો. "ભાઈ, કોણ જાણે કેમ મને લાગે છે કે આ સ્થિતિ બહુ લાંબો સમય નહીં રહે. એક દિવસ આવશે જ્યારે બાબો અને સિકંદર એકબીજાની પડખે ઊભા રહીને એકબીજાને સાથ આપશે...એકબીજાને સ્વીકારી લેશે. બે ભાઈઓની જેમ ઝાલા પરિવારના રથને બે મજબૂત પૈડાં બની આગળ લઈ જશે."

"કોને ખબર !" પેલા સજ્જને ફરી એક વાર જાણે આશા છોડી દીધી

હોય એવો ઊનો શ્વાસ છોડ્યો. હળવે પગલે સ્ટડીરૂમ તરફ આગળ જવા લાગ્યા. મહેરુ પણ એમની પાછળ પાછળ સ્ટડી તરફ આગળ વધ્યો.

સ્ટડીરૂમમાં દાખલ થઈને જાણે ઘડી ભર પહેલાં સાવ તૂટેલા વિખરાયેલા દેખાતા પેલા સજ્જનના ચહેરા પર એક મહોરું આવીને આપોઆપ ચોંટી ગયું ! એક રાજાશાહી ગૌરવ અને વિતેલા જમાનાનો વૈભવ પોતાની અંદર લઈને એ સજ્જન ટટ્ટાર ચાલે સ્ટડીરૂમમાં દાખલ થયા. કાળો કોટ પહેરીને બેઠેલા એક વકીલ તરફ આગળ વધ્યા, અને ઝૂકીને રજવાડી અંદાજમાં એમણે હેન્ડશેક કર્યા, "વેલકમ મધુભાઈ. તમને રાહ જોવડાવવા બદલ દિલગીર છું..."

"કંઈ વાંધો નહીં સાહેબ" મધુભાઈએ ઊભા થઈને નમ્રતાપૂર્વક હાથ મિલાવ્યો.

હવે પોતાની અહીંયાં જરૂર નથી એવું સમજી ગયેલા મહેરુએ પાછા પગે વિદાય લીધી. સ્ટડીનો દરવાજો ઝૂકીને બંધ કર્યો.

સ્ટડીરૂમની બહાર નીકળીને મહેરુથી આકાશ તરફ જોવાઈ ગયું, "હે મારા વા'લા ! આ માણસની એકલતા અને ખાલીપો નથી જીરવાતાં મારાથી... હવે તું જ કંઈ ચમત્કાર કર...કે આ માણસને જિંદગીભર તરફડ્યા પછી અમૃતના બે-ચાર ઘૂંટડા પીને આ દુનિયા છોડવાનું સદ્નસીબ મળે." આટલું કહેતાં કહેતાંમાં તો મહેરુની આંખો ભીંજાઈ આવી. એણે આંખો લૂછી અને રસોડા તરફ જવા માંડ્યું...

સ્ટડીરૂમમાં મધુભાઈ પોતાની કાળી "મો બ્લાં" પેન કાઢીને સફેદ કોરા કાગળ ઉપર શ્રી રઘુનંદનસિંહ નરોત્તમસિંહ ઝાલાની છઠ્ઠી અને કદાચ છેલ્લી વસિયત લખવાની તૈયારી કરવા માંડ્યા.

"હું રઘુનંદનસિંહ નરોત્તમસિંહ ઝાલા મારા પૂરેપૂરા હોશોહવાસ અને સંપૂર્ણ સમજદારી સાથે કોઈના પણ દબાણમાં આવ્યા વિના મારી સંપૂર્ણ ઈચ્છા મરજીથી મારી આ વસિયત લખાવું છું...આ પહેલાંની મારી તમામ વસિયતો રદબાતલ ગણીને મારી આ વસિયતને મારી આખરી અને છેલ્લી વસિયત ગણવી..."

પંદર ફૂટ બાય અઢાર ફૂટના વિશાળ સ્ટડીરૂમમાં રઘુનંદનસિંહનો પહાડી

અવાજ ગૂંજી રહ્યો હતો. વસિયત લખી રહેલા મધુભાઈ ઠક્કર થોડી થોડી વારે રઘુનંદનસિંહ સામે જોતા હતા. આ પહેલાં મધુભાઈએ રઘુનંદનસિંહની પાંચ વસિયત લખી હતી. વસિયત લખાઈ ગયાનાં થોડાં અઠવાડિયાં કે મહિના પસાર થાય કે રઘુનંદનસિંહ પોતાની વસિયત બદલાવી નાંખતા. મધુભાઈને દરેક વખતે મોં માગી કિંમત મળી જતી એટલે એમને ફરિયાદનું કોઈ કારણ નહોતું. પણ એમના મનમાં એક સવાલ હંમેશા રહેતો, 'રઘુનંદનસિંહ શા માટે આમ અવારનવાર વસિયત બદલતા રહેતા હશે ?'

મધુભાઈ રઘુનંદનસિંહનો ઈતિહાસ જાણતા.કુટુંબના વકીલ હોવાના નાતે એમને એ ઈતિહાસ ખબર હોવો પણ જોઈએ. રઘુનંદનસિંહના બે દીકરા હતા. શૈલરાજસિંહ ઝાલા અને સિકંદર ઝાલા. રઘુનંદનસિંહ એ બન્ને વચ્ચે પોતાની મિલકત વહેંચવા માગતા હતા. પણ, જે કારણ હોયે તે, દરેક વખતે વસિયત કરાવે ત્યારે વહેંચણીનું પ્રમાણ બદલાઈ જતું. દરેક વખતે રઘુનંદનસિંહને એ નક્કી કરવામાં તકલીફ પડતી કે એમની સંપત્તિનો કેટલો ભાગ એમના કયા દીકરાને મળવો જોઈએ...

જોકે બેમાંથી એકય દીકરાને આજ સુધી મધુભાઈએ જોયો નહોતો, છેલ્લાં દસેક વર્ષથી આ ઘરમાં વકીલ તરીકે અવરજવર કરતા મધુભાઈ ઠક્કરે આ ઘરમાં રઘુનંદનસિંહ સિવાય પરિવારનો કોઈ જ સભ્ય જોયો નહોતો.

ડ્રોઈંગરૂમમાં શૈલરાજસિંહ, સિકંદર અને રઘુનંદનસિંહનાં પત્ની શક્તિબાની તસવીરો લાગેલી હતી. આ તસવીરો પરથી મધુભાઈ આ પરિવારના સભ્યોને ઓળખતા હતા.

મધુભાઈએ ધાર્યું હતું કે, આ વખતે રઘુનંદનસિંહ ફરી એક વાર સંપત્તિની વહેંચણીની ફેરબદલ કરવા માગતા હશે.

રઘુનંદનસિંહ પાસે સંપત્તિ ઓછી નહોતી. જામનગર પાસે દેવરાજપુર ગામનો દરબારગઢ, ગામમાં જમીનો, મુંબઈમાં મલબારહિલનો બંગલો, વરસોવાનો ટેરેસ ફ્લૅટ, સારી એવી રોકડ અને દરદાગીના બધું મળીને કરોડોની સંપત્તિ થતી હતી.

આ સંપત્તિની વહેંચણી રઘુનંદનસિંહ ન્યાયી રીતે કરી શકતા નહોતા અથવા એ જે કરતા હતા એને ન્યાયી માની શકતા નહોતા, એટલું તો મધુભાઈની

અનુભવી વકીલ નજર આટલા વર્ષોમાં સમજી ગઈ હતી.

આજે ફરી એક વાર વસિયત લખવાની શરૂઆત થઈ હતી. મધુભાઈએ દર વખતની જેમ જ હળવાશથી "એક વધુ નવી વસિયત" માનીને રઘુનંદનસિંહ જે લખાવતા હતા તે લખવા માંડ્યું પણ જેમ જેમ વસિયત લખાતી ગઈ તેમ તેમ મધુભાઈ ઠક્કરની આંખો પહોળી થતી ગઈ. એમને નવાઈ લાગી કારણ કે આજની વસિયત સાવ જુદી હતી. આ વસિયતમાં જે કંઈ લખાવાયું હતું એનો વિચાર કરતાં રઘુનંદનસિંહ ન હોય તે દિવસે વસિયતનો અમલ કરવામાં પરિસ્થિતિ ગૂંચવાવાની પૂરેપૂરી સંભાવના એક વકીલ તરીકે મધુભાઈને દેખાઈ રહી હતી.

"સર.." મધુભાઈએ ધીમેથી રઘુનંદનસિંહ તરફ જોયું, " તમને ખરેખર લાગે છે કે આ જે કંઈ થઈ રહ્યું છે તે યોગ્ય છે ?"

"મધુભાઈ, મને લાગે છે આ જ યોગ્ય છે..."

"સર....હું બધું તો નથી જાણતો પણ એટલું સમજી શકું છું કે કોઈ એક અણબનાવને કારણે આજે.... "

"અણબનાવ ?" રઘુનંદનસિંહે પોતાની કાળી લેધરની કાર્બૂ ચૅર ઉપર જાતને ઢાળી દીધી. કાળા રંગની એક સ્ટીલના સ્ટેન્ડ પર મુકાયેલી એ ડિઝાઇનર ચૅર એવી રીતે ડિઝાઇન કરાઈ હતી કે માણસની પીઠને પૂરેપૂરો આરામ મળે....સૂતાં સૂતાં વાંચી શકાય, અને વાંચતાં વાંચતાં ઊંઘી પણ જઈ શકાય... નીચેનો ફોલ્ડ ખોલી નાંખીને લગભગ કાઉચની સાઇઝમાં ફેરવી શકાય એવી "લી કાર્બૂ"ની ડિઝાઇન કરેલી એ ચૅર આમ તો ૧૯૫૭ની ડિઝાઇન હતી. પરંતુ આજેય એટલી જ ફેશનેબલ ગણાતી એ ચૅર આ સ્ટડીરૂમમાં સુંદર દેખાતી હતી... ચૅર પર બેઠેલા રઘુનંદનસિંહે આંખો મીંચીને માથું પાછળ ઢાળ્યું, "તમે જેને અણબનાવ કહો છો મધુભાઈ, એ મારી જિંદગીનો સૌથી મોટો અફસોસ છે... એક માણસ પાસે બબ્બે પગ હોય, છતાંય એણે ચાલવા માટે ઘોડી લેવી પડે એવી સ્થિતિ છે."

"સર..." મધુભાઈએ ખૂબ વિનમ્રતાથી અને લાગણીપૂર્વક પૂછ્યું, "મેં ક્યારેય તમારી અંગત બાબતોમાં માથું નથી માર્યું, મને અધિકાર પણ નથી..." પછી ક્ષણેક રોકાયા, રઘુનંદનસિંહની આંખો હજીયે બંધ હતી અને માથું ખુરશીની

પીઠ પર ઢળેલું, સામાન્ય રીતે સિંહ જેવો દેખાતો આ માણસ અત્યારે કેટલો અસહાય, અને એકલો દેખાતો હતો ! મધુભાઈને વિચાર આવ્યો. એમણે થોડીક ક્ષણો રઘુનંદન સામે જોયા કર્યું, પછી ધીમેથી ઉમેર્યું, "સર... હું કંઈ મદદ કરી શકું ?"

"તમે ?" રઘુનંદનસિંહ હસી પડ્યા. સાવ નિર્દોષ, બાળક જેવું હાસ્ય હતું એમનું, દસ વર્ષમાં કદાચ મધુભાઈએ એમને ભાગ્યે જ હસતા જોયા હશે. એમના ચહેરા પર ઉદાસી એવી ઘૂંટાયેલી રહેતી કે આવું હાસ્ય ભાગ્યે જ બહાર આવી શકતું...

"તમે ?" રઘુનંદનસિંહે આંખો ખોલી હસતાં હસતાં મધુભાઈની સામે જોયું, " તમે શું મદદ કરશો મધુભાઈ ? અમારાથી થાય તે બધું કરી ચૂક્યા અમે... પણ, જ્યારે લોહી જ લોહીનું દુશ્મન હોય ત્યારે બહારનો માણસ શું મદદ કરી શકે ?"

"દુશ્મનીનું કોઈ કારણ હશે ને ?" મધુભાઈએ રઘુનંદનસિંહનો સારો મૂડ જોઈને જરા વધારે ઊંડા ઊતરવાનો પ્રયત્ન કર્યો.

"કારણ તો હોય જ ને !" રઘુનંદનસિંહ એમ કોઈને મન આપે એવા નહોતા. એમણે મધુભાઈના સવાલને સાવ જુદી રીતે પણ ટાળી દીધો, "મધુભાઈ, કારણ વગર તો આ દુનિયામાં કશુંય થતું જ નથી..." પછી એક બહુ જ ઊંડો નિઃસાસો નાંખ્યો.

આખો ઓરડો જાણે એમના નિઃસાસાથી ભરાઈ ગયો. રઘુનંદનસિંહની આંખોમાં હલકી ભીનાશ તરવરી આવી. એ થોડીક ક્ષણ સાવ ચૂપચાપ અન્યમનસ્ક જેવા બેસી રહ્યા.

મધુભાઈને પણ એમની આ ચુપકીદી છંછેડવાનું યોગ્ય નહીં લાગ્યું હોય એટલે એ પણ, રઘુનંદનસિંહ કંઈ બોલે એની રાહ જોતા બેસી રહ્યા.

ખાસ્સી વજનદાર ક્ષણો એમ જ પસાર થઈ ગઈ. રઘુનંદનસિંહ જાણે કંઈ કેટલાંય વર્ષોની સફર ખેડીને પાછા ફર્યા હોય એમ હાંફવા લાગ્યા, "મધુભાઈ, ભૂતકાળ બહુ વજનદાર ચીજ છે. છાતી પર એનો બોજ રોજેરોજ ઉઠાવીને જીવવું સહેલું નથી ! માણસે જે ગુનો કર્યો હોય એ માટે એને સજા મળે એ ન્યાય

છે, પણ નહીં કરેલા ગુનાની સજા માણસ ભોગવે...ભોગવ્યા જ કરે એ ક્યાંનો ન્યાય છે ?"

"સર, આમ તો બહુ નાનો છું, ઉંમર અને હેસિયત બન્નેમાં...છતાંય એક વાત કહેવાનું મન થાય છે. આપની રજા હોય તો કહું."

રઘુનંદનસિંહ થોડી વાર મધુભાઈના ચહેરામાં જોઈ રહ્યા - જાણે એમના મનનો તાગ લેવા માગતા હોય એવી રીતે. જાણે નક્કી કરવા માગતા હોય કે આ માણસને આનાથી વધુ નજીક આવવા દેવાય કે નહીં પછી અચાનક જ જાણે નક્કી કરી લીધું હોય એમ એમણે મધુભાઈ સામે જોયું, પછી હસીને કહ્યું, "મરીઝનો એક શેર છે.

દુર્દશાનો બસ એટલો આભાર હોય છે,

જે મને મળે છે એ મુજથી સમજદાર હોય છે." પછી પૂછ્યું , "બોલો ! શું કહેવું છે ?"

"જો દરેક માણસમાં એકસરખી સમજદારી હોત તો અમારી જરૂરત જ ના રહેત." એ સહેજ હસ્યા, "વકીલની જરૂર ઊભી થાય એનો અર્થ જ એ કે બે પક્ષોની સમજદારી એકબીજા સુધી પહોંચવા માટે પૂરતી નથી."

"આ મને કહો છો ? હું તો જાણું જ છું ! મેં મારી આખી જિંદગી સામેના માણસને સમજવા અને સમજાવવામાં કાઢી નાંખી. પત્ની હોય કે દીકરો, સૌએ મારે માટે મનમાં ગેરસમજનું બી વાવ્યું પછી એને ઝેર રેડી રેડીને ઉછેર્યું છે." એમના ચહેરા પર જાણે થાક અને ઉંમર એકદમ વર્તાવા લાગ્યાં.

"ખોટું નહી લગાડતા, આજે પહેલી વાર હું આવી છૂટ લઉં છું." મધુભાઈએ સહાનુભૂતિભર્યા અવાજે કહ્યું, "તમને શેની તકલીફ છે ? આટલો પૈસો છે, આવી સંપત્તિ છે, જાહોજલાલી છે, તમે ઇચ્છો એટલા માણસો તમારી આસપાસ જી હજૂરી કરી શકે...રૂપિયાથી કંઈ પણ ખરીદી શકાય છે." એમણે સ્મિત કરીને ઉમેર્યું, "એટલિસ્ટ આજના જમાનામાં."

"મધુભાઈ, એમ કહેવાય છે ને કે જેની પાસે સંપત્તિ હોય, એને સગાંની ખોટ નથી રહેતી." રઘુનંદનસિંહે સ્મિત કર્યું, એમના સ્મિતમાં એક અજબ ખાલીપો અને ડરાવી દે એવી એકલતા હતી...એમણે સાવ ધીમા તૂટી ગયેલા

અવાજમાં કહ્યું, "મધુભાઈ, કરોડોની સંપત્તિ છે મારી પાસે. પણ મારી સાથે કોણ છે ? રૂપિયાને બચકાં ભરી શકાતાં નથી. રૂપિયા તમારો હાથ પકડીને તમને પગથિયાં ચડાવી શકતા નથી...મારાથી ઊંચા અને મજબૂત એવા જુવાનજોધ બે દીકરાઓ હોવા છતાં આજે હું આ મકબરામાં એકલો છું..." એમણે આંખો બંધ કરીને ડોકું ધુણાવ્યું, "મારા પિતા કહેતા, બદલો ભલા બૂરાનો અહીંનો અહીં મળે છે. જુઓ, ભોગવું છું ને ?!"

"સર, એવું શું કામ વિચારો છો ?"

"મધુભાઈ, ઘડપણ બહુ અજબ ચીજ છે. તમે ઇચ્છો કે નહીં વીતેલાં વર્ષો રોજ આઇનો લઈને તમારી સામે ઊભાં રહે છે, તમે જોવા માગો કે નહીં તમારું પ્રતિબિંબ તમને બતાવતાં રહે છે..." પછી એ ફરી હસી પડ્યા, એવું જ બાળક જેવું નિર્દોષ અને નિખાલસ..., "હશે મધુભાઈ, તમે આજે કારણ વગર સૂતેલા સાપને છંછેડી બેઠા, હવે ફૂંફાડા મારશે રાતભર !"

મધુભાઈ ચૂપચાપ એમની સામે જોઈ રહ્યા.

"મધુભાઈ ડૉક્ટરોએ તો છ-આઠ મહિના પહેલાં જ હાથ ખંખેરી નાંખ્યા છે...આ ચાંદીના ગ્લાસમાં શરાબ નથી પીતો રોજ, આત્મહત્યાના ઘૂંટડા ભરું છું."

"સૉરી સર, મારો એવો ઇરાદો નહોતો..."

" બસ આ એક વાક્ય અદ્ભુત છે ! ને છતાંય, તમે ગમે તેટલી વખત કહ્યા કરો કોઈ એ વાત માનતું નથી." સર, રઘુનંદનસિંહ નરોત્તમસિંહ ઝાલાએ દીવાલ પર લટકાવેલ સોનાની ફ્રેમમાં મઢેલું એક સર્ટિફિકેટ દેખાડ્યું, સુંદર વળાંકો ધરાવતી કેલીગ્રાફીમાં સોનેરી અક્ષરે લખાયેલું એ "નાઇટ હૂડ"ના ખિતાબનું સર્ટિફિકેટ હતું, "શું નથી મળ્યું મને ? મારું નામ સર રઘુનંદનસિંહ નરોત્તમસિંહ ઝાલા છે... ઈંગ્લૅન્ડની મહારાણીએ જાતે બોલાવીને મને આ ખિતાબ એનાયત કરેલો કંપની સરકારની ઉત્તમ પોલિટિકલ સેવા કરવા બદલ... મહારાણી સાથે ડિનર કરેલું મેં..." એમણે ફરી આંખો મીંચી દીધી, શરીરને લસ્ત કર્યું, કાર્બૂ ચૅરની પીઠ પર જાતને ઢાળી દીધી, "પણ શું અર્થ છે એ બધાંનો ?"

થોડીવાર એ એમ જ બેસી રહ્યા, અને બંધ આંખે બોલતા રહ્યા, "આ ઘરનું દીવાનખાનું સાંજ પડ્યે શહેરના મોટા મોટા માણસોથી શોભી ઊઠતું.

તમને ખબર છે જે.આર.ડી.ટાટા આપણા ઘરમાં જમી ગયા છે... પ્રાણ, શામ, નીતિન બોઝ, મોતીલાલ... સાંજ પડ્યે અંહીયાં બેસતા, ઉમાશંકર જોષીએ આપણા દીવાનખાનામાં કવિતા વાંચી છે....કનૈયાલાલ મુનશી અહીંયાં ગાંધીજીને લઈને આવેલા..." જાણે પુરાણી તસવીરોનું આલબમ રઘુનંદનસિંહની આંખો સામે ઊઘડતું જતું હતું.

મધુભાઈ આ પરિસ્થિતિથી અજાણ નહોતા. આવું ઘણી વાર થતું. રઘુનંદનસિંહ થોડાક ટીપ્સી થઈ જાય પછી હંમેશા ભૂતકાળમાં સરી પડતા...આ ઘર સાથે જોડાયેલી યાંદો અને એમના ભવ્ય ભૂતકાળને એમણે મધુભાઈ સામે ઘણી વાર વાગોળ્યો હતો.

પરંતુ આ પહેલાં જ્યારે પણ એમણે આવી વાતો કરી ત્યારે એ વાતોમાં એક ગર્વ, એક અભિમાન, એક નશો, અને એક ખુમારી હતાં. આજના રઘુનંદનસિંહ મધુભાઈએ પહેલાં ક્યારેય નહોતા જોયા. આજે આ બધું યાદ કરતાં જાણે એમને પીડા થતી હતી.

હૃદય વલોવી નાંખે એવી વેદના એમના ચહેરા પર હતી આજે.

ભૂતકાળની સ્મૃતિઓ એમને સુખ નહોતી આપતી આજે. તકલીફ અને વેદના આપતી હતી.

મધુભાઈએ હળવેથી કાર્બૂ ચૅરના સ્ટીલના હાથા પર ગોઠવાયેલા રઘુનંદનસિંહના હાથ ઉપર હાથ મૂક્યો અને સહાનુભૂતિમાં થપથપાવ્યો, "હું જાણું છું સર !"

"નથી જાણતા મધુભાઈ. " રઘુનંદનસિંહે જાણે મધુભાઈની સહાનુભૂતિ એમને સ્વીકાર્ય ન હોય એવી રીતે મધુભાઈના હાથ નીચેના હાથ નીચેથી પોતાનો હાથ ખેંચી લીધો, એમણે બંધ આંખે જ માથુ ધુણાવ્યું. "તમે કશું નથી જાણતા, હવે તો કોઈ જાણવા માગે તો પણ જાણી શકે એમ નથી..." રઘુનંદનસિંહ જાણે જાત સાથે વાત કરતા હોય એમ બોલતા રહ્યા. થોડો શરાબનો નશો, થોડી ભૂતકાળની પીડા, એકલતાની તકલીફ, અને ખાલીપાની વેદના ઘૂંટાઈ ઘૂંટાઈને એમના અવાજમાંથી છલકાઈ રહી, " સમય એક એવું પરિબળ છે મધુભાઈ, જે ફક્ત આગળની તરફ ખસતું જાય છે." એમણે પોતાના કાંડે બાંધેલી ગોલ્ડ પ્લેટેડ રોલેક્સ ઘડિયાળ બતાવી, "સમયને કાંડે બાંધવાનો

દાવો કરીએ છીએ આપણે... પણ સમય આપણાં કાંડાં કાપી લે છે અને આપણને ખબરેય પડતી નથી."

મધુભાઈ પાસે હવે સાંભળી રહ્યા સિવાય બીજો કોઈ રસ્તો નહોતો. એ ચૂપચાપ સાંભળતા રહ્યા અને રઘુનંદનસિંહ તદ્દન સ્વગત બોલી રહ્યા હતા..."સમયની મારેલી થપ્પડે આજે મારાં જડબાં તોડી નાંખ્યાં છે. અને હું ચૂપચાપ એ થપ્પડ ખાઈને ગાલ પંપાળતો ઊભો છું મધુભાઈ...બસ ઊભો છું..."

મધુભાઈ હળવેથી ઊભા થયા. એમને લાગ્યું કે, રઘુનંદનસિંહ હવે તંદ્રામાં સરી પડ્યા હતા. આવું પહેલાં ક્યારેય નહોતું થયું. મધુભાઈએ રઘુનંદનસિંહને હંમેશા એક તેજસ્વી, તરવરાટભર્યા અને ખુમારી સાથે જીવતા વ્યક્તિ તરીકે જોયા હતા. આજે અચાનક રઘુનંદનસિંહનું આ રૂપ જોઈને મધુભાઈને પણ તકલીફ પહોંચી હતી...

એમણે હળવેથી સ્ટડીની બહાર નીકળીને ઓસરીમાં આમતેમ જોઈને બૂમ પાડી, "મહેરુ....મહેરુ...."

સ્ટડીની બિલકુલ બાજુના ઓરડામાં બેસીને મધુભાઈ નીકળે એની રાહ જોઈ રહેલો મહેરુ દોડતો આવ્યો, " શું થયું ?" એના અવાજમાં ચિંતા હતી, "સાહેબ...બરાબર તો છે ને ?"

"ના, " મધુભાઈએ ડોકુ ધુણાવ્યું, "કદાચ સહેજ ચડી ગઈ છે. થોડુંક અસંબદ્ધ બોલી રહ્યા છે."

"તમારું કામ પત્યું કે નહીં ?"

"હા, ડ્રાફ્ટ લખી લીધો છે. કાલે ટાઈપ કરીને સહી સિક્કા કરાવવા આવીશ." મધુભાઈ નીકળવા જતા હતા પણ કોણ જાણે શું વિચારીને એક ક્ષણ ઊભા રહ્યા. મહેરુની પાસે આવ્યા એને ખભે હાથ મૂક્યો અને લાગણીથી સહેજ ખભો દબાવ્યો, "સાહેબનું ધ્યાન રાખજે મહેરુ. મને આજે બહુ સારા અણસાર નથી લાગ્યા..." પછી ધીરેથી ઉમેર્યું, "કોઈને બોલાવી શકે તો બોલાવી લે."

"હું તો ઘણોય બોલાવું..." મહેરુથી મણનો નિઃસાસો નખાઈ ગયો, "પણ

આવનાર આવશે નહીં મધુભાઈ...જેણે ખરેખર રાતદિવસ બાપની સેવા કરવી જોઈએ એ બેય જણા બાપના મૂઆ કેડે પણ આવીને ઊભા રહે તો સારું." એને ડૂમો ભરાઈ ગયો. આંખો છલછલાઈ આવી, "સાહેબ કેટલું તરફડે છે, એ મને નહીં દેખાતું હોય? પણ બેય છોકરાઓને છાતીમાં દિલની જગ્યાએ પથ્થર મૂક્યો છે ઉપરવાળાએ ..." મહેરુએ કહ્યું, સ્ટડીરૂમમાંથી રઘુનંદનસિંહની ઉધરસનો અવાજ આવતાં મધુભાઈને હાથ જોડીને ઉતાવળે પગલે સ્ટડીરૂમ તરફ ભાગ્યો.

મધુભાઈ ઠક્કરે નીકળતાં પહેલાં એક નજર આ મહેલ જેવા મકાન પર નાંખી પછી એમને પણ એક નિઃસાસો ગળા સુધી આવી ગયો. એમણે માથું ધુણાવીને વિષાદ ખંખેર્યો. પોર્ચમાં ઊભેલી પોતાની ગાડી તરફ ચાલવા માંડ્યું.

મહેરુ સ્ટડીરૂમમાં દાખલ થયો ત્યારે રઘુનંદનસિંહની આંખો બંધ હતી. એ હજીયે તંદ્રામાં સ્વગત કશું બોલી રહ્યા હતા. એમના શબ્દો બહુ સ્પષ્ટ નહોતા, પણ પાછળ ઢાળેલા માથાને કારણે બંધ આંખોમાંથી વહી રહેલાં આંસુ કાન પાસે થઈને ટપકી રહ્યાં હતાં. મહેરુ એક ક્ષણ ચૂપચાપ ઊભો રહ્યો. રઘુનંદનસિંહની આ હાલત જોઈને એનું હૃદય દ્રવી ઊઠ્યું.

એણે સર રઘુનંદનસિંહની યુવાની જોઈ હતી. એમની જાહોજલાલી, એમની પહોંચ, એમના શ્રેષ્ઠ દિવસોનો મહેરુ સાક્ષી હતો. ખરું કહો તો મહેરુ જ એક એવો માણસ હતો જેણે રઘુનંદનસિંહને તડકી છાંયડીમાં સાવ નજીકથી જોયા હતા. ઓળખ્યા હતા! રઘુનંદનસિંહના સારા અને ખરાબ બન્ને સમયનો મહેરુ સાક્ષી હતો.

આજે રઘુનંદનસિંહની આવી હાલત જોઈને મહેરુને અચાનક એ દિવસો યાદ આવી ગયા. જ્યારે આ બંગલામાં રોશનીનો ઝળહળાટ રહેતો હતો. બહારની ઓસરી વેઈટિંગ લાઉન્જની જેમ રઘુનંદનસિંહને મળવા આવતા માણસોથી ઊભરાતી હતી.

ભારત આઝાદ થયા પછીના તરતના દિવસો હતા એ. ૧૯૪૭ના ઑક્ટોબર મહિનાની વાત હશે કદાચ..આ ઘરમાં - સર રઘુનંદનસિંહના ઘરમાં એક પાર્ટીમાં જવાહરલાલ નહેરુ અને વિજયાલક્ષ્મી પંડિત હાજર રહ્યાં હતાં. સ્વતંત્ર ભારતના પહેલા વડા પ્રધાનની સાથે એ પાર્ટીમાં પડાવેલી તસવીર આજે પણ રઘુનંદનસિંહના સ્ટડીરૂમની દીવાલ પર લટકી રહી હતી.

ફિલ્મસ્ટાર હોય કે નેતા, સર રઘુનંદનસિંહના ક્યાંક ને ક્યાંક તો છેડા અડી જ જતા.

રજવાડાના વિલીનીકરણનો સમય થાય એ પહેલાં જ રઘુનંદનસિંહને રાજકીય હિલચાલની ગંધ આવી ગઈ હતી. જામનગરના એક નાનકડા રજવાડા તરીકે એ સરદાર પટેલના આવી રહેલા જુવાળ સામે ઝીંક ઝીલી શકે તેમ નહોતા એવું એમને સમજાઈ ગયું હતું. એમણે સામેથી અખંડ ભારતમાં ભળવાની તૈયારી બતાવી. સાથે બીજાં નાનાં મોટાં બાવીસેક રજવાડાંને મનાવી લીધાં અને બદલામાં મેળવ્યું ઘણું, જેમાં "નાઈટ હુડ"નો ખિતાબ... મુંબઈમાં મલબારહિલ પર બે હજાર વાર જમીનનો આ ટુકડો સાથે સાથે માન મોભો, અને કૉંગ્રેસમાં ઊઠવા-બેસવાની એક ખાસ સવલત.

એમને તો ચૂંટણી લડવા માટે ટિકિટની પણ ઑફર હતી, પરંતુ રઘુનંદનસિંહ રાજનીતિથી દૂર રહેવા માગતા હતા.

મહેરુ કેટલાં વર્ષોથી રઘુનંદનસિંહ સાથે હતો એ વાત કદાચ પોતે જ ભૂલી ગયો હતો .. રઘુનંદનસિંહનાં રાણી શક્તિદેવી જ્યારે લગ્ન કરીને આવ્યાં ત્યારે મહેરુ એમની સાથે આવ્યો હતો.

દાયજામાં એ વખતે ખવાસ અપાતા, દાસીઓ અપાતી, મહેરુની મા શક્તિબાની ખાસ દાઈ હતી અને એ શક્તિબાની સાથે દાયજામાં ઝાલાવાડી રાણીવાસમાં આવી, મહેરુ ત્યારે માંડ સાત વર્ષનો હતો. માની સાથે દીકરો પણ અહીં આવી ગયો હતો. એ પછી એની મા અચાનક ગુજરી જતાં શક્તિબા અને રઘુનંદનસિંહે એની પૂરેપૂરી જવાબદારી લીધી હતી. રઘુનંદનસિંહ અને મહેરુ વચ્ચે ઉંમરનો બહુ તફાવત નહોતો...

ખરેખર તો શક્તિબા પરણીને આવ્યાં ત્યારે પહેલા આણે શક્તિબા ૧૧નાં, રઘુનંદનસિંહ ૧૪ના અને મહેરુ ૭નો હતો !

મહેરુ, એક રીતે જોવા જઈએ તો શક્તિબાનો બાળપણનો ગોઠિયો હતો. મા-બાપે પૂરેપૂરા રાજપૂતી સંસ્કારમાં ઉછેરેલી દીકરી શક્તિબા મહેલની બહાર તો નહોતી જતી પણ દાઈનો દીકરો એની સાથે રાણીવાસમાં રમી શકતો...

સમયના વહેણ વહેતાં રહ્યાં હતાં. આજે જિંદગીના સાત દાયકાથી વધુ

જોઈ ચૂકેલા રઘુનંદનસિંહ ઉપર ઉંમરની બહુ અસર નહોતી થઈ એવું એમને જોઈને લાગતું.

રઘુનંદનસિંહ વારંવાર કહેતા, "ઉંમર તો મગજના વિચારોનું પરિણામ છે....આપણે એમ માનીએ કે હારી ગયા તો લડાઈ લડતા પહેલાં જ હારી જવાય !"

આજ સુધી ખરેખર મહેરુએ એમને જિંદગીની લડાઈ હિંમતપૂર્વક ઝઝૂમતાં ઝઝૂમતાં લડતાં જોયા હતા. જિંદગીના દરેક ઉતાર ચઢાવમાં રઘુનંદનસિંહ મજબૂત ચટ્ટાનની જેમ ઊભા રહ્યા હતા, પણ આજે જાણે અચાનક જ રઘુનંદનસિંહ ઘરડા અને નબળા લાગ્યા મહેરુને...

એમની એકલતા આજે પહેલીવાર આવી રીતે ખૂલીને પ્રગટ થઈ ગઈ હતી મધુભાઈ જેવા કોઈ બહારના વ્યક્તિની હાજરીમાં...

"મહેરુ" સર રઘુનંદનસિંહ ઝાલા આંખો મીંચીને અસ્ફુટ બડબડાટ કરી રહ્યા હતા... "બાબાને ફોન કરો..એને બોલાવી લો. મારો જીવ ગભરાય છે."

મહેરુએ એમનો હાથ પકડ્યો અને હળવે હળવે સહેલાવવા માંડ્યો, "ભાઈ, શાંત થઈ જાવ, ભાઈ." એ જાણતો હતો કે રઘુનંદનસિંહની તબિયત હવે કોઈ પણ ક્ષણે દગો દઈ શકે એમ હતી. ડૉક્ટરોએ એમને શરાબને હાથ લગાડવાની ના પાડી હતી. શરાબે એમના લિવરને સારું એવું ડેમેજ કર્યું હતું. શરાબનું ટીપું પણ એમના માટે ઝેર હતું એવી સ્પષ્ટ ચેતવણી વારંવાર અપાઈ હતી તેમછતાં સાંજ ઢળતી અને રઘુનંદનસિંહ શરાબથી દૂર રહી શકતા નહોતા.

મહેરુ ક્યારેક રોકવાનો પ્રયત્ન કરતો પણ રઘુનંદનસિંહનું એક જ વાક્ય એને ચૂપ કરી દેતું, "કોના માટે જીવવાનું મહેરુ ? આપઘાત કરવાની હિંમત નથી એટલે રોજ ધીમેધીમે ઘૂંટડા ભરું છું આ ઝેરના ! ક્યારેક તો મારા ઈશ્વરને દયા આવશે અને મને બોલાવશે... "

આજે પણ રઘુનંદનસિંહ ફરી એક વાર એ જ દિશામાં વહી રહ્યા હતા...

"મહેરુ, હું બુઢ્ઢો થઈ ગયો, સાવ ઘરડો, પીપળાના પાન જેવો, ક્યારે ખરી પડીશ એની ખબર નથી. તારા બાબાને બોલાવ, મારે એક વાર એને જોવો

છે... ચૌદ વરસ થયાં એ છોકરાએ પોતાનો અવાજ પણ સંભળાવ્યો નથી મને..." રઘુનંદનસિંહની આંખોમાંથી આંસુ સડસડાટ વહી રહ્યાં હતાં, "સગા બાપ સાથે આવું વેર હોય મહેરુ ? મેં કેટલાં લાડ કર્યાં છે એને, પાણી માગે તો દૂધ આપ્યું છે. એના મોઢામાંથી નીકળે એ પહેલાં દરેક ફરમાઈશ પૂરી કરી છે... એ છોકરો મને મોઢું બતાવવા પણ નહીં આવે મહેરુ ? " રઘુનંદનસિંહ જાણે કોઈ ઊંડી ગુફામાંથી બોલતા હોય એમ ધીમેધીમે એમનો અવાજ ક્ષીણ થતો જતો હતો, "મહેરુ, મારે એનું મોઢું જોયા વિના નથી મરવું. એને ફોન કર, એને બોલાવ મહેરુ...હું હાથ જોડીને એની માફી માગવા તૈયાર છું..." 'સર' રઘુનંદનસિંહથી ડૂસકું મુકાઈ ગયું. કેટલાંય વર્ષોથી છાતીમાં પથ્થર થઈને જામી ગયેલું રુદન જાણે ધીરે ધીરે પીગળી રહ્યું હતું.

એકસામટું જાણે કંઈ કેટલુંયે કહેવું હતું એમને. પણ આંસુ અને વારે વારે ધસી આવતાં ડૂસકાં એમના શબ્દોને ઓગાળી નાંખતા હતા.

મહેરુને આટલાં વર્ષોમાં આજે પહેલી વાર લાગ્યું કે 'સર રઘુનંદનસિંહ' બૂઢા થઈ ગયા હતા.

મહેરુ પણ હવે કંઈ જુવાન નહોતો. સાત વર્ષે રઘુનંદનસિંહને ઘેર આવેલો મહેરુ પણ આજે જિંદગીના છ દાયકા પૂરા કરવાની તૈયારીમાં હતો, ઝાલા પરિવારની સેવા કરતાં કરતાં એણે જિંદગીનાં પચાસથી વધારે વર્ષો કાઢી નાંખ્યાં હતાં, પણ રઘુનંદનસિંહને એણે આવા વિખરાયેલા, આવા તૂટેલા ક્યારેય નહોતા જોયા...

"મહેરુ, મેં વસિયત કરી નાંખી છે, આ મારી છેલ્લી વસિયત છે. તને તારી શક્તિબાના સોગંદ છે. મારી વસિયતનો અમલ થાય તે જોજે. મહેરુ ! મારા આત્માને તો જ શાંતિ થશે." રઘુનંદનસિંહ મહેરુના હાથમાં પકડાયેલા પોતાના હાથ જોડીને કરગરી રહ્યા હતા, "મારું શ્રાદ્ધ કરો કે નહીં, મારી વસિયતનો અમલ જરૂર કરજો." નાના બાળકની જેમ ધ્રુસકે ધ્રુસકે રડી રહેલા રઘુનંદનસિંહને કઈ રીતે આશ્વાસન આપવું એ એને નહોતું સમજાતું.

અસહાય રઘુનંદન અને પોતાની જાતને એથીયે વધુ અસહાય અનુભવી રહેલો મહેરુ સ્ટડીરૂમમાં એકબીજાને સહારો આપવાનો વ્યર્થ પ્રયત્ન કરી રહ્યા હતા. સ્ટડીરૂમની દીવાલો ઉપર ફ્રેમ કરીને લટકાવાયેલા ભવ્ય ભૂતકાળના અંશ

સમી કેટલીક તસવીરો પણ રઘુનંદનસિંહની આ એકલતા અને અસહાયતાને જોઈને બેચેન થઈ ગઈ હતી....

✽

લંડન શહેરના પોશ વિસ્તારમાં એક નાનકડો બંગલો મોટા બેકયાર્ડ સાથે શાંતિની ઊંઘમાં સૂતો હતો.

નખશિખ બ્રિટિશ સજાવટ અને પહેલી જ નજરે રહેનારના ટેસ્ટની દાદ આપવી પડે એવો આ બંગલો શહેરથી દૂર કદાચ એટલા માટે બાંધવામાં આવ્યો હતો, કારણ કે આ બંગલાના રહેવાસી અથવા રહેવાસીઓને માણસોથી એલર્જી હશે.

આગળ અને પાછળ વિશાળ બગીચો, મોટું બેઝમેન્ટ, લિવિંગ રૂમ કમ ડાઈનિંગનો મોટો વિસ્તાર, નીચે બે અને ઉપર બે બેડરૂમ ધરાવતા આટલા મોટા મહેલનુમા બંગલામાં કોઈ એક જ માણસ જીવતો હતો એમ કહીએ તો કદાચ નવાઈ લાગે.

ઘર એટલું તો વ્યવસ્થિત અને ચોખ્ખાઈથી રખાયું હતું કે આ ઘરમાં કોઈ સ્ત્રી નહોતી એમ કહીએ તો વધુ નવાઈ લાગે. કોઈ નોકર-ચાકર, મેઈડ કે હાઉસકીપર પણ આ ઘર પાસે નહોતાં !

રસોડામાં દરેકેદરેક વસ્તુ પોતાની જગ્યાએ, ફૂડનાં ટીન લેબલ વાંચી શકાય એવી રીતે જાણે સુપર સ્ટોરમાં ગોઠવ્યાં હોય એમ ગોઠવાયેલાં હતાં. રાઉન્ડ હેન્ગર પર નેપકિન્સ, એની સાથે લગાવેલા સ્ટેન્ડમાં ચમચા, ચમચી, કટર અને ચોપર્સ એવી રીતે લટકતાં હતાં, જાણે કોઈ રસ્ટોરાંમાં લગાવ્યાં હોય.

કૉફીમશીન, ફૂડપ્રોસેસર, બીજી રસોડાની એક્સેસરીઝ એવી રીતે ગોઠવાયેલી હતી કે જાણે અહીં રાંધનારને સહેજ પણ અગવડ માન્ય ના હોય.

ચાર ફૂટ ઊંચા બ્રેકફાસ્ટ કાઉન્ટરની ઉપર બનાવેલા સ્લોટમાં ગ્લાસીસ ઊંધા લગાવાયા હતા, જેવી રીતે કોઈ બારમાં લગાવવામાં આવે છે. અહીં ડાઈનિંગ ટેબલ નહોતું. બ્રેકફાસ્ટ કાઉન્ટરની આજુબાજુ ફક્ત બે ખુરશીઓ હતી. એટલે ઘરમાં વધારે માણસો નહીં રહેતા હોય એવું સ્પષ્ટ દેખાતું.

વળી, અહી રહેનારને ખાસ મહેમાનો બોલાવવાનો પણ શોખ નહીં જ હોય એટલે ડાઇનિંગ ટેબલ વસાવવાની જરૂર પણ નહીં જણાઈ હોય.

રેફ્રીજરેટરમાં દૂધ, વેજિટેબલ્સ, આઈસ્ક્રીમ, યોગર્ટ જેવી વસ્તુઓ, ફ્રોઝન ચીકન, મીટ અને બીજી કેટલીયે વસ્તુઓ ખૂબ વ્યવસ્થિત રીતે મુકાઈ હતી.

ટૂંકમાં, આ ઘર એક અત્યંત ચોખ્ખા અને વ્યવસ્થિત માણસનું એકલવાયું ઘર પ્રતીત થતું હતું.

સવારના દસ વાગ્યા હતા, પણ બંગલામાં કોઈ ચહલપહલ નહોતી.

બંગલો તદ્દન શાંત અને ચૂપચાપ ઊભો હતો. લિવિંગ રૂમમાંથી સીડી ઉપર પેસેજમાં, અને ત્યાંથી માસ્ટર બેડરૂમમાં પહોંચાડતી હતી...

માસ્ટર બેડરૂમમાં વેલ્વેટના ભૂરા રંગના પડદા સોનેરી દોરીઓ સાથે મોટી મોટી ફ્રેન્ચ વિન્ડોઝને ઢાંકીને ચૂપચાપ ઊભા હતા. ઓરડાની સ્કાય બ્લ્યૂ કાર્પેટ, બ્લ્યૂ ચાદરો અને આછા ભૂરા રંગના વૉલપેપર ઓરડાને જાણે એક આરામદાયક અનુભવ આપતા હતા.

ઓરડાની વચ્ચોવચ બે જણા સૂઈ શકે એવડા મોટા પલંગ પર એક છોકરો ઊંધો પડીને ઊંઘતો હતો. ઉંમર ત્રીસની આસપાસ, પણ દિલ ધડકાવી નાખે એટલો હેન્ડસમ અને દેખાવડો ! એનો અડધો જ ચહેરો જોઈ શકાતો હતો, પણ એના અડધા દેખાતા એ ચહેરામાં બહુ જ સ્પષ્ટ રીતે રઘુનંદનસિંહના ચહેરાની છાપ ઊપસતી હતી.

એનો નમણો ચહેરો જોઈને સહેજ ખ્યાલ આવે કે રઘુનંદનસિંહ એમની જુવાનીમાં કેવા દેખાતા હશે !

બે જણા સૂઈ શકે એવા પલંગમાં એ ત્રાંસો સૂતો હતો તો પણ, પલંગના એક ખૂણાથી બીજા ખૂણા સુધી ફેલાયેલો હતો. એટલે એની ઊંચાઈ અને એના શરીરસૌષ્ઠવનો ખ્યાલ આવ્યા વિના નહોતો રહેતો.

એણે માત્ર એક શોર્ટ્સ પહેરી હતી. ઉપરનું શરીર ઉઘાડું હતું.

આરસપહાણ જેવી એની પીઠ, કસાયેલાં બાવડાં, પહોળા ખભા, ફૂટબોલ પ્લેયર જેવા પથ્થરમાંથી કોતરી કાઢ્યા હોય એવી સુરેખ પિંડીઓ અને પગ જોઈને સમજાતું હતું કે એ બાળપણમાં સારો સ્પોર્ટ્સમેન રહ્યો હશે.

ઘસઘસાટ ઊંઘતા એ ચહેરા ઉપર હોવી જોઈએ એટલી શાંતિ નહોતી.

આટલી ઊંઘમાં પણ એનાં ભવાં તણાયેલાં હતાં... ચહેરો તંગ અને એની

અંદરથી કશુંક એને તકલીફ આપી રહ્યું હોય એમ એના બદલાતા હાવભાવ કહી રહ્યા હતા.

એના ઓરડાની આછા ભૂરા રંગની દીવાલો ઉપર એક જાજરમાન સ્ત્રીનું પોર્ટ્રેટ લગાડેલું હતું. ઓઈલ પેઈન્ટિંગમાં બનાવાયેલું આ પોર્ટ્રેટ સોનાની ફ્રેમમાં મઢેલું હતું. 'શક્તિ પેલેસ'ની દીવાલ પર લટકતા ફોટોગ્રાફ્સ સાથે આ ચહેરો મેળ ખાતો હતો.

આખા ઘરમાં આ એકમાત્ર તસવીર કે પેઈન્ટિંગ હતું.

એ સિવાય આખાય ઘરની બધી દીવાલો ખાલી હતી...

એટલે, કદાચ અહીં રહેનારને સ્મૃતિ સાથે પણ નફરત હતી !

સ્મશાનવત્ સન્નાટો સવારના દસ વાગ્યે પોતાની અંદર લપેટીને ઊંઘતા આ ઘરની શાંતિને જાણે વેરવિખેર કરી નાખવી હોય એમ અચાનક ટેલિફોન રણકી ઊઠ્યો, ખાસ્સી લાંબી રિંગ વાગ્યા પછી આંખો બંધ રાખીને પલંગમાંથી જ હાથ લંબાવી એણે સાઈડ ટેબલ પર પડેલો ફોન ઉઠાવીને કાને લગાડ્યો...

"બેટા, રઘુનંદનસિંહ બોલું છું."

છોકરો ઝટકાથી ઊભો થઈ ગયો, ઘડી પહેલાંની ઊંઘ કોણ જાણે ક્યાં ગાયબ થઈ ગઈ, "કોણ રઘુનંદનસિંહ ?"

"તારો બાપ, બેટા..."

"મારો કોઈ બાપ નથી."

"બાપ નથી ?" સામે છેડે રઘુનંદનસિંહને ઉધરસનું એક ઠસકું આવ્યું. એમનો અવાજ તરડાયો અને ડૂમો ભરાયો હશે એટલે શબ્દો પણ જાણે ઘસાઈને આવ્યા, "બાપ વગર જન્મ્યો છે તું ?"

"એમ હોત તો સારું થાત." છોકરાનો અવાજ ઊંચો થઈ ગયો, "છતા બાપે અનાથની જેમ જીવ્યો અને હરામીની જેમ ઊછર્યો, એવું તો ના થાત..."

"શૈલ !" રઘુનંદનસિંહનો ડૂમો છલકાઈ ગયો. પોતે આગળ કંઈ કહે એ પહેલાં સામે છેડે ફોન મુકાઈ ગયો હતો.

---

# ૨

**ફરી** એક વાર 'શક્તિ પેલેસ'માં સાંજ ઢળી હતી. ફરી એક વાર રઘુનંદનસિંહ 'શક્તિ પેલેસ'ની ઓસરીમાં બેસીને ચાંદીના ગ્લાસમાં પોતાનો સ્કોચ પી રહ્યા હતા...

એક દર્દીલો અવાજ વાતાવરણમાં જાણે પીડાને વળ આપતો હોય એમ ગૂંજી રહ્યો હતો, "દિલ જલાને કી બાત કરતે હો, આશિયાને કી બાત કરતે હો..."

રઘુનંદનસિંહનું માથું ખુરશી પર ઢળેલું હતું. આંખો મીંચેલી. વચ્ચે વચ્ચે એ જાણે બોજ ઊંચકતા હોય એમ જાતને ઊંચકીને ગ્લાસ સુધી લંબાતા, ગ્લાસ હાથમાં લેતા, ઘૂંટડો ભરતા ને ફરી પાછા ઢળી પડતા.

બે દિવસ પહેલાંના રઘુનંદનસિંહ અને આજના રઘુનંદનસિંહ વચ્ચે જાણે આભ-જમીનનો ફેર હતો. છેલ્લા બે-ત્રણ દિવસમાં જ એમની ઉંમર અચાનક જ વર્ષો વધી ગઈ હોય એવા ભાંગી ગયેલા દેખાતા હતા એ.

દૂર બેઠેલો મહેરુ એમને જોઈ રહ્યો હતો.

મહેરુ જાણતો હતો કે ગઈ કાલે રઘુનંદનસિંહે શૈલરાજને ફોન કર્યો હતો, પહેલી વાર નહોતો કર્યો - કદાચ છેલ્લી વાર પણ નહોતો જ કર્યો. એ બંને વાત પણ મહેરુને ખબર જ હતી. સામેથી શું જવાબ મળ્યો હશે એની પણ મહેરુને ખબર હતી.

આ ઘરમાં પાંચ પાંચ દાયકા વીતાવ્યા પછી મહેરુ જાણે આ ઘરના માણસોને નસનસથી ઓળખતો થઈ ગયો હતો. આ ઘરમાં બનેલી દરેક સારી-ખરાબ ઘટનાનો એ સાક્ષી હતો. એટલે જ જાણતો હતો કે આ કુટુંબનો દરેક સભ્ય પોતાના માથે એક વજનદાર ટોપલો લઈને જીવતો હતો.

આ ભૂતકાળનો એવો ટોપલો હતો, જેમાં માત્ર અને માત્ર દર્દ હતું, કડવાશ હતી. એકબીજા પરત્વેની ફરિયાદો હતી.

રઘુનંદનસિંહ પણ અત્યારે લગભગ એ જ વિચારી રહ્યા હતા, આજે શૈલરાજને કરાયેલો ટેલિફોન એમને મનથી તોડી ગયો હતો. કોણ જાણે કેમ,

પણ આ છેલ્લી વસિયત કરાવ્યા પછી રઘુનંદનસિંહે મનોમન જાણે જીવવાની ઇચ્છા છોડી દીધી હતી. મધુભાઈ સવારે વસિયતમાં સહી-સિક્કા કરાવી ગયા એ પછી જાણે રઘુનંદનસિંહમાં અચાનક જ બદલાવ આવ્યો હતો.

"એ સમજે છે શું એના મનમાં ? પોતાની જાતને હરામી કહીને મને ગાળ દે છે,...સાથે એની માને ગાળ દે છે એ નથી સમજતો એ."

"હશે ભાઈ, જવા દો... તમે આરામ કરો."

"આરામ ?! હવે તો આડે લાકડે આરામ મળશે મને. આ બે છોકરાઓએ મારી જિંદગી હરામ કરી નાખી. ધૂળ નાખી મારા ધોળામાં..." નાના બાળકની જેમ હાથ-પગ ઉલાળતા, ધમપછાડા કરતા હતા સિત્તેર વર્ષના રઘુનંદનસિંહ... "મહેરુ, હવે જીવવા જેવું કંઈ રહ્યું નથી. કોના માટે જીવવાનું ? ઈશ્વર બોલાવતો નથી. એને ત્યાંય મારી જરૂર નથી..." અને નાના બાળકની જેમ ધ્રૂસકે ધ્રૂસકે રડ્યા હતા એ.

એવું નહોતું કે આવું પહેલી વાર થયું હતું.

રઘુનંદનસિંહનો મોટો દીકરો શૈલરાજસિંહ દસ-અગિયાર વર્ષનો હતો ત્યારથી એના મનમાં પિતાની વિરુદ્ધ ઝેરનાં બીજ રોપાવા લાગ્યાં હતાં. રઘુનંદનસિંહનાં પત્ની શક્તિબા માટે શૈલરાજને અનહદ લાગણી હતી. માની આંખનું એક આંસુ શૈલરાજ માટે રડાવનારના લોહીનાં સો ટીપાં બરાબર હતું, પરંતુ માની આંખમાં આંસુ લાવનાર જ્યારે એનો પોતાનો પિતા હોય ત્યારે કંઈ નહીં કરી શકવાની અસહાયતાએ શૈલરાજના મનમાં પિતા માટે ધિક્કારની લાગણીને જન્મ આપ્યો હતો.

રઘુનંદનસિંહ દિલના સાફ માણસ હતા.

શક્તિબાને ત્રાસ આપવાનો કે તકલીફ આપવાનો એમનો કોઈ ઇરાદો નહોતો, ક્યારેય. પરંતુ એમની મહેફિલો અને મોડી રાતના જલસાએ શક્તિબાની રાતોની ઊંઘ ઉડાડી દીધી હતી.

રઘુનંદનસિંહ ફિલ્મોમાં ફાઇનાન્સ કરતા. એ સમય બ્લેક ઍન્ડ વ્હાઇટ ફિલ્મોનો હતો. બોલતી ફિલ્મોની શરૂઆત થઈ ચૂકી હતી. બ્લેક ઍન્ડ વ્હાઇટમાંથી રંગીન ફિલ્મો તરફ ખસી રહેલી હિન્દી ફિલ્મ ઇન્ડસ્ટ્રીને ધરખમ

ફાઈનાન્સર્સની જરૂર હતી. રઘુનંદનસિંહ પાસે સારી એવી મૂડી હતી. ફિલ્મોમાં લગાડેલા પૈસા બમણા-ત્રણ ગણા થઈને ટૂંકા ગાળામાં પાછા મળવા લાગ્યા. સાથે સાથે ગ્લેમર અને ચમકદમકનો નશો રઘુનંદનસિંહ પર ધીરે ધીરે ચડવા લાગ્યો.

શક્તિબા એમને વારંવાર સમજાવતાં, પણ રઘુનંદનસિંહને એ વખતે શક્તિબાની વાત સાંભળવામાં રસ નહોતો.

સ્ત્રીઓ અને શરાબ ફિલ્મી પાર્ટીઓની રોનક હતી, રઘુનંદનસિંહ આનાથી દૂર રહી શક્યા નહીં. રાજપૂતી સંસ્કારને કારણે સ્ત્રીઓનાં નખરાંમાં રઘુનંદનસિંહ ખાસ લપેટાયા નહીં. પણ પુરુષસહજ ગુણે એમને પણ આ બધું ગમતું એ સત્ય હતું.

મા અને પિતા વચ્ચે થતી દલીલબાજી કાચી ઉંમરે જોતો શૈલરાજ એટલું સમજી શક્યો કે મા કોઈ વાતની ના પાડે છે, જે પિતા સાંભળતા નથી...મા રડે છે...દુઃખી થાય છે...રાતોની રાતો જાગે છે...

સમય વીતતો ગયો. શૈલરાજના મનમાં રઘુનંદનસિંહ સામેનો વિદ્રોહ પણ એની ઉંમર સાથે વધતો રહ્યો !

✱

રઘુનંદનસિંહ 'શક્તિ પેલેસ'ની ઓસરીમાં બેસીને જાણે એક વાર વીતેલા સમયને વાગોળી રહ્યા હતા.

આ એમનો રોજનો અનુભવ હતો. બે-ત્રણ પેગ ગળા નીચે ઊતરતા અને જાણે સમયનું ચક્ર ઊંધું ફરવા લાગતું. જીવેલી બધી જ પળો વારાફરતી જાણે રઘુનંદનસિંહને હાથતાળી દઈને એમની પાસેથી પસાર થઈ જતી. રઘુનંદનસિંહ હાથ લંબાવીને આ પળોને પકડવાનો પ્રયત્ન કરતા, પણ એ રોકાતી નહીં...

માત્ર પસાર થયા કરતી, એક પછી એક !

આજે પણ એવી જ એક સાંજ ઢળી હતી. રઘુનંદનસિંહનો શરાબ એમના માથે ચડીને બેઠો હતો, જમીનમાં દટાયેલા ભૂતકાળને ખોદી ખોદીને રઘુનંદનસિંહની સામે ભૂતાવળ ઊભી કરી રહ્યો હતો.

રઘુનંદનસિંહ દૂર ક્ષિતિજમાં તાકી રહ્યા હતા.

દર્દીલો અવાજ વાતાવરણમાં ઘૂંટાતો હતો...

એ અવાજ જાણે પીગળવા લાગ્યો. રઘુનંદનસિંહને એક અતિશય નમણો, કાચમાંથી બનાવ્યો હોય એવો પારદર્શક અને મીણમાંથી કોતર્યો હોય એવો નરમ ચહેરો યાદ આવી ગયો... નીલોફર !

આ અવાજ એ ચહેરા સાથે જોડાયેલો હતો.

દર્દમાં ડૂબતો-ડુબાડતો આ અવાજ, નીલોફરનો અવાજ હતો.

રઘુનંદનસિંહની બંધ આંખો સામે ભૂતકાળની પટ્ટી સરકી રહી હતી.

✷

હિન્દી સિનેમામાં નસીબ અજમાવવા લખનઉથી નીલોફર અને એની મા રઝિયાબેગમ મુંબઈ આવ્યાં હતાં, સ્ટુડિયોનાં પગથિયાં ઘસતાં ઘસતાં એમની પાસે હતી, એ મૂડી વપરાઈ ગઈ હતી.

લગભગ ભૂખે મરવાના દિવસો આવી ગયા હતા. બોમ્બે સેન્ટ્રલ પાસે મરાઠા મંદિરની પાછળ ડાયમંડ ગેસ્ટ હાઉસમાં ઊતર્યાં હતાં ત્યાંથી પણ એમનો સામાન ફેંકાવાની તૈયારીમાં હતો...

અચાનક એક દિવસ ફિલ્માલય સ્ટુડિયોની બહાર શશધર મુખરજી જોડે વાતો કરી રહેલા રઘુનંદનસિંહની નજર આ મા-દીકરી પર પડી હતી...

✷

ખુરશી પર માથું ઢાળીને એ દિવસોને યાદ કરી રહેલા રઘુનંદનસિંહને આજે પણ નીલોફરની એ દયામણી આંખો અને ચહેરા પરની બેબસી યાદ હતી.

એમણે શશધરને પૂછ્યું હતું.... એમણે કંઈ અર્થહીન નકામો જવાબ વાળ્યો હતો, "બહુ દિવસથી ધક્કા ખાય છે, દીકરીને હિરોઇન બનાવવા લાવી છે. જાત તવાયફની, પણ સત્તર ખાંડી મિજાજ છે બાઈનો..."

એ જ વખતે ત્યાંથી મીનાકુમારીની ગાડી પસાર થઈ હતી. એણે ગાડી રોકાવીને, નીચે ઊતરીને રઘુનંદનસિંહને દુઆ સલામ કર્યા હતા. રઝિયા બેગમે આ જોયું. એમને રઘુનંદનસિંહનું વજન અને મહત્ત્વ સમજાયું હતું, કદાચ.

એમણે હળવેથી રઘુનંદનસિંહને આદાબ કરીને બાજુમાં બોલાવ્યા હતા.

અને નીલોફરની ઓળખાણ કરાવી હતી.

"આદાબ..." નીલોફરના અવાજમાં એક અજબની કશિશ હતી. એના રૂપમાં એવું કંઈ હતું કે જોનારને એના ચહેરા પરથી આંખો હટાવવાનું મન ના થાય.

સામાન્ય સ્ત્રીઓ કરતાં થોડી વધુ ઊંચાઈ, કમરથી નીચે પહોંચતો મુઠ્ઠીમાં ન સમાય એવો ચોટલો... વિશાળ તગતગતું કપાળ અને માછલી જેવી બે મોટી કથ્થઈ આંખો... આંખો પર ઢળેલી પાંપણો, નમણું નાક અને નીચે બે પરવાળા જેવા હોઠ. આખોય ચહેરો જાણે માપ લઈને બનાવ્યો હોય એવો સુરેખ અને સુંદર. ત્વચા ઉપર એક ગજબની ચમક... કથ્થઈ આંખોમાં એટલું તો ભોળપણ કે જોનારને વહાલ આવ્યા વિના રહે નહીં.

"સાહબ, પીછલે ચાલીસ દિનોં સે ઈધર-ઉધર ઘૂમ રહે હૈં... હર સ્ટુડિયો કી ખાખ છાની, મગર કોઈ ઘૂસને નહીં દેતા. હમારે પાસ કોઈ જાનપહચાન નહીં હૈ, મગર મેરી બેટી કી આવાઝ એક બાર સુનેંગે તો આશિક હો જાયેંગે સાહબ..."

એમને એ નહોતું સમજાયું કે નીલોફરને જોઈને એમને શું થયું હતું, પણ એટલું જરૂર સમજાયું હતું કે આ નિર્દોષ પારેવા જેવી છોકરી જો કોઈ ખોટા હાથોમાં પડશે તો એને ચૂંથી નાખનારાઓની આ ઈન્ડસ્ટ્રીમાં ખોટ નહોતી...

"સાહબ, હમ બહોત સે લોગોં સે મિલે હૈં... હર એક ઈન્સાન શામ કો બંગલે પે બુલાતા હૈ ઔર..." રઝિયા બેગમની આંખોમાં ખાનદાની ખમીર ઊતરી આવ્યું હતું. માથે ઓઢેલો દુપટ્ટો સંભાળતાં એમણે સહેજ આડું જોયું હતું. અનાયાસે રઘુનંદનથી નીલોફર તરફ જોવાઈ ગયું હતું, નીલોફરની ઝૂકેલી નજર એમના દિલ પર વાર કરી ગઈ હતી!

✺

'શક્તિ પેલેસ'ની ઓસરીમાં બેઠેલા રઘુનંદનસિંહને આજે પણ એ ઝૂકેલી નજરમાં વંચાયેલી ફરિયાદ યાદ આવી ગઈ હતી, એ ચહેરાએ શબ્દોમાં તો કંઈ નહોતું કહ્યું, પણ એ આંખોએ રઘુનંદનસિંહને કંઈ કેટલીયે ફરિયાદો કરી નાખી હતી.

•

આજે પણ એમને એ પીડા, એ વેદના, એ કસક ફરી એક વાર એવી જ રીતે સ્પર્શી ગઈ !

અને એમને યાદ આવી ગયું, રઝિયા બેગમે એ વખતે એમને કહ્યું હતું, "હમ તવાયફ જરૂર હૈ સાહબ, પર જિસ્મ કા સોદા નહીં કરતે. હુનર બેચતે હૈં, ફન બેચતે હૈં, મૌસિકી બેચતે હૈં... ઇજ્જત નહીં બેચતે..."

આટલું કહેતાં કહેતાંમાં રઝિયા બેગમની આંખો છલકાઈ હતી, "ક્યા અચ્છે લોગોં કી જગહ હી નહીં ઇસ શહર મેં ?" એમની આંખોમાંથી આંસુનાં બે-ચાર બૂંદ ટપકીને જમીનમાં ચુસાઈ ગયાં હતાં. કોણ જાણે કઈ લાગણીથી, પણ રઘુનંદનસિંહથી રઝિયા બેગમના ખભે હાથ મુકાઈ ગયો હતો.

✻

અત્યારે પણ બંધ આંખે ભૂતકાળને વાગોળી રહેલા રઘુનંદનસિંહને મદદ માગતી એ બે આંખો યાદ આવી. એમનું મન લાગણીનું ભીનું થઈ ગયું હતું. કોણ જાણે એ દિવસે શું જોયું હતું એ છોકરીની આંખોમાં પણ એમણે એને મદદ કરવાનો નિર્ધાર કરી લીધો હતો ને એ દિવસથી રઘુનંદનસિંહના જીવનમાં એક એવું તોફાન આવ્યું હતું. જેણે રઘુનંદનસિંહ અને એના પરિવારનું જીવન તહસનહસ કરી નાંખ્યું હતું...

આજે એક દાયકા પછી પણ એ તોફાને વેરેલો વિનાશ આજે પણ "શક્તિ પેલેસ"ની સૂની ભીંતોમાં આંસુ સારતો જોઈ શકાતો હતો... શરાબ બનીને ધીમે ધીમે આ તોફાન રઘુનંદનસિંહને અંદર અને બહારથી ખોખલા કરતું રહ્યું હતું. આ બધાં જ વર્ષો દરમિયાન...

આજે એમના દીકરાએ જે રીતે ફોન પછાડ્યો એ માટે પણ કદાચ એ તોફાન જ જવાબદાર હતું !

મહેરુએ ખુરશી પર માથું ઢાળીને બેઠેલા રઘુનંદનસિંહ સામે જોયું. એનું હૃદય દ્રવી ગયું. એણે ફોન ઉપાડ્યો, મુંબઈનો એક નંબર જોડ્યો...

એક મર્દાના-ઘેરો ને તોય મધ જેવો મીઠો અવાજ એના કાનમાં રેડાયો.

"ધીસ ઇઝ સિકંદર, હું ઘરમાં જ છું પણ ફોન ઉપાડવાનો નથી. તમે તમારો સંદેશો રેકોર્ડ કરી શકો છો. મને જરૂર લાગશે તો હું તમને ફોન કરીશ."

મહેરુએ ફોન પછાડ્યો, આંખો લૂછી.

"બે દીકરા, લખલૂંટ સંપત્તિ છતાં માણસ કેટલો એકલો, કેટલો અસહાય ! આ માણસ આમ જ મરશે ?" એના મનમાં વિચાર આવી ગયો.

રાત ઢળવા લાગી હતી, ઓસરીમાં બેઠેલા રઘુનંદનસિંહ આજે અટકવાનું નામ જ નહોતા લેતા. મહેરુએ એકાદ વાર જઈને નમ્રતાપૂર્વક કહ્યું પણ ખરું, "ભાઈ, હવે બસ."

"મહેરુ આજે નહીં રોક મને... હું થાક્યો છું, ખૂબ થાક્યો છું." રઘુનંદનની આંખો છલકાઈ આવી હતી.

"ભાઈ, આ જ શરાબે તમને કેટલું નુકસાન કર્યું છે તે ભૂલી ગયા છો ?"

"મહેરુ જેટલું થવાનું હતું એટલું બધું નુકસાન થઈ ચૂક્યું છે. હવે આ શરાબ મારું શું નુકસાન કરવાની ?"

"પણ, ભાઈ..."

"શ...શ....શ...." રઘુનંદનસિંહે હોઠ ઉપર આંગળી મૂકી. એ પૂરેપૂરા નશામાં હતા. જાતનું ભાન લગભગ ખોઈ બેઠા હતા..., "મહેરુ, ધીમે બોલ... તારાં બાઈસા' જાગી જશે."

"ભાઈ !" મહેરુને સમજાઈ ગયું - હવે રઘુનંદનસિંહને કંઈ કહેવું નકામું છે. એ ફરી એકવાર ભૂતકાળમાં સરી પડ્યા હતા. પહેલાં જ્યારે જ્યારે રઘુનંદનસિંહ આવી રીતે મોડા પડતા ત્યારે ઘણી વાર આવું થતું. મહેરુને એવા ઘણા દિવસો યાદ આવી ગયા જ્યારે રઘુનંદનસિંહ પાર્ટીમાંથી કે ફિલ્મના પ્રીમિયરમાંથી આવી રીતે મોડા ઘરે આવ્યા હોય અને દરવાજો ખોલવા માટે મહેરુ ઝોકાં ખાતો આગલા રૂમમાં બેસી રહ્યો હોય...

✻

"સૂઈ જા, મહેરુ.. તારા સાહેબ આવશે તો હું બારણું ખોલીશ." શક્તિબા કહેતાં, પણ મહેરુ જાણતો કે શક્તિબા જાગશે અને રઘુનંદનસિંહ આવશે ત્યારે બન્ને વચ્ચે કારણ વગરની દલીલબાજી થશે. મહેરુ આ ઘરમાં ઊભી થતી અશાંતિને હંમેશા અટકાવવા માગતો. એ હંમેશા ઇચ્છતો કે રઘુનંદનસિંહ અને

શક્તિબાના સંબંધો સુમેળભર્યા, સમજદારીભર્યા અને પ્રેમાળ રહે. પરંતુ એવું થઈ શક્યું નહીં.

શક્તિબા એમના સમયનાં ગ્રેજ્યુએટ હતાં. પરદેશ મોકલીને એમના પિતાએ એમનું શિક્ષણ પૂરું કરાવ્યું હતું. વિદેશ રહેલાં શક્તિબા દુનિયાને જોઈ ચૂક્યાં હતાં. રજવાડી લોહીમાં ફેલાયેલી બદીઓ વિશે પૂરેપૂરી જાણકારી હતી એમને. એ સતત ઇચ્છતાં કે શૈલરાજ ઉપર આવી કોઈ અસર ન થાય...

શક્તિબાના પિતાને ત્રણ રાણીઓ હતી, એમણે પોતાની માને આ રણવાસની રાજનીતિમાં ભીંસાતી, કચડાતી, દુઃખી થતી જોઈ હતી. એમને સતત લાગતું કે શૈલરાજ આ બધાથી દૂર રહેવો જ જોઈએ.

આમ પણ શૈલ મોટી ઉંમરે જન્મ્યો હતો. રઘુનંદનસિંહ અને શક્તિબાનું ખાસ્સાં વર્ષોનું લગ્નજીવન નિસંતાન રહ્યું, કદાચ એ પણ એક કારણ હશે કે રઘુનંદનસિંહ મહેફિલોના માણસ બની ગયા. એક ઝાલાવાડી રાજા પાસે એની લખલૂટ સંપત્તિનો વારસ નહોતો...નરોત્તમસિંહ તો હવે જીવિત નહોતા પરંતુ રઘુનંદનસિંહનાં માતા એમને સતત બીજાં લગ્ન માટે દબાણ કરતાં રહ્યાં હતાં. રઘુનંદનસિંહ ટાળતા રહ્યા.

એટલી હદ સુધી કે રઘુનંદનસિંહે ધીમેધીમે વતન જવાનું છોડી દીધું હતું.

મહેરુ સાક્ષી હતો, કે રઘુનંદને ક્યારેય શક્તિબાના સન્માનને ઠેસ પહોંચે, કે એમની લાગણી દુભાય એવી રીતે એમને નિઃસંતાન હોવા વિશે મહેણું નહોતું માર્યું. બલકે રઘુનંદનસિંહનાં માતા ક્યારેક એ વિશે બોલતાં તો રઘુનંદનસિંહ વાત વાળી લેતા.

શક્તિબાને સંતાનનો અભાવ નહોતો સાલતો એમ નહોતું. એમણે ઘણા પ્રયાસ કર્યા હતા. દેશવિદેશના ડૉક્ટર્સ, બાધાઆખડી, દેવદેવલાં, કંઈ જ બાકી નહોતું રહ્યું...પરંતુ, શક્તિદેવીનો ખોળો ખાલી રહ્યો તે ખાલી જ રહ્યો.

રઘુનંદનસિંહ દર વર્ષે એમને વિદેશ લઈ જતાં, એક વર્ષે વૅકેશનથી પાછા ફર્યા બાદ શક્તિદેવીએ ખુશખબર સંભળાવ્યા હતા...અને સંતાનનો જન્મ વિદેશમાં થવો જોઈએ એમ માનતા રઘુનંદનસિંહે શક્તિદેવીને લંડન લઈ જવાનું નક્કી કર્યું હતું.

સાથે ગયો માત્ર મહેરુ !

શૈલરાજના જન્મ પછી રઘુનંદન અને શક્તિદેવી થોડો સમય માટે નજીક આવ્યાં હતાં. પરંતુ ફરી પાછી શક્તિદેવીની ફરિયાદો શરૂ થઈ હતી, અને રઘુનંદનસિંહ આ વખતે જાણે કશું સાંભળવા જ નહોતા માગતા.

આ ઘરમાં હવે કશાયની ખોટ નહોતી પણ શક્તિદેવીની શંકા, ક્રોધ, અને તરફડાટ માઝા મૂકી ગયાં હતાં.

ને, દુર્ભાગ્યે રઘુનંદનસિંહના સ્વભાવે અને આદતોએ ઘરમાં ક્લેશનું નવું કારણ ઊભું કર્યું હતું...

રાત્રે મોડા પાર્ટીમાંથી કે પ્રીમિયરમાંથી પાછા ફરેલા રઘુનંદનસિંહ સાથે બોલાચાલી થતાં શક્તિબા અને રઘુનંદનસિંહનાં મન અવારનવાર ઊંચાં થઈ જતાં....શરાબના નશામાં રઘુનંદનસિંહ ક્યારેક શક્તિબા સાથે ઝઘડી બેસતા, ગમે તેમ બોલી નાંખતા, તો ક્યારેક સ્ટડીરૂમમાં જઈને અંદરથી દરવાજો બંધ કરી લેતા. શક્તિબા રાતના મોડે સુધી સ્ટડીરૂમનો દરવાજો ખખડાવતાં. રઘુનંદનસિંહ દરવાજો ન ખોલતા. કેટલીયે વાર ચીડમાં અને અકળામણમાં શક્તિબા સ્ટડીરૂમની બહાર ઓસરીમાં સૂઈ જતાં.... અડધી રાતે ઊઠેલો શૈલ માને ઓસરીમાં સૂતેલાં જોતો. એના મનમાં પિતા પ્રત્યે ઘૂંટાતા ઝેરમાં એક ટીપું વધારાનું ઉમેરાતું !

આમાંની એક રાત એવી ગોઝારી નીવડી ને તે દિવસનો ઝઘડો એવી તો ભયંકર કક્ષાએ પહોંચી ગયો કે ત્યાંથી પાછા વળવાનો કોઈ રસ્તો જ ન રહ્યો...

મહેરુને આજે એ રાત યાદ આવી રહી હતી...

આવી જ રીતે એક મોડી રાત્રે રઘુનંદનસિંહ પાર્ટીમાંથી પાછા ફર્યા હતા. ડ્રાઈવર ગાડી પોર્ચમાં પાર્ક કરે એ પહેલાં શક્તિબા મુખ્ય દરવાજો ઉઘાડી બહાર ધસી આવ્યાં હતાં.

એમના ચહેરા પર આજે જાણે છેલ્લો દાવ ખેલી લેવાના ભાવ હતા.

"ક્યાં હતા ?"

"સાચું કહીશ તો સાંભળી નહીં શકે અને જુઠ્ઠું બોલીશ તો તું સ્વીકારી નહીં શકે." રઘુનંદન પોતાના હાઈનેક કોલરનાં બટન ખોલતાં પગથિયાં ચડવા

માંડ્યા. એમના પગ હલકા હલકા ડોલી રહ્યા હતા.

શક્તિબાનો અવાજ સાંભળીને મહેરુ પોર્ચમાં આવી ગયો. એ બે-ત્રણ પગથિયાં નીચે ઊતર્યો. એણે રઘુનંદનસિંહને સહારો આપવાનો પ્રયત્ન કર્યો, રઘુનંદનસિંહે એનો હાથ ઝટકાવી નાંખ્યો, "હાથ પકડવો પડે એટલો નબળો નથી." પછી શક્તિબા સામે જોઈને એમણે ટોણો માર્યો, 'જેણે પકડવો જોઈએ એને તો પડી નથી.'

'શું કામ પડી હોય ? જે માણસને બહારના ભોજનનો સ્વાદ જીભે ચડી જાય એને ઘરના ભોજનમાં શું કામ રસ હોય ?'

"તમે મારી વાત કરો છો કે તમારી ?" રઘુનંદનસિહે આટલું જ પૂછ્યું.

શક્તિબાનો ચહેરો ફરી ગયો હતો. એમણે આખુંય મકાન ગુંજી જાય એ અવાજે બૂમ પાડી હતી. "તમે તમારી હદ ઓળંગી રહ્યા છો."

"હદ ? કઈ હદ ?" રઘુનંદનસિંહ સંપૂર્ણપણે નશામાં હતા. પરંતુ સભાન મહેરુને સમજાતું હતું કે આ ઝઘડો રોજ કરતાં જુદો અને પ્રમાણમાં વધારે ગંભીર હતો.

"તમે મારા ચારિત્ર પર આક્ષેપ કર્યો છે." શક્તિબાનું રજપૂતી લોહી ફૂંફાડા મારતું હતું.

"તમે મારા ચારિત્ર પર નથી કર્યો ?"

"એ આક્ષેપ નથી. સત્ય છે, જે હું રોજ જોઈ રહી છું." શક્તિબાએ પાડેલી બૂમ સાંભળીને શૈલરાજ બેડરૂમમાંથી બહાર આવી ગયો. નવ-દસ વર્ષનો શૈલ સમજી નહોતો શકતો કે માતા-પિતા વચ્ચે આ રોજ કઈ બાબતની લડાઈ થતી હતી, પણ એને એટલું જરૂર સમજાતું હતું કે એની મા એને માટે પૂરેપૂરો સમય આપતી હતી. જ્યારે પિતા પાસે ભાગ્યે જ કોઈ સાંજ એવી હતી જે એ ન છૂટકે ઘરમાં વિતાવતા.

રાહ જોતી મા, અને રડતી મા એને માટે રોજનાં દશ્યો હતાં... પરંતુ, માના આજના તેવર જોઈને શૈલરાજ સહેજ ગભરાઈ ગયો હતો.એ આંખો ચોળતો માના પડખામાં જઈને લપાયો. એણે શક્તિબાનો ગુજરાતી સાડીનો

પાલવ આગળથી પોતાના હાથમાં પકડ્યો અને ઊંઘરેટી આંખે પિતા સામે જોઈ રહ્યો.

"જુઓ, શક્તિદેવી, મેં તમને કોઈ તકલીફ નથી આપી, તમારું સંપૂર્ણ માન જાળવ્યું છે."

"તે ?તમે એને ઉપકાર ગણો છો ? મને વિધિવત્ પરણીને લાવ્યા છો...એટલું તો કરવું જ રહ્યું."

"તો કરું છું ને ?"

"હા, કરો છો પણ જે નથી કરવાનું એ પણ કરો છો."

"મને સમજાય છે મારે શું કરવું અને શું ન કરવું. એક સ્ત્રી પાસેથી સલાહ લેવાની જરૂર નથી."

"એ સ્ત્રી તમારી પત્ની છે, તમારાં સંતાનની માતા છે, ઝાલા કુટુંબની કુળવધૂ છે... "

"તો એમ રહેવાનો પ્રયત્ન કરો. બાકી મારાં માલિક થવાનો પ્રયત્ન કરશો તો હવે સારાવાટ નહીં રહે."

શક્તિબાએ શૈલને હળવેથી અળગો કર્યો અને બે ડગલાં આગળ વધ્યાં, "એમ ? શું થશે ?"

"જુઓ શક્તિદેવી, એક પુરુષના સંયમને લલકારવાની ભૂલ ન કરો." રઘુનંદનસિંહનો નશો ધીમેધીમે ઊતરવા લાગ્યો હતો. પરંતુ સાથે જ એક રાજપૂતનું લોહી અને પુરુષનો અહમ્ એમના માથે ચડવા લાગ્યો હતો.

"પુરુષ ? સંયમ ? આ શબ્દો તમને શોભતા નથી."

હવે રઘુનંદનસિંહ માટે જાતને રોકવી અઘરી થઈ પડી હતી...

મહેરુ એમને રોકે કે અટકાવે એ પહેલાં એમણે બે પગથિયાં ચડીને શક્તિદેવીને એક તમાચો મારી દીધો...

✱

ઓસરીમાં કાળો અંધકાર છવાઈ ગયો હતો. આખોય બંગલો જાણે

વિષાદના ઘેરામાં લપેટાયેલો ચૂપચાપ ઊભો હતો. પોર્ચનાં પગથિયાં પર બેઠેલો મહેરુ ઝોકાં ખાતાં, જાગતાં, જાત સાથે વાતો કરતાં રઘુનંદનસિંહને જોઈ રહ્યો હતો.

મહેરુ પણ સમજતો હતો કે પોતાની જાતને અહીં સુધી લઈ જવામાં રઘુનંદનસિંહ જાતે પણ જવાબદાર હતા જ! શક્તિબાનો ઉછેર, એમના સમયમાં જીવતી બીજી રજપૂત સ્ત્રીઓ કરતાં શક્તિબાની જુદી પ્રકૃતિ પણ કદાચ જવાબદાર હશે...

આજે રઘુનંદનસિંહ જે પરિસ્થિતિમાં હતા એ પરિસ્થિતિ માટે એમનો દીકરો શૈલરાજ રઘુનંદનસિંહ કરતાં વધારે જવાબદાર ઠેરવતો હતો નીલોફરને...

જે દિવસે રઘુનંદનસિંહ નીલોફરને મળ્યા એ દિવસથી જાણે આ ઘરમાં એક નાની તિરાડ પડી હતી. ધીમેધીમે વિસ્તરતી એ તિરાડ ખાઈ બનતી ગઈ. એ ખાઈમાં ધકેલાઈ ગયા કંઈ કેટલાય જીવો !

મહેરુ મનમાં વિચારી રહ્યો હતો કે એણે શૈલને સત્ય કહેવું જોઈએ, કે ન કહેવું જોઈએ ?

સત્ય કહેવાથી કદાચ શૈલ પરિસ્થિતિને સમજી શકે, તો કદાચ પરિસ્થિતિ વધુ વણસે એમ પણ બને...

પરિસ્થિતિ વણસે કે સુધરે, રઘુનંદનસિંહની હાલત દિવસે દિવસે બગડી રહી હતી. એમનો જીવ એમનું શરીર છોડી જાય એ પહેલાં બન્ને દીકરાઓને નજર સામે જોવાની એમની ઇચ્છા કોઈપણ રીતે પૂરી કરવાની મહેરુને જાણે ધૂન ઊપડી હતી !

જ્યારથી રઘુનંદનસિંહે વસિયત કરી, મહેરુએ એના સાક્ષી તરીકે સહી કરી ત્યારથી એનું મન વિચારે ચડી ગયું હતું.

એ જોઈ શકતો હતો કે આ વખતે વસિયત લખ્યા પછી રઘુનંદનસિંહે મનથી જીવવાનું છોડી દીધું હતું...

મહેરુને બીક લાગવા માંડી હતી કે હવે રઘુનંદનસિંહ ઝાઝા દિવસના મહેમાન નથી. જો શૈલરાજ કે સિકંદર એમની વસિયત વાંચ્યા પછી અમલ કરવાનો ઇનકાર કરશે તો શું થશે ?

રઘુનંદનસિંહે પોતાની વસિયતમાં એક એવી વાત, એક એવી ઇચ્છા, એક એવી માગણી કરી હતી... એક એવી શરત મૂકી હતી...જેને પૂરી કરવી એ ધરતી અને આકાશને ભેગાં કરવા જેટલું કપરું કામ હતું...

તેમ છતાં મહેરુએ નક્કી કર્યું કે એ રઘુનંદનસિંહની વસિયતનો અમલ કરાવશે, કંઈ પણ થાય !

✳

વરસોવાના બિલકુલ દરિયાકિનારે એક નાનકડી બંગલી ઊભી હતી. આમ જોવા જાવ તો આ બંગલી એક જમાનામાં શહેરથી સાવ દૂર નિર્જન સ્થળે બાંધવામાં આવી હશે એવું સમજી શકાય. આજે વસતિ વધતાં વધતાં હવે એની આસપાસ ઘણુંબધું વસી ગયું હતું. પરંતુ એ બંગલીની શોભા અને સુંદરતા એવાં ને એવાં જળવાઈ રહ્યાં હતાં.

બંગલીની ઊંચી કંપાઉન્ડ વૉલ છેક દરિયાની રેતીથી શરૂ થતી હતી. પણ વૉલ એવી રીતે બાંધવામાં આવી હતી કે જો બંગલાની અંદર ઊભા હો તો કંપાઉન્ડ વૉલ માણસને પોતાની કમરથી ઊંચી ન લાગે. કંપાઉન્ડની અંદર ખૂણામાં એક હિંચકો હતો. શંખનાં છીપલાં પાથરીને કંપાઉન્ડમાં ઊડતી રેતી અટકાવાનો પ્રયાસ કરાયો હતો. બંગલીનું બાંધકામ જૂની બ્રિટિશ ડિઝાઇનનું હતું. મોટા વરંડા, જેને પાછળથી સ્લાઇડિંગ વિન્ડોથી કવર કરાયો હશે એવું જોઈ શકાતું હતું. વરંડા જાણે ડ્રોઇંગરૂમનો ભાગ હોય એમ ડ્રોઇંગરૂમ વરંડા સુધી લંબાતો હતો...પથ્થરની બેઠક બનાવીને વરંડાને પણ ડ્રોઇંગરૂમનો ભાગ બનાવી લેવાયો હતો. કાચની સ્લાઇડિંગ વિન્ડો પર અત્યારે પડદા નહોતા. એટલે પથ્થરની બેઠક દરિયાકિનારેથી સ્પષ્ટ જોઈ શકાતી હતી.

અહીં રહેનારા માણસને જાણે ચોરીચકારીની કોઈ બીક જ ના હોય એવી રીતે ઘરમાં ક્યાંય જાળીઓ નહોતી !

વરંડાથી ડાબી તરફ એવી જ મોટી મોટી સ્લાઇડિંગ ફ્રેન્ચ વિન્ડો ત્યાં બેડરૂમ હશે એવો સ્પષ્ટ નિર્દેશ કરતી હતી.

આ નાજુક પરંતુ વિશાળ મકાન કોઈ માણસે પોતાની પૂરેપૂરી કાળજીથી બાંધ્યું હશે એવો ખ્યાલ આપતું હતું.

જોકે આ મકાનમાં કોઈએ ભાગ્યે જ ચહલપહલ જોઈ હતી. આસપાસનાં માછીમારોનાં ઝૂંપડાંઓ, હમણાં હમણાં બનેલાં હાઈરાઈઝ મકાનોની વચ્ચે વચ્ચે છૂટાછવાયા બંગલાઓમાં વસતા લોકો પાસે આ બંગલી વિશે અનેક લોકવાયકાઓ હતી. ઘણા લોકો માનતા કે ત્યાં કોઈ તવાયફ રહેતી હતી. ઘણા કહેતા કે ત્યાં ફિલ્મી એક્ટ્રેસ રહેતી હતી, ઘણા કહેતા કે કોઈ પૈસાવાળા શેઠે પોતાની રખાતને આ મકાન બંધાવી આપ્યું હતું...

ખરેખર તો આ ત્રણમાંથી કોઈ વાત ખોટી નહોતી.

આ મકાન નીલોફર નામની તવાયફનું હતું. જેણે જૂની બ્લેક ઍન્ડ વ્હાઈટ ફિલ્મોમાં અભિનય કર્યો હતો અને આ મકાન એને એના આશ્રયદાતા રઘુનંદનસિંહ નરોત્તમસિંહ ઝાલાએ બનાવી આપ્યું હતું... નીલોફર એમની "રખાત" તરીકે ફિલ્મ ઈન્ડસ્ટ્રીમાં સૌના માટે ગોસીપનો રસપ્રદ વિષય હતી.

જોકે, રઘુનંદનસિંહે એની સાથે બાકાયદા લગ્ન કર્યાં હતાં, પરંતુ એ વાતની ખબર માત્ર નીલોફર અને રઘુનંદનસિંહ બે જ જણાંને હતી. નીલોફરના મૃત્યુ પછી એ વાત રઘુનંદનસિંહે મહેરુને પણ કરી હતી, કારણ કે રઘુનંદનસિંહ ઈચ્છતા હતા કે નીલોફરના દીકરાને રઘુનંદનસિંહની સંપત્તિમાં કાયદેસરનો પૂરેપૂરો હક્ક અને હિસ્સો મળે.

નીલોફરનો દીકરો સિકંદર...

હવે વરસોવાની આ બંગલીમાં રહેતો હતો, એકલો ! રઘુનંદનસિંહે વારંવાર વિનંતી કરવા છતાં એ "શક્તિ પેલેસ"માં આવીને રહેવા તૈયાર નહોતો.

નીલોફર જીવતી હતી ત્યારે પણ રઘુનંદનસિંહે એ બેઉને અવારનવાર સમજાવ્યાં હતાં કે એ "શક્તિ પેલેસ" આવીને રહે, મહેરુ એ આજીજીઓનો, વિનંતીઓનો સાક્ષી હતો.

"સાહેબ, તમે મને જે આપ્યું છે એ મારી હેસિયતથી ઘણું વધારે છે. હવે આનાથી વધારે મારા દામનમાં નહીં માય." નીલોફર કહેતી... "એક કોઠાની તવાયફને તમે જે ઈજ્જત અને પ્રેમ આપ્યાં છે એ મારે માટે ઘણાં છે. હવે આનાથી વધારે તમે કંઈ પણ આપશો તો એ રાણીસાહેબા માટે ઝઘડાનું કારણ બનશે."

"એ તો કોઈ પણ બાબતે ઝઘડી શકે છે, નીલુ...એને કારણની જરૂર નથી." રઘુનંદનસિંહના અવાજમાં કડવાશ ઊતરી આવતી.

"સૌથી મોટું કારણ તો હું છું તમારા ઝઘડાનું." નીલોફરની આંખો ભરાઈ આવતી, "બધું મળી ગયું છે, પણ હજી કોણ જાણે શું મેળવવા માટે જીવતી રાખી છે મારા અલ્લાહે. તમે મને મા બનાવી....ઘર આપ્યું...તમારું નામ, સમાજમાં ઈજ્જત આપી. કઈ તવાયફ પાસે આટલું સુકુન, આટલું ચેન હોય છે ?" નીલોફર ક્યારેક ક્યારેક એટલી તો લાગણીવશ થઈ જતી કે રઘુનંદનસિંહની પગની ધૂળ લઈ માથે ચડાવતી અને કહેતી, "તમે તો ઈશ્વરના મોકલેલા પૈગામ છો ! મારી જિંદગીમાં પ્રેમ, વહાલ, લાગણી, અને કંઈ કેટલુંયે લઈને આવ્યા છો. તમારી પાસે આનાથી વધારે કંઈ માગું એ મારા અલ્લાહનું અપમાન છે."

✵

"શક્તિ પેલેસ"માં અંધકારના ઓળામાં લપેટાયેલા રઘુનંદનસિંહ અત્યારે પણ નીલોફરનો ત્યાગ, એનું સમર્પણ, એની લાગણી અને એણે આપેલો પ્રેમ યાદ કરીને આંખો ભીંજવી રહ્યા હતા. એમને માટે આજે પણ નીલોફરની યાદ એટલી જ તાજી અને એટલી જ વિહ્વળ કરી નાંખનારી હતી.

એ સ્ત્રીએ રઘુનંદનસિંહને ફક્ત આપ્યું હતું, એમ રઘુનંદનસિંહ માનતા ! જાણે બધી જ તકલીફ, બધી જ પીડા અને એમની બધી જ કડવાશોને નીલોફરે હળવે હાથે ધોઈ નાંખી હતી રઘુનંદનસિંહના જીવનમાંથી...

પહેલી વાર ફિલ્માલયના કંપાઉન્ડમાં નીલોફરને જોઈ ત્યારથી રઘુનંદનસિંહને એક ન સમજાય તેવી લાગણી થઈ હતી.

શક્તિબા કંઈ પણ માને, રઘુનંદનસિંહ લંપટ નહોતા. મહેફિલો, પાર્ટીઓ, શરાબ એમનો શોખ હતા, પણ સ્ત્રીઓ નહીં !

ફિલ્મીપાર્ટીઓમાં આટલા દેખાવડા અને ધનવાન રઘુનંદનસિંહને આકર્ષવા માટે પ્રયત્ન કરનારી સ્ત્રીઓ આજ સુધી એમને નહોતી મળી એવું તો નહોતું જ...પરંતુ રઘુનંદનસિંહને પોતાની ખાનદાની વહાલી હતી.

પોતાના રાજવંશી લોહી અને ઉછેરનું એમને અભિમાન હતું.

એ શક્તિબાને ચાહતા. એ જાણતા હતા કે જો પોતે આવું કંઈ પણ કરે તો

શક્તિબાનો દ્રોહ કર્યો ગણાશે. વળી શક્તિબા હજી સુધી સંતાન નહોતાં આપી શક્યાં એટલે પણ એમના આળા થઈ ગયેલા મનને વધુ તકલીફ ન પહોંચે એટલે રઘુનંદનસિંહ પોતાની જાતને જાળવી રાખતા.

પરંતુ તે દિવસે નીલોફરને જોઈ રઘુનંદનસિંહને કોણ જાણે શું થઈ ગયું. એ હરણ જેવી આંખો અને ભોળા પારેવડા જેવો ચહેરો જાણે રહી રહીને રઘુનંદનસિંહને કહી રહ્યાં હતાં કે, મને તમારી જરૂર છે, તમારા સ્વીકારની, તમારા સહારાની, તમારા સ્નેહની જરૂર છે."

આટલાં વરસે, આ ઉંમરે પણ "શક્તિ પેલેસ"ની ઓસરીમાં બેઠેલા રઘુનંદનસિંહને એ ચહેરો પોતાની આંખ સામે દેખાતો હતો...

એમની મીંચેલી આંખોમાંથી હળવે હળવે આંસુ સરી રહ્યાં હતાં, એ અસ્ફુટ સ્વરે બડબડી રહ્યા હતા, "મને માફ કરજે, નીલોફર... હું તારો ગુનેહગાર છુ...હું સિકંદરને સાચવી ન શક્યો... તને આપેલા વચનને પૂરું ન કરી શક્યો..."

રઘુનંદનસિંહને રડતા જોઈને મહેરુ પગથિયાં પરથી ઊઠીને એમની પાસે આવી ગયો, "ભાઈ..." એણે રઘુનંદનસિંહને હલબલાવ્યા, પણ નશામાં ધૂત રઘુનંદનસિંહ કોણ જાણે કઈ દુનિયામાં ચાલી ગયા હતા. એમની આંખોમાંથી આંસુ વહી રહ્યાં હતાં અને એ વારે વારે કહી રહ્યા હતા, "મને માફ કરી દે નીલોફર...મને માફ કરી દે."

મહેરુએ એક માતાના વાત્સલ્યથી રઘુનંદનસિંહના માથે હાથ ફેરવ્યો, એની પણ આંખો ભરાઈ આવી હતી. એને જાણે ઉપરવાળાના ન્યાયમાં શંકા જાગી, "કોઈનું ન બગાડે એવા માણસનું મોત બગાડીશ ?" એનાથી જાણે ઈશ્વરને પુછાઈ ગયું. એણે રઘુનંદનસિંહને હળવેથી ઊભા કરીને પોતાના ખભાનો ટેકો આપીને ધીમેધીમે એમના બેડરૂમ તરફ લઈ જવાનો પ્રયત્ન કરવા માંડ્યો.

લથડતાં, પડુપડુ થતાં મહેરુના ખભે બધો ભાર નાંખીને લચી પડતા રઘુનંદનસિંહ ડગમગ થતા ડગલે ને લથડતી ચાલે ધીમે ધીમે બેડરૂમ તરફ જતાં હજીયે બબડી રહ્યા હતા, "મને માફ કરી દે, નીલોફર...મને માફ કરી દે.."

✻

"શૈલ !" રઘુનંદનસિંહનો ડૂમો છલકાઈ ગયો. એ આગળ કંઈ કહે એ પહેલાં સામે છેડે શૈલરાજસિંહે ફોન મૂકી દીધો હતો, કહો કે પછાડ્યો હતો.

ફોન પછાડીને શૈલરાજ ઊભો થયો. એણે મોટી આળસ મરડી અરીસામાં જોયું, "હું ઇચ્છું કે નહીં, આ માણસ મારી સાથે જીવે છે. જેટલી વાર અરીસામાં જોઉં, અનિચ્છાએ મને એની યાદ આવી જાય છે..." શૈલે વિચાર્યું. એણે પોતાના ચહેરા ઉપર એવી રીતે હાથ ઘસ્યા, જાણે ચહેરો ભૂંસી નાખવો હોય.

એને યાદ આવ્યું કે બાળપણમાં ઘણી વાર મા કલાકો સુધી એને જોયા કરતી.

"શું જુએ છે ?" શૈલ પૂછતો.

"જોઉં છું કે તારા ચહેરામાં ક્યાંય હું છું કે નહીં ?"

"આખેઆખો હું તારા જેવો જ છું." શૈલ માને વળગી પડતો... "હું બીજા કોઈ જેવો નથી."

"બેટા, તું કોના જેવો છે એ અગત્યનું નથી, મારે માટે તો તું મારો છે... એ જ અગત્યનું છે." શક્તિદેવીની આંખો અકારણ ભરાઈ આવતી. એ શૈલને છાતીસરસો એવી રીતે ભીંસી દેતાં કે શૈલને શ્વાસ લેવામાં પણ તકલીફ પડતી, "તું મારો જ રહીશ ને બેટા ?" શક્તિદેવી શૈલને છોડવા તૈયાર નહોતાં થતાં. "હેં બેટા, તું મારો જ રહીશ ને ? કોઈ કંઈ પણ કહે, તું શક્તિદેવીનો દીકરો કહેવાઈશ. મારો દીકરો... મારો જ દીકરો." શક્તિદેવી ક્યાંય સુધી શૈલને છાતીસરસો ચાંપીને પસવારતાં રહેતાં...

શૈલને ક્યારેય નહોતું સમજાયું કે એની માને શાનો ડર સતાવતો હતો.

આજે પણ શૈલને શક્તિદેવીની એ બહાવરી આંખો દેખાતી, ક્યારેક ઊંઘમાં તો ક્યારેક વિચારોમાં.

જ્યારે જ્યારે રઘુનંદનસિંહ એને પોતાની સાથે બહાર લઈ જવાની વાત કરતા ત્યારે શક્તિદેવી કોઈ ને કોઈ બહાને એ વાત ટાળી દેતાં... શૈલ રઘુનંદનસિંહ સાથે એકલો ક્યાંય પણ જાય, તો પાછા ના ફરે ત્યાં સુધી શક્તિદેવી ઉચાટમાં રહેતાં.

પાછા ફર્યા પછી એ ગયા ત્યાંથી પાછા ફર્યા ત્યાં સુધીની રજેરજ વિગતો જાણવાનો શક્તિદેવી આગ્રહ રાખતાં...

ત્યારે તો શૈલને એ માનું વહાલ લાગતું અથવા એમ લાગતું કે પિતા સાથેના વણસેલા સંબંધોને કારણે માને કશાકનો ભય છે, પરંતુ મૃત્યુ સમયે શક્તિદેવીએ શૈલનો હાથ પકડીને કહેલી વાત આજે પણ એના મનમાં પ્રશ્નાર્થ ચિહ્‌ન બનીને ઘૂંટાતી રહેતી.

"શૈલ... બેટા, તું મારો દીકરો છે... અને તારી માનું નામ શક્તિદેવી છે. આ વાત યાદ રાખજે." શૈલને આજે પણ એ સવાલ થતો હતો કે એની માએ મૃત્યુ સમયે આવું શા માટે કહેવું પડ્યું ?

અરીસામાં જોઈ રહેલા શૈલને અચાનક જ ખ્યાલ આવ્યો કે એ વિચારોમાં તણાઈ ગયો હતો...

એણે વિચારોને ખંખેર્યા અને બેડરૂમના પડદા ખસેડીને બહાર જોયું. સરસ સનશાઈન ડે હતો. આ ઋતુમાં લંડનમાં ભાગ્યે જ આવો દિવસ નીકળતો. શૈલે ઘડિયાળ જોઈ, "ઓહ માય ગૉડ ! દસ વાગી ગયા, ખબર જ ના રહી." એણે બાથરૂમ તરફ જવા માંડ્યું. હજુ તો બાથરૂમનો દરવાજો ખોલીને અંદર દાખલ થાય એ પહેલાં નીચે લિવિંગ રૂમમાંથી એક મીઠો, અંગ્રેજી ઉચ્ચારણો ધરાવતો છોકરીનો અવાજ સંભળાયો.

"શૈલ...શૈલ, વ્હેર આર યુ ?"

"હિયર બેબી..." શૈલરાજે બાથરૂમમાં જતાં પહેલાં જવાબ આપ્યો. અંદર જઈને દરવાજો બંધ કરી દીધો.

નીચે જે છોકરીનો અવાજ સંભળાયો એ સડસડાટ સીડી ચડીને ઉપર આવી. બેડરૂમનો દરવાજો એણે લાત મારીને ખોલ્યો. શૈલના બંધ બાથરૂમના દરવાજા પર જોરજોરથી મુક્કા મારવા માંડી, "ઓપન ધ ડોર... શૈલ, દરવાજો ખોલ... દરવાજો ખોલ."

બે વ્હેંતનું ડેનિમનું સ્કર્ટ, એના ઉપર સ્લીવલેસ પિન્ક ટૉપ એના શરીરને ચપોચપ બેસતું હતું. આ વસ્ત્રોમાં એના શરીરના એક એક વળાંક જાણે વધુ સ્પષ્ટ થઈને બહાર આવતા હતા. ખભાથી ચારેક આંગળ લાંબા વાળ સીધા અને કાળા હતા. જેમાં વચ્ચે વચ્ચે ગોલ્ડન હાઈલાઈટ કરેલી હતી. તગતગતી સાફ ત્વચા અને ચહેરા પરની નમણાશ એ લંડનમાં જન્મેલી ભારતીય મૂળની છોકરી હતી એવું કહી આપતા હતા.

ત્રીસીએ પહોંચેલા શૈલથી એક દાયકો નાની એ છોકરીના ચહેરા પર ઊઘડું ઊઘડું થઈ રહેલી યુવાની હતી. એ જે રીતે શૈલના બેડરૂમમાં ધસી આવી, જે રીતે દરવાજો પીટતી હતી એના પરથી ખ્યાલ આવી જ જતો હતો કે એ શૈલની કેટલી નજીક હતી.

“દરવાજો ખોલ, શૈલ, દરવાજો ખોલ.” એ અંગ્રેજી ઉચ્ચારણોમાં બૂમો પાડતી દરવાજા પર મુક્કા મારી રહી હતી.

બેધ્યાન ઊભેલી એ છોકરીને કંઈ સમજાય એ પહેલાં બારણું ખૂલ્યું. એક ભીનો હાથ બારસાખ અને દરવાજાની વચ્ચેથી બહાર લંબાયો. પેલી છોકરીને બાવડેથી પકડીને અંદર ખેંચી લીધી...

બાથરૂમના બંધ બારણા પાછળથી આશ્ચર્યમાં ડૂબેલી, રોમાંસ છલકાવતી એક હળવી ચીસ સંભળાઈ, “શું કરે છે શૈલ ?”

“પ્રેમ !” શૈલનો ઘૂંટાયેલો હનીસ્મૂધ મર્દાના અવાજ સંભળાયો પછી છોકરીની ચીસો શાવરના અવાજમાં ડૂબતી ગઈ.

બહાર ટેલિફોનની રિંગ વાગી રહી હતી.

---

## 3

"છોડ શૈલ..."

"છોડવા માટે નથી પકડી."

"તારે ઑફિસ નથી જવાનું?"છોકરીના અવાજમાં શૈલ ઑફિસ ન જાય તો વધુ સારું એવો રણકો સ્પષ્ટ હતો.

"મારે ક્યાંય નથી જવાનું. " શૈલનો અવાજ વધુ ને વધુ નશીલો, વધુ ને વધુ ઘૂંટાયેલો થતો જતો હતો,

"ઉફ ! શૈલ..."છોકરીની હળવી દર્દીલી ચીસ બાથરૂમના બારણા પર પછડાઈને શાવરમાં ધોવાઈ ગઈ, "નહીં કર શૈલ..."

"સાચે ?" શૈલના સવાલના જવાબમાં પેલી છોકરીનું ખડખડાટ હાસ્ય શાવરમાં પલળી રહ્યું હતું.

બહાર ટેલિફોનની રિંગ વાગી રહી હતી.

બાથરૂમની અંદર શાવરમાં ભીંજાતાં બે યુવાન શરીરો એકબીજાની અંદર ખોવાતાં જતાં હતાં. પેલી છોકરીનું પીંક ટીશર્ટ અને દોઢ વેંતનું ડેનીમ સ્કર્ટ ડૂચો થઈને ખૂણામાં પડ્યું હતું. શૈલની શોર્ટ્સ પણ એ જ ડેનીમ સ્કર્ટ અને ટીશર્ટની બાજુમાં ફેંકાઈ...

છોકરીના મીઠા અવાજના હળવા સિસકારા અને ગરમ ગરમ શ્વાસની જુગલબંધી બાથરૂમમાં જડેલા ચાર બાય છ ના વિશાળ બેલ્જિયમ કાચમાં ઝિલાઈ રહી હતી. બાથરૂમની ફર્શ પર શાવરનાં જળબિંદુ ટકરાઈ ટકરાઈને વેરાઈ જતાં હતાં. શૈલરાજસિંહ રઘુનંદનસિંહ ઝાલા પોતાના બાહુપાશમાં એ કમનીય કાયા ધરાવતી છોકરીમાં જાણે વધુ ને વધુ ઓગળતા જતા હતા.

"શૈલ, બહાર ફોનની રિંગ વાગે છે." પેલી છોકરીએ કહ્યું.

"કમ ઓન ! તને આવા ટાઇમે ફોનની રિંગ સંભળાય છે !"

"ઑફિસથી ફોન હશે, કોઈ ઇમ્પોર્ટન્ટ ક્લાયન્ટ હશે...છોડ !"

"છોડ..." શૈલરાજ હસી રહ્યો હતો, "હું પણ એ જ કહું છું, કે છોડ એ બધું ! ક્લાયન્ટ કેન વેઇટ...આઈ કાન્ટ."

શૈલની કસાયેલી કાયા નીચેથી પોતાની જાતને છોડાવવા મથી રહી હતી, તેના ગળા પર અને જ્યાંથી એના સ્તનોનો ઢળાવ શરૂ થતો હતો ત્યાં ભૂરાં ચાઠાં ઊપસી આવ્યાં હતાં, બાથરૂમની ફર્શ પર માથું ઢાળીને એ છોકરી બંધ આંખે એના સંપૂર્ણ સ્ત્રીત્વની તૃપ્તિ માણી રહી હતી.

બહાર ફોનની રિંગ હજી એકસરખી વાગતી હતી.

"ઉફ !" શૈલ ઊભો થયો. એણે બાથરૂમમાં લટકતો પોતાનો બાથરોબ ખેંચીને પહેર્યો..., "આટલી બધી ડેસ્પરેટ પર એક જરૂર કોને પડી ગઈ ?" એ બાથરૂમની બહાર નીકળ્યો...પેલી સુંદરી હજુ એમ જ, ત્યાં જ બંધ આંખે પોતાના ઉપર આવતી શાવરની વાછંટ માણી રહી હતી.

ક્ષણેક પછી એ ઊભી થઈ, શાવર નીચે ઊભા રહીને એણે થોડી વાર પોતાના પર ટપકી રહેલાં જળબિંદુનો આનંદ માણ્યો. પછી ત્યાં લટકતા બે ટોવેલમાંથી બાર્બી ડોલના ચિત્રોવાળો ટોવેલ ખેંચીને ખભાની નીચેના ભાગથી લપેટ્યો. એ બહાર આવી...ટેલિફોનની રિંગ હજીયે વાગી રહી હતી.

શૈલ તદ્દન ઠંડા કલેજે ડ્રેસિંગ ટેબલ સામે ઊભો રહીને ચહેરા ઉપર શેવિંગ ફોમ લગાડી રહ્યો હતો...એને જાણે આ વાગતી રિંગ સંભળાતી જ નહોતી.

પેલી છોકરીએ અકળાઈને ફોન તરફ જવા માંડ્યું, "હોરીબલ માણસ છે, અડધા કલાકથી રિંગ વાગે છે..."

પેલી છોકરી ફોનને અડે એ પહેલાં શૈલે લગભગ ત્રાડ પાડી, "નીમ્મી, ફોનને હાથ નહીં લગાડતી."

ઘડીભર પહેલાંનો શૈલે જાણે સાવ બદલાઈ ગયો, એનો ચહેરો, એના હાવભાવ, એનું આખું વ્યક્તિત્વ જ જાણે એ નહોતું રહ્યું.

એણે જેને નીમ્મી કહીને બૂમ પાડી હતી એ છોકરી એની નજીક આવી, "કેમ શૈલ ?" એણે એના શેવિંગ ફોમ લગાડેલા ચહેરા પર વહાલથી હાથ ફેરવ્યો, થોડુંક ફોમ નીમ્મીના હાથમાં પણ લાગ્યું, "કેમ ભાગે છે ? એક વાર વાત કરી લે... આમ ક્યાં સુધી ચાલશે ?"

"તું તારું કામ કર, મને સલાહ આપવાની જરૂર નથી."

"સલાહ નથી આપતી સ્વીટહાર્ટ, માત્ર કહું છું...જ્યાં સુધી તું એકવાર દિલ ખોલીને વાત નહીં કરે ત્યાં સુધી આ હાઇડ ઍન્ડ સીકની, છુપાવાની અને પકડવાની રમત ચાલ્યા જ કરશે."

"લુક ! મેં તને મારી જિંદગીમાં બધા જ અધિકારો આપ્યા છે...એક આ બાબતમાં તારે વચ્ચે નહીં પડવાનું એવું મેં તને એકથી વધારે વાર કહ્યું છે નીમ્મી."

"હા, કહ્યું છે..." નીમ્મી બે હાથ પહોળા કરીને શૈલને ભેટી પડી, એની છાતી પર માથું મૂકી દીધું, "હું વચ્ચે પડું છું કારણ કે મને તારામાં, તારી જિંદગીમાં, તારા સુખમાં અને તારા દુઃખમાં પણ રસ છે."

"સુખ સુધી બરાબર છે નીમ્મી, પણ મારા દુઃખમાં હું કોઈને ભાગ નથી આપતો...હું એકલો હતો, એકલો છું અને..." શૈલે નીમ્મીને પોતાનાથી થોડી દૂર કરી, એની આંખોમાં જોયું, "અને, એકલો જ રહેવાનો છું."

"હું તને પ્રેમ કરું છું શૈલ." નીમ્મીની આંખો ભરાઈ આવી.

"આહ !" શૈલ હસવા લાગ્યો, "પ્રેમ ? એવો કોઈ શબ્દ જ નથી આ જગતમાં...કોઈ કોઈને પ્રેમ નથી કરતું નીમ્મી ! માણસ-માણસની જરૂરિયાત હોય છે, મનની, શરીરની કે પછી..."

આ બધા સંવાદ ચાલતા હતા ત્યારે પણ થોડી થોડી વારે ટેલિફોનની રિંગ વાગીને બંધ થઈ જતી હતી. સેલફોન ઉપર પણ બે-ત્રણ વાર રિંગ વાગી...

શૈલને જાણે ટેલિફોનની એ વાગતી રિંગ સાથે કોઈ નિસબત જ ના હોય એમ એ શાંતિથી શેવ કરીને તૈયાર થયો. એણે કપડાં પહેર્યાં, માથું ઓળ્યું, સોક્સ અને શુઝ પહેર્યાં, ટાઈ બાંધી, બ્લેઝર પહેર્યું, પરફ્યુમ નાંખ્યું...

માસ્ટર બેડરૂમના ભૂરા વેલવેટના પડદાઓ નીમ્મીએ ખોલી નાંખ્યા, સનશાઈન આખા ઓરડાને ભરી દેતી હતી. ભૂરા રંગના વૉલ પેપર ઉપર પડતો સોનેરી તડકો વૉલ પેપરને એક ચમક આપતો હતો.

ઓરડાની વચ્ચોવચ્ચ મુકાયેલા ડબલ બેડની ચાદરને ખેંચીને સરખી કરી...ઓરડામાં અસ્તવ્યસ્ત પડેલાં એક-બે મેગેઝિન અને થોડાં કાગળિયાંને

સરખાં કરીને ડબલબેડના સાઇડ ટેબલ પર ગોઠવ્યાં, બાથરૂમમાં જઈને પોતાનાં કપડાં અને શોટ્‌ર્સ લાવીને બાથરૂમની બાજુના યુઝર્સ પેસેજમાં મૂકેલા વૉશિંગ મશીનમાં નાંખી દીધાં. પછી ડ્રેસિંગરૂમમાં એક નાનકડું ક્લોઝેટ ખોલીને એમાંથી એક ફોર્મલ ટ્રાઉઝર અને શર્ટ કાઢીને પહેર્યું...

એ જે સ્વાભાવિકતાથી આ ઘરમાં સફાઈ કરતી હતી, જે રીતે એણે ક્લોઝેટમાંથી પોતાનાં કપડાં કાઢ્યાં અથવા બાથરૂમમાં જે રીતે બાર્બી ડોલવાળો સ્ત્રીનો ટોવેલ લટકતો હતો એના પરથી સહેજે ખ્યાલ આવે એમ હતો કે નીમ્મી આ ઘરમાં અવારનવાર આવતી જ હતી એટલું જ નહીં, એનો આ ઘર સાથે ખાસ્સો નિકટનો સંબંધ હતો.

તૈયાર થઈને અરીસામાં છેલ્લો લૂક આપીને શૈલે નીમ્મીને નજીક બોલાવી. એના કપાળ પર ઝૂકી આવેલી લટને સરખી કરીને એના કપાળ પર ચુંબન કર્યું, “જઈશું? સાડા અગિયાર થયા છે, આઈ એમ લેઇટ, ઓલ રેડી!”

નજીક ઊભેલી નીમ્મી શૈલની આંખોમાં આંખો નાંખીને જોઈ રહી, “તું મને પ્રેમ નથી કરતો શૈલ?” એનો અવાજ સહેજ ભીનો થઈ ગયો.

શૈલના ચહેરા પર એક પ્રકારનું ગાંભીર્ય અને સમજદારી હતી, જ્યારે નીમ્મીની આંખોમાં એક પ્રકારની મુગ્ધતા હતી, શૈલ માટેનું આકર્ષણ એની આંખોમાં છલકાઈ પડતું હતું. શૈલે આ પ્રેમની વાત પહેલી વાર નહીં કહી હોય એવું પણ નીમ્મીના હાવભાવ પરથી સ્વાભાવિકપણે સમજી શકાતું હતું છતાં, જ્યારે જ્યારે શૈલે આ વાત કહી હશે ત્યારે ત્યારે નીમ્મીને આટલી જ તકલીફ થઈ હશે એવું પણ સ્પષ્ટ હતું.

શૈલ જવાબ આપ્યા વિના નીમ્મીની સામે જોઈ રહ્યો હતો.

“તું મને પ્રેમ નથી કરતો? યુ ડોન્ટ લવ મી?” નીમ્મીએ ફરી પૂછ્યું, હવે એની આંખો પણ સહેજ ભીની થઈ ગઈ હતી.

શૈલે ગંભીરતાપૂર્વક પોતાના બંને હાથ નીમ્મીના બંને ગાલ પર મૂક્યા, એનો ચહેરો થોડો વધુ નજીક લીધો, “હું પ્રેમમાં માનતો નથી...સમજદારીમાં, જવાબદારીમાં, વફાદારીમાં માનું છું.”

“એ બધું મળીને પ્રેમ જ બને શૈલ...”

"નીમ્મી, પ્રેમ નામની વસ્તુ માણસનું સત્યાનાશ કરી નાંખે છે, ડ્રગ્ઝની જેમ માણસનાં મન અને મગજને ખાઈ જાય છે, માણસને કશાયનું ભાન રહેતું નથી..." શૈલના અવાજમાં ઘૃણા અને તિરસ્કાર છલકાતાં હતાં, "પ્રેમના નામે માણસને બરબાદ કરી શકાય છે અને પ્રેમમાં પડેલો માણસ ખુશી ખુશી બરબાદ થઈ પણ જાય છે."

"એનું જ નામ તો પ્રેમ..." નીમ્મીની આંખોમાં મુગ્ધતા, રોમેન્સ છલકાતો હતો, "ગણી ગણીને ફૂંકી ફૂંકીને કરવામાં આવે એને પ્રેમ ના કહેવાય..."

"ના કહેવાય તો કંઈ નહીં... મને મારા અને તારા સંબધને પ્રેમ કહેવામાં કોઈ રસ પણ નથી." શૈલે જાણે ચર્ચા પર પૂર્ણવિરામ મૂકતો હોય એમ તિરસ્કારથી ઉમેર્યું, "મને પ્રેમ ગાળ જેવો શબ્દ લાગે છે." પછી એ સડસડાટ બેડરૂમની બહાર નીકળીને સીડી ઊતરવા લાગ્યો.

નીમ્મી એની પાછળ દોડી...એણે શૈલને બે હાથે પાછળથી પકડી લીધો, એની પીઠ ઉપર માથું મૂકી દીધું. શૈલે પોતાની છાતી પર લપેટાયેલા નીમ્મીના બંને હાથ પર હાથ મૂક્યા.

"તું કંઈ પણ કહે...હું તને બહુ પ્રેમ કરું છું, આઈ લવ યુ..."

શૈલે બંને હાથ ખસેડ્યા, ઊંધો ફર્યો, કોઈ નાના બાળકને સમજાવતો હોય એમ નીમ્મીના ગાલ પર હાથ થપથપાવ્યો, "મોટી થઈ જા ! ગ્રો અપ...તને પણ સમજાઈ જશે કે પ્રેમ છે જ નહીં, પરીઓની વાર્તાઓની જેમ... ચોકલેટના પહાડો, આઈસ્ક્રીમની નદીઓ અને ઊડતા ઘોડાઓની જેમ પ્રેમ પણ મુગ્ધાવસ્થાનું સપનું છે...જોયા કર." શૈલ ઘરની બહાર નીકળીને હાથમાં પકડેલા રિમોટથી ગરાજ ખોલીને પોતાની ગાડીમાં બેઠો, ગાડી રિવર્સ કરી અને રિમોટથી જ મેઈનગેટ ખોલીને બહાર નીકળી ગયો.

ઓટલા જેવા નાનકડા પોર્ચમાં ઊભેલી નીમ્મી શૈલરાજને સડસડાટ નીકળી જતો જોઈ રહી...એની આંખો છલકાઈ આવી હતી. છેલ્લા દોઢ વર્ષથી એ શૈલને દિલ ફાડીને પ્રેમ કરતી હતી. એણે શૈલને રિઝવવામાં, તૃપ્ત કરવામાં કશું જ બાકી નહોતું રાખ્યું...તન-મન અને આત્માથી એણે શૈલને એ બધું જ આપ્યું હતું જે એક સ્ત્રી એક પુરુષને આપી શકે. છતાં શૈલરાજે આ છેલ્લા પાંચસો પિસ્તાલીસ દિવસોમાં એક વાર પણ નીમ્મીના પ્રેમનો સ્વીકાર નહોતો કર્યો...

શૈલના મોઢે એક જ વાર, આઈ લવ યુ સાંભળવા તરસતી નીમ્મી એનાથી થઈ શકે તે બધું જ કરી રહી હતી. છતાં એ જ્યારે જ્યારે પ્રેમની કે જીવનભરના સાથની કે લગ્નની વાત કાઢતી ત્યારે શૈલ આમ જ રૂક્ષતાથી, તિરસ્કારથી અને ઘૃણાથી પ્રેમની વાતને ઉડાડી દેતો...

નીમ્મીએ આંસુ લૂછીને ઘરના મેઈન ડોરને લોક કરીને, પોતાની ગાડી તરફ ચાલવા માંડ્યું. એણે ફરી મનોમન એક વાર ગાંઠ વાળી, "શૈલરાજસિંહ ઝાલા, તમે કંઈ પણ કહો હું તમારી પાસે મારા માટેના પ્રેમની કબૂલાત કરાવીને રહીશ..."

નીમ્મીએ ગાડીમાં બેસીને ગાડી ચાલુ કરી ત્યાં ફરી ઘરમાં ટેલિફોનની રિંગ વાગી.

કોણ જાણે કેમ પણ નીમ્મીને લાગ્યું કે ફોન ઉપાડવો જોઈએ. એણે ગાડી બંધ કરી, ગાડીમાંથી ઊતરીને મેઈનડોર ખોલી ડ્રોઈંગરૂમમાં પડેલો ફોન ઉઠાવ્યો...

"હલો, શૈલ બેટા..." એક વૃદ્ધ અવાજ ફોન ઉપર લગભગ રડવાની તૈયારીમાં હતો.

"શૈલ તો ઑફિસ ગયો..." નીમ્મીએ કહ્યું, "કંઈ કામ હતું?"

"તમે કોણ બોલો છો?"

નીમ્મીને મૂંઝવણ થઈ ગઈ...એ પોતાની ઓળખાણ શું આપી શકે? એણે ધીમેથી કહ્યું, "હું નીમ્મી બોલું છું... આઈ મીન...શૈલની ફ્રેન્ડ છું, કંઈ મેસેજ છે?"

"નીમ્મી, બેટા..." એ વૃદ્ધ અવાજનું ડૂસકું છૂટી ગયું, "શૈલરાજના પિતા રઘુનંદનસિંહ પરલોક સિધાવ્યા છે."

✻

મહેરુએ ફરી એકવાર વરસોવાનો નંબર ટ્રાય કર્યો. રીંગ વાગતી રહી. ત્રીજી વાર... પણ એ જ એન્સરીંગ મશીન પર, એ જ મર્દાના - ઘેરો તોય મધ જેવો મીઠો અવાજ ગુંજી રહ્યો, "ધીસ ઈસ સિકંદર, હું ઘરમાં જ છું. પણ ફોન ઉપાડવાનો નથી. તમે તમારો સંદેશો રેકોર્ડ કરી શકો છો. મને જરૂર લાગશે તો

હું તમને ફોન કરીશ.”

મહેરુની આંખમાં આંસુ આવી ગયાં.

એના માલિક, એના મિત્ર, એના દેવતા જેવા અન્નદાતા સર રઘુનંદનસિંહ નરોત્તમસિંહ ઝાલાનો મૃતદેહ ‘શક્તિ પેલેસ’ના ડ્રોઈંગરૂમની ફર્શ પર નિશ્ચેષ્ટ પડ્યો હતો.સાચા અર્થમાં રાજાની જેમ જીવેલા આ માણસના અગ્નિસંસ્કાર કરવા માટે બે દીકરાઓ હોવા છતાં અત્યારે એમની પાસે કોઈ ન હતું !

મહેરુ ચૂપચાપ એમના મૃતદેહ પાસે બેઠો બેઠો એમનો ચહેરો જોઈ રહ્યો હતો. ચહેરા ઉપર પીડાના ભાવ હજી એમ જ કાયમ હતા. એમણે છેલ્લી વાર શૈલરાજ સાથે વાત કરી એ પછી રઘુનંદનસિંહ જાણે સાવ તૂટી ગયા હતા.

રઘુનંદનસિંહને આશા હતી કે શૈલ એમની વાત સમજશે, એમને પોતાના વીલની વિગતો જાતે જ શૈલને કહેવી હતી. પણ શૈલે એમની વાત સાંભળી જ નહીં. એ વારેવાર એકની એક વાત એ આખી સાંજ બોલતા રહ્યા, “એણે મને બાપ કહેવાની ના પાડી...જાતને હરામી કહ્યો...હું...એનો બાપ નથી ?”

ભારતમાં ચાર અને લંડનમાં સવારે દસ વાગ્યે શૈલરાજ સાથે થયેલી વાત પછી આખી સાંજ એમણે જાણે મૃત્યુને બોલાવવા માટે આહ્‌વાન કર્યું હતું....

“મારો કોઈ બાપ નથી.”

“બાપ નથી ?” રઘુનંદનસિંહને લાગી આવ્યું હતું, “બાપ વગર જન્મ્યો છે તું ?”

“[illegible] હોત તો સારું થાત.” રઘુનંદનસિંહને છેલ્લી ઘડીએ એ શબ્દો છાતીમાં ખંજરની જેમ ખૂંપી ગયા હતા, “છતા બાપે અનાથની જેમ જીવ્યો અને હરામીની જેમ ઊછર્યો, એવું તો ના થાત...”

આખી સાંજ પીતા રહેલા રઘુનંદનસિંહ એ પછી જાણે ભૂતકાળમાં સરવા લાગ્યા હતા. ધીમેધીમે જેમ માથા પર પાણી વધતું જાય અને માણસ હળવે હળવે ડૂબતો જાય એમ રઘુનંદનસિંહે જાણે આજે ડૂબી જવાનું નક્કી કર્યું હતું.

મહેરુ એ આખી સાંજ સિકંદર અને શૈલને સંપર્ક કરવાનો પ્રયાસ કરતો રહ્યો. પણ એવું થઈ શક્યું ન હતું....

એ મોડી સાંજે પોતાના ઓરડામાં જતી વખતે રઘુનંદનસિંહે જાણે મહેરુને

ભવિષ્યવાણી કરતા હોય એમ કહ્યું હતું, "મહેરુ, સવારે મને જગાડતો નહીં...." પછી નશામાં ધૂત રઘુનંદનસિંહે પોતાનું માથું મહેરુના ખભા પર ઢાળીને ધીમેથી કહ્યું હતું, "હું કદાચ જાગીશ જ નહીં..."

"ભાઈ..." મહેરુના ગળામાંથી ચીસ નીકળી ગઈ હતી.

એ જાણતો હતો કે રઘુનંદનસિંહ હવે ઝાઝા દિવસના મહેમાન નથી પણ છતાં એનું મન એ વાત સ્વીકારવાની ના પાડતું હતું. મહેરુ જાણતો હતો કે રઘુનંદનસિંહ દિલના કેટલા ચોખ્ખા હતા. એમણે કંઈ કેટલાય લોકોને જાત જાતની મદદ કરી હતી. ક્યારેય ફરીથી એ મદદ કે પોતાનો ઉપકાર યાદ પણ નહોતો કરાવ્યો. ફિલ્મ ઈન્ડસ્ટ્રીથી શરૂ કરીને સગાંવહાલાં સુધી કેટલાય લોકો એવા હતા જેમણે રઘુનંદનસિંહના પૈસાનો, એમની પહોંચનો, અને એમની સારાઈનો ફાયદો ઉઠાવ્યો હતો. રઘુનંદનસિંહ આ બધું જાણતા-સમજતા હોવા છતાં હંમેશા હસી કાઢતા હતા, "જવા દે ને મહેરુ, ઈશ્વરે આપણને બહુ આપ્યું છે."

રઘુનંદનસિંહ પાસે આવતા માણસોને મહેરુ ઓળખતો, એમના ઈરાદા સમજી જાય અને રઘુનંદનસિંહને કંઈ કહેવાનો પ્રયાસ કરે ત્યારે હંમેશા મહેરુ કરતાં એ માણસના બદઈરાદા વિશે એમની પાસે વધારે જ માહિતી હોય એવું બનતું છતાં, એ પેલા માણસને મદદ કર્યા વિના રહેતા નહીં.

આજે એ માણસનો મૃતદેહ યોગ્ય સંસ્કારની રાહ જોતો, પંચમહાભૂતમાં ભળી જવા દેહ બનીને પડ્યો હતો ત્યારે મહેરુએ કેટલાય લોકોને ફોન કર્યા હતા. પણ મોટાભાગના લોકોએ એક યા બીજા બહાનાસર નહીં આવવાના રસ્તા શોધી કાઢ્યા હતા.

મહેરુનો ડૂમો છાતીમાં જ અટવાઈ ગયો હતો. ખરેખર તો એને હૈયું ફાટી જાય એટલું રડવું હતું. માથું પછાડી પછાડીને પોતાના વહાલસોયા 'ભાઈ' ચાલ્યા ગયાનું દુઃખ પ્રગટ કરવું હતું પણ અત્યારે એ સમય નહોતો.

એણે સૌથી પહેલાં એમના બંને દીકરાઓને હાજર કરવાના હતા, રઘુનંદનસિંહના વસિયતની આ સૌથી પહેલી શર્ત હતી !

મહેરુને બોલાવીને રઘુનંદનસિંહે વસિયત વંચાવી હતી, આમ તો ઘરનો નોકર હોવા છતાં એની પાસે સાક્ષીમાં સહી કરાવી હતી. હજી ગઈકાલે મોડી

સાંજે જ એમણે મહેરુને પોતાના ઓરડામાં જતાં કહ્યું હતું, "મહેરુ, એક તું જ છે, જે સત્ય જાણે છે...નિલોફરે જે કંઈ કર્યું એનો અહેસાન તો મારી ચામડીનાં જૂતાં કરાવું તો પણ ઊતરે તેમ નથી. સિકંદરને એનો અધિકાર અપાવજે...."

" ભાઈ ... તમે ચિંતા ના કરો."

"ચિંતા ?" રઘુનંદનસિંહના ચહેરા પર આ પળે પણ સ્મિત આવી ગયું હતું, "ચિતામાં જવાના સમયે હવે કોની ચિંતા કરવાની મહેરુ ? પણ હા, મારી લાશ કાગડા-કૂતરાને નાખી દેજે... બિનવારસી ગણીને રસ્તામાં ફેંકી દેજે..."

"આ શું બોલો છો ભાઈ ? આજે તમને ચડી ગઈ છે..."

"રઘુનંદનસિંહને શરાબ ચઢે ? ગળાની નીચે ઊતરે પછી એ નીચે જ ઊતરતી જાય મહેરુ !" એ હસવા લાગ્યા, "શબાબ હોય કે શરાબ, એની જગ્યા નીચેની તરફ મહેરુ ... દિલ પીગળે, બાકી દિમાગ તો સાબૂત જ રહે ! રજપૂત છું, શરાબ, શબાબ અને શિકાર .... સખાવત, સજ્જનતા અને શાહુકારી અમારા લોહીમાં હોય..." આટલું કહેતાં કહેતાંમાં તો એ વળી પાછા લવારે ચઢી ગયા, "મારું લોહી..." એમને ડૂમો ભરાઈ ગયો. ફરી રડવા જેવા થઈ ગયા. મહેરુને લાગ્યું કે આજની રાત રઘુનંદનસિંહ પર સો ટકા ભારી હતી !

"મારું લોહી મહેરુ..." રઘુનંદનસિંહ હજીય બોલી રહ્યા હતા, "સિકંદર નાજાયઝ નથી ! એ મારો દીકરો છે. રઘુનંદનસિંહ નરોત્તમસિંહ ઝાલાનો દીકરો... શૈલ પણ મારો જ દીકરો છે... બે ભાઈ છે મહેરુ... સગા ભાઈ... આ વાત એમને કોણ સમજાવશે ? તું જાણે છે ને મહેરુ ?"

મહેરુએ માંડમાંડ એમને પથારીમાં સુવાડ્યા હતા. હજી થોડી મિનિટો પણ નહીં વીતી હોય ત્યાં રઘુનંદનસિંહના ઓરડામાંથી ઊલટીનો અવાજ આવ્યો હતો.

મહેરુ દોડીને પહોંચ્યો ત્યારે રઘુનંદનસિંહના છત્ર પલંગની પાસે લોહીનું ખાબોચિયું ભરાઈ ગયું હતું. પલંગની પાસે ફર્શ પર બિછાવેલો ઓફ વ્હાઇટ રંગનો કાલીન લોહીતરબોળ થઈ ગયો હતો. કાચા લોહીની ઊલટી કરીને પલંગમાં પાછા પછડાયેલા રઘુનંદનસિંહના હોઠના ડાબા ખૂણેથી હજીયે લોહી

વહી રહ્યું હતું. મહેરુ પલંગની બાજુમાં પડેલા ત્રણ પાયાના મારબલ ટોપના સાઈડ ટેબલ પરથી સુગંધિત ટીસ્યુ લઈને તેમનું મોઢું લૂછવા ગયો પણ રઘુનંદનસિંહે તેનો હાથ પકડી લીધો.

"બસ મહેરુ ... ઘંટ વાગી ગયો છે. હું ચાલ્યો ! તારી શક્તિબાની માફી માંગીશ... મને લાગે છે ઉપર જઈને કદાચ થોડી બદલાઈ હશે !...મને માફ કરી દેશે ?" એમના ચહેરા પર અત્યારે પણ સ્મિત હતું.

"ભાઈ હું ડૉક્ટરને..." રઘુનંદનસિંહે મહેરુનો હાથ મજબૂતીથી પકડી લીધો. માંડ માંડ આંખો ઉઘાડીને એની સામે જોયું, "હવે ડૉક્ટર નહીં, શૈલ અને સિકંદરને બોલાવો મહેરુ." એ થોડીવાર હાંફતા રહ્યા. ફરી એક કોગળો લોહીનો કાલીન પર વિસ્તરતા લાલ વર્તુળને વધુ વિસ્તારી ગયો...

"તમે તો ત્રણ જ જણા હશો મહેરુ..." રઘુનંદનસિંહના ચહેરા પર હજીયે એ મોહક તોફાની સ્મિત કાયમ હતું. "મારી ઠાઠડી ઊંચકવા ચોથો માણસ ક્યાંથી લાવશો ?"

"ભાઈ..." મહેરુ હવે છાતી ફાડીને રડવા લાગ્યો.

"રડ નહીં મહેરુ, મને હસીને વિદાય કર. તારી શક્તિબા પાસે જાઉં છું." રઘુનંદનસિંહ હજીય સ્મિત કરી રહ્યા. "મારી નિલોફર પાસે પણ જાઉં છું..." એમણે મહેરુનો હાથ એટલા જોરથી પકડ્યો હતો કે મહેરુનાં આંગળાં ખોટાં પડવા લાગ્યાં હતાં, "પણ મહેરુ, તારી શક્તિબા તો સ્વર્ગમાં હશે અને મારી નિલોફર જન્નતમાં... ને હું તો જવાનો નર્કમાં...એમને ક્યાંથી મળીશ ?"

"બસ ભાઈ બસ..." મહેરુ રડવું રોકી શક્યો નહીં, "હવે નથી ખમાતું."

"મારાથીય નથી ખમાતું મહેરુ." રઘુનંદનસિંહની આંખમાં પાણી છલકાયાં. અવાજમાં પીડા ઊભરાઈ આવી, "એટલે જ ... એટલે જ હવે જવું છે." એમની પકડ મહેરુના હાથ પર ધીમે ધીમે ઢીલી પડવા લાગી હતી મહેરુને ધ્રાસકો પડ્યો, "આજે મારા દીકરાએ મને બાપ કહેવાની ના પાડી, જાતને હરામી કહ્યો મહેરુ... આનાથી મોટી ગાળ કોઈ દીકરો પોતાના સગા બાપને શું આપી શકે ? આ સાંભળીને કોઈ બાપ જીવે તો એના પર થૂ છે..." રઘુનંદનસિંહના હોઠના ખૂણેથી લોહી અને આંખના ખૂણેથી આંસુ સરકીને એકમેકમાં ભળી જતા હતા...

"હું..." મહેરુ થોથવાવા લાગ્યો હતો, "હું વાત કરીશ બાબા સાથે..."

"તે હવે તો કરવી જ પડશે ને ?" રઘુનંદનસિંહ જાણે ધીમેધીમે શ્વાસ છોડી રહ્યા હતા. એમના શબ્દો ગળાની ઘરઘરાટી સાથે અંદર જ ઘુંટાઈ ઘુંટાઈને દમ તોડવા લાગ્યા હતા. "એને ફોન કરજે અને કહેજે, કે એ જ્યાં સુધી જાતે આવીને મારી ચિતાને અગ્નિદાહ નહીં આપે ત્યાં સુધી મારું શરીર અગ્નિદાહ વગરનું રહેશે..."

"હા ભાઈ, કહીશ."

"ને પેલા ...." રઘુનંદનસિંહનો એકએક શબ્દ જાણે એમનો એક એક શ્વાસ ખૂટાડતો હતો, "ને પેલા સિકંદરને પણ કહેજે કે શૈલ એનો મોટો ભાઈ છે... બન્નેએ સાથે મળીને મારા શરીરને અગ્નિદાહ આપવાનો છે. વિલ પછી જ ખૂલશે."

"મને ખબર છે ભાઈ..."

"આ શક્તિ પેલેસ બંગલો તૂટી જશે, પડી જશે પણ શૈલ જો મને મુખાગ્નિ નહીં આપે તો આ...ઘર...એની માનું ઘર...એને આ..." એ 'આ' ની સાથે જ જાણે રઘુનંદનસિંહને જીવ એમના તાળવામાંથી નીકળી ગયો હતો. ફાટી ગયેલી આંખો, ઉઘાડું મોઢું, હોઠના ખૂણેથી ટપકી રહેલું લોહી અને આંખમાંથી વહેતાં આંસુ...

"હે ઈશ્વર ! આવું મોત કોઈને નહીં આપતો." મહેરુએ હાથ જોડ્યા. રઘુનંદનસિંહના મુખમાં સોનાનો કકડો, તુલસીપત્ર અને ગંગાજળ મૂક્યાં. એમનું મુખ બંધ કરી પોપચાં ઢાળ્યાં. 'શ્રી કૃષ્ણ શરણં મમ'નો જાપ કરતાં એણે ઘરના નોકરોની મદદથી રઘુનંદનસિંહને આખરી સ્નાન કરાવ્યું અને એમનો પ્રિય સફેદ લખનવી ઝભ્ભો અને અલીગઢી લેંઘો પહેરાવ્યાં. એમના ગળામાં સાચા મોતીની માળા અને હાથમાં નીલમની વીંટી પહેરાવી. શક્તિ પેલેસનો ડ્રોઈંગરૂમ ખાલી કરીને એણે રઘુનંદનસિંહને કેસર-ચંદનનો ચોકો કરી એમાં સુવાડ્યા...અને માથા પાસે ઘીનો દીવો કર્યો !

પછી લંડન ફોન જોડ્યો,

✻

"નિમ્મી બેટા..." એ અજાણી છોકરીને કહેતાં પણ મહેરુનું ડૂસકું છૂટી ગયું, "શૈલરાજના પિતા રઘુનંદનસિંહ પરલોક સિધાવ્યા છે."

"શું ?" નિમ્મીથી ચીસ પડાઈ ગઈ...

"હમણાં ને હમણાં શૈલને ખબર આપ... અને એને કહે કે ભારત આવવા માટે જે પહેલી ફ્લાઇટ મળે તે લઈને નીકળી જાય."

"શ્યોર" નિમ્મીનો અવાજ ધ્રૂજતો હતો, "હું હમણાં જ એને કહું છું."

"એને કહેજે..." સામેથી મહેરુનો અવાજ જાણે પીડામાં ઝબોળાઈને આવતો હતો. ડૂસકે ડૂસકે રડતાં મહેરુ નિમ્મીને કહી રહ્યો હતો, "એને કહેજે કે તારા મહેરુ ચાચાએ તને હાથ જોડીને વિનંતી કરી છે. મારા પ્રેમને ખાતર, મારા આગ્રહને વશ થઈને, મારી વિનંતીને માન્ય રાખીને, મેં જિંદગીમાં એને માટે કંઈ કર્યું હોય તો એ એક ઉપકારનો બદલો વાળવા ખાતર પણ ..." નિમ્મીની આંખમાં પણ મહેરુનાં ડૂસકાં સાંભળીને ઝળઝળિયાં આવી ગયાં, "એને એક વાર, એક વાર ભારત આવવાનું કહેજે બેટા... એ નહીં આવે ત્યાં સુધી એના પિતાનો મૃતદેહ અગ્નિસંસ્કાર વગરનો રઝળતો અને આત્મા મોક્ષ વગરનો ભટકતો રહેશે."

✵

આ બધું જ શૈલને કહેતાં કહેતાં નીમ્મી ફોન પર રડતી હતી.

"સારું !" આ બધું સાંભળી લીધા પછી પણ શૈલરાજનો અવાજ કોઈ સ્પંદન વગરનો હતો, " જે માણસને તું ઓળખતી પણ નથી એના માટે શું કામ રડે છે ?" એણે નિમ્મીને પૂછ્યું, "બીજું કંઈ કહેવું છે ? આઈ એમ બીઝી વિથ ક્લાયન્ટ."

"શૈલ, યુ કાન્ટ ડુ ધીસ." નિમ્મીનો અવાજ ચિડાઈ ગયો.

"તું તારું કામ કર, જે વાતમાં તારે લેવાદેવા નથી એ વાતમાં માથું મારવાની તારે જરૂર નથી."

"શૈલ, તારે ડેડીને ક્રીમેટ કરવા જવું જોઈએ." નિમ્મીનો અવાજ ધ્રૂજી રહ્યો હતો. જે માણસને એ આટલો પ્રેમ કરતી હતી, જેનું પડખું સેવતી હતી એ

માણસ આટલો નિષ્ઠુર , આટલો ક્રૂર અને આટલા ઠંડા લોહીનો છે એ જાણીને એ થથરી ઊઠી હતી.

એણે નક્કી કર્યું, "કંઈ પણ થાય, હું શૈલને લઈને ઇન્ડિયા જઈશ. એને માટે મારે જે કરવું પડે તે કરીશ પણ મરેલા માણસની આખરી ઇચ્છા પૂરી કરવી એ કોઈ પણ ધર્મનો આદેશ છે... મોટામાં મોટા ગુનેગારને પણ એ અધિકાર મળે છે ને આ તો શૈલના પિતા છે, એમને એ અધિકાર હું અપાવીશ."

એ ગાડીમાં બેઠી. શૈલની ઑફિસ તરફ નીકળી ગઈ.

✸

મહેરુ સિકંદરને ઘરે ફોન કરી કરીને થાકી ગયો હતો. એકસરખો એન્સરિંગ મશીન પર સંભળાતો સંદેશો સાંભળી સાંભળીને મહેરુનું મગજ બહેર મારી ગયું હતું. રઘુનંદનસિંહનો મૃતદેહ ડ્રોઇંગરૂમમાં કેસરચંદનના ચોકા પર પડ્યો હતો અને બેમાંથી એકેય દીકરો પિતાને અગ્નિદાહ દેવા તો શું એમના મૃત્યુના સમાચાર સાંભળવા પણ તૈયાર નહોતો.

"એવાં તે શું પાપ કર્યાં હશે આ માણસે ?" મહેરુને વિચાર આવ્યો, "ભલો, સૌની મદદ કરનારો, પૈસા સામે ક્યારેય ન જોનારો આ માણસ આજે આ હાલતમાં શું કામ હશે ?" મહેરુની આંખો ભરાઈ આવી, "આને જ ગયા જનમની લેણાદેણી કહેતા હશે ?"

એણે પોતાનું ધોતિયું સરખું કર્યું, ગમછો ખભેથી કાઢી નાંખ્યો અને નોકરો સામે જોઈને કહ્યું, "હું હમણાં આવું છું."

ક્યારનો ટેલિફોન ટ્રાય કરી રહેલો મહેરુ ક્યાં જઈ રહ્યો હતો એ પૂછવાની કોઈને જરૂર ન લાગી. મહેરુ બહાર નીકળીને ટૅક્સી માટે બહાર નીકળવા જતો હતો કે ડ્રાઇવરે ગાડી કાઢી...

"સિકંદરભાઈને લેવા જવું છે ને ?" ડ્રાઇવરે મહેરુને પૂછ્યું. મહેરુ એની સામે જોઈ રહ્યો.

"સગા દીકરાઓ જેને નહોતા સમજી શક્યા એવા માણસને એનો ડ્રાઇવર સમજી શકતો હતો ! વિધિની વક્રતા આનાથી વધારે શું હોઈ શકે ?" છલકાતી

આંખોએ પણ એના ચહેરા પર વિધિની આ રમત વિશે વિચારતાં કડવું સ્મિત આવી ગયું.

વરસોવાની એ બંગલીએ પહોંચીને ગાડી ઊભી રહે એ પહેલાં મહેરુ ઊતરી પડ્યો. બંગલાનો ગેટ ખોલીને મહેરુ અંદર દાખલ થયો. કમ્પાઉન્ડની અંદરના ખૂણાનો હિંચકો જોઈને મહેરુને ત્યાં બેસીને ઝૂલતા રઘુનંદનસિંહ યાદ આવી ગયા.

આ હિંચકા પર કેટલીયે વાર સાંજે રઘુનંદનસિંહ નીલોફર સાથે વાતો કરતા, એમને માણસો અહીં મળવા આવતા...રઘુનંદનસિંહની પ્રિય જગ્યાઓમાંની એક જગ્યા આ બંગલી અને આ હિંચકો હતાં...

ઘડીભર ત્યાં ઊભો રહીને હિંચકાને જોઈ રહેલા મહેરુને અચાનક ખ્યાલ આવ્યો કે એણે સિકંદરને લઈને ઘરે પાછા પહોંચવાનું છે. ઉતાવળે પગલે મહેરુ ઓટલો ચડીને મુખ્ય દરવાજા પાસે આવ્યો અને ધડાધડ બેલ મારવા માંડ્યો, સારી એવી મિનિટો પસાર થઈ, પણ અંદર ન કોઈ ચહલપહલ જણાઈ કે ન દરવાજો ખૂલ્યો. મહેરુ અકળાઈને પાછળની તરફ દોડ્યો, કિચનનો દરવાજો પણ બંધ હતો. એણે કમ્પાઉન્ડમાં ઊભા રહીને બેડરૂમની ફ્રેન્ચ વિન્ડો ઉપર હાથ પછાડવા માંડ્યા...

થોડી વાર પછી એક ચહેરો બેડરૂમની ફ્રેન્ચ વિન્ડોમાં દેખાયો, જાણે અંતરિક્ષમાંથી પ્રગટ્યો હોય એવી રીતે એ માણસ ફ્રેન્ડ વિન્ડોમાં ઊભો હતો.

"અરે, મહેરુચાચા !" એના ચહેરા પર વહાલ અને લાગણીના ભાવ હતા. અત્યાર સુધી એન્સરિંગ મશીન પર મુકાયેલા મેસેસીઝ એણે નહીં જ સાંભળ્યા હોય એવું એનો ચહેરો જોતાં જ મહેરુને સમજાઈ ગયું, મહેરુએ હાથના ઈશારાથી એને દરવાજો ખોલવાનું કહ્યું.

એણે ફ્રેન્ચ વિન્ડો ખોલી નાંખી, અને બહાર આવ્યો, મહેરુને સીધો ભેટી જ પડ્યો, "તમે બરાબર રાઈટ ટાઈમ આવ્યા છો, મેઇન ડોર લોક થઈ ગયો છે." એ છોકરાના ચહેરા પર અજબ જેવું ભોળપણ હતું. મોટી મોટી ભાવવાહી કથ્થાઈ આંખો એણે સીધી નીલોફર પાસેથી લીધી હતી. પઠાણી ઊંચાઈ, પહોળા ખભા અને વિશાળ તગતગતું કપાળ...બરાબર નીલોફર જેવું નમણું નાક અને રઘુનંદનસિંહના ચહેરાની આછી ઝલક આ છોકરાના ચહેરામાં દેખાતી હતી.

"ચકરમ ! પણ, અંદરથી તો ખૂલે કે નહીં ?"

"અરે, એ જ કહું છું મહેરુચાચા...દરવાજો અંદરથી લોક થઈ ગયો છે." મહેરુએ એની સામે જોયું, એને કોઈ રીતે સમજાયું નહીં કે આ છોકરો શું કહી રહ્યો હતો ...અને અત્યારે જીભાજોડી કરવાનો સમય નહોતો.

"હું તને લેવા આવ્યો છું." મહેરુની આંખો ફરી છલકાઈ આવી, "ભાઈ નથી રહ્યા."

"અબ્બુ ?!" એ છોકરાએ મહેરુ સામે જોયું, પછી મહેરુને બંને ખભેથી પકડી લીધો, "ક્યારે ?"

"ગઈ કાલે સાંજે બેટા...હું તને ગઈ કાલથી ફોન કરું છું."

"ફોન !" પેલા છોકરાના ચહેરા પર ફરીથી ભોળપણ આવી ગયું, "ફોનમાં પણ કંઈ પ્રોબ્લેમ છે, એની મેળે એન્સરિંગના મોડ પર જતો રહે છે...હું ઉપાડું તો પણ એન્સરિંગ મશીન ચાલુ જ રહે છે."

"બેટા, ભાઈ તને કહી કહીને થાકી ગયા ત્યાં રહેવા આવી જા...શું કામ અહીંયાં એકલો રહે છે ?"

"અહીં મારી મા રહે છે...હું એકલો ક્યાં છું ?" એ છોકરાની મોટી ભાવવાહી કથ્થાઈ આંખોમાં હલકી ભીનાશ ઊભરાઈ, "તમને તો ખબર છે ચાચા, મારી માએ વચન લીધું હતું..."

"બેટા, તારા પિતાનો મૃતદેહ અગ્નિસંસ્કાર માટે તારી રાહ જુએ છે."

એણે મહેરુની સામે જોયું. અત્યાર સુધી સાવ ભોળો, તરલ લાગતો એનો ચહેરો અચાનક સખત થઈ ગયો, એનાં જડબાં ભીડાયાં, ગાલ પરની નસો તંગ થઈ ગઈ, લમણાની નસ ફૂલી આવી...

"અત્યારે વેરઝેર યાદ રાખવાનો સમય નથી બેટા." મહેરુએ એના ચહેરા પર બદલાયેલા ભાવ જોઈને કહ્યું.

"વેરઝેરનો સવાલ નથી ચાચા..." એ ઘડીભર ચૂપ રહ્યો. પછી આંખ મીંચીને જાણે જાતને શાંત કરતો હોય, કંટ્રોલમાં લેતો હોય એમ બે-ચાર ક્ષણો પસાર થવા દીધી, "એ મને ત્યાં પગ નહીં મૂકવા દે અને હું નથી ઈચ્છતો કે અબ્બુની મૈયતમાં ..."

"બેટા, ભાઈ વીલ કરી ગયા છે, તમારે બંનેએ મળીને અગ્નિદાહ આપવો."

"અબ્બુ જાણતા હતા કે આ વાત ક્યારેય શક્ય નહીં બને..."

"શક્ય બનાવવી પડશે બેટા, એમનું વીલ ખોલતા પહેલાં આ શરત પૂરી થવી જરૂરી છે."

"મને વીલમાં કોઈ રસ નથી." એ છોકરાએ કહ્યું અને જે રીતે આવ્યો હતો એ જ રીતે ફ્રેન્ચ વિન્ડો કૂદીને અંદર જવા લાગ્યો, મહેરુએ એનો હાથ પકડવાનો પ્રયત્ન કર્યો પણ ત્યાં સુધીમાં એ ચપળતાથી અંદરની તરફ જઈ ચૂક્યો હતો. મહેરુએ એનું શર્ટ પકડી લીધું, "એ તારો બાપ હતો બેટા..." મહેરુથી ડૂસકું મુકાઈ ગયું.

"હું ફરી તમને કહું છું." એ છોકરાએ ફ્રેન્ચ વિન્ડોની અંદર ઊભા ઊભા મહેરુના ખભે હાથ મૂક્યો, "હું આવવાની ના નથી પાડતો, પણ ત્યાં જે તમાશો થશે એ સહેવાની તૈયારી નથી મારી..."

"બેટા, ભાઈની છેલ્લી ઇચ્છાનું માન રાખીને..."

"પહેલી વાર પણ એમ જ આવ્યો હતો ને ? અબ્બુની ઇચ્છાનું માન રાખીને..." એનો અવાજ ધ્રૂજવા લાગ્યો હતો, ગુસ્સામાં અને લાગણીના આવેશમાં, "પછી શું થયું ? એણે મારો સામાન ઉઠાવી ઉઠાવીને બહાર ફેંકી દીધો...મને આજે પણ શક્તિ પેલેસના આંગણામાં વિખરાયેલાં મારાં કપડાં, મારાં પુસ્તકો, મારાં પેઇન્ટિંગનાં બ્રશીઝ...મારા કલર્સ અને કેનવાસ...હું જોઈ શકું છું એ દૃશ્ય." એ ઊંધો ફરી ગયો, અદબ વાળીને ડોકું ધુણાવવા લાગ્યો, "ના, હું નહીં આવું...ફરીથી એ બધું સહેવા માટે મારાથી નહીં અવાય..."

"બેટા, એક છેલ્લી વાર...તને તારી અમ્મીના, તારા અબ્બુના સોગંદ..."

"હું કોઈ સોગંદબોગંદમાં માનતો જ નથી." એણે મહેરુ તરફ ફરીને હાથ જોડ્યા, "ચાચા, કહો તો જીવ આપી દઉં પણ આ બંગલી અને મારું સ્વમાન નહીં આપું." એની આંખોમાં લાલ લાલ ટશિયા ફૂટવા લાગ્યા હતા, "એ બે

વસ્તુ છોડીને કંઈ પણ માગો હું આપવા તૈયાર છું.''

મહેરુ થોડી વાર એની સામે જોઈ રહ્યો, પછી જાણે નિર્ણય કરતો હોય એમ એને કહ્યું, ''તારી ઇચ્છા ! ભાઈની ચિતાને તમે અગ્નિદાહ નહીં આપો તો એમણે લખ્યું છે તેમ એમનું શબ મ્યુનિસિપલ હૉસ્પિટલને હવાલે કરી દઈશ...'' એ પેલા છોકરા સામે જોઈ રહ્યો, ''પણ, એક વાત યાદ રાખજે, જે બંગલી માટે જીવ આપવા તૈયાર થયો છે એ બંગલી પણ...''

''બંગલીનું શું ?'' એ છોકરો કૂદકો મારીને ફરી પાછો ફ્રેન્ચ વિન્ડોમાંથી બહાર આવ્યો અને મહેરુને ખભેથી પકડીને હચમચાવી નાંખ્યો, ''બંગલીનું શું છે મહેરુચાચા, એ મને પહેલાં કહો...આ મારી માની નિશાની છે, મારી માની યાદગીરી, મારી માનો જીવ છે અહીં...આ બંગલી તરફ કોઈ આંખ ઉઠાવીને જોશે તો પણ હું...'' એ છોકરાની આંખો લાલ થઈ ગઈ હતી, ગોરી ચામડી તપી ગઈ હતી, જડબાં ભીંસાઈ ગયાં હતાં...

''સિકંદર, બેટા...ભાઈનું વીલ મેં વાંચ્યું છે, મેં સહી કરી છે સાક્ષી તરીકે.'' મહેરુની આંખમાંથી આંસુ ઝરતાં હતાં, પણ અવાજ સ્થિર હતો, ''જો તું ભાઈની ચિતાને અગ્નિદાહ દેવા શૈલરાજ જોડે નહીં આવે તો તારી પાસેથી આ બંગલી અને શૈલ પાસેથી શક્તિ પેલેસ લઈને એનું ટ્રસ્ટ કરી નાંખવું...બંને મકાન તોડી પાડવાં...એવું ભાઈના વીલમાં લખ્યું છે.''

સિકંદર પળભર માટે મહેરુ સામે જોઈ રહ્યો, અસહાયતામાં એના હાથની મુઠ્ઠીઓ વળી ગઈ, એના ચહેરા પર ક્રોધ અને કંઈ ન કરી શકવાની અસહાયતા સ્પષ્ટ છલકાઈ રહ્યાં...

''નથી જોઈતી મારે આ બંગલી...શૈલના હાથમાંથી પણ શક્તિ પેલેસ જશે ને ? વેરી ગુડ...આ સમાચાર એને આપજો અને કહેજો કે એનો સામાન શક્તિ પેલેસમાંથી બહાર નીકળે એ જોવા સિકંદર જરૂર આવશે.'' આટલું કહીને એ ગાંડાની જેમ હસવા માંડ્યો...

મહેરુ એને હસતો જોઈ રહ્યો, ઝળઝળિયાં ભરેલી આંખે...અને દુખતા હ્રદયે !

''એ તારા પિતા છે...શૈલ માટે થઈને તું...''

•

"પિતા ? મારી માના ખૂની છે એ...રોજરોજ એમના કહેવાતા પ્રેમના ઝેરના પ્યાલા પીને મારી માને ટુકડે ટુકડે મરતી જોઈ છે મેં...એણે મારી માને મારી નાંખી..."

✸

નીમ્મી વાવાઝોડાની જેમ શૈલની ઑફિસમાં દાખલ થઈ. 'બૅરિસ્ટર શૈલરાજસિંહ ઝાલા' એની ઑફિસની બહાર પિત્તળના અક્ષરોમાં લખ્યું હતું. નીચે ડિગ્રી અને બીજી વિગતો હતી. લેસ્ટરસ્કવેરના વિસ્તારમાં શૈલરાજસિંહ ઝાલાની આ ઑફિસ લંડનના કરોડપતિઓની સાથે બરોબરી કરે એવી હતી.

નાની ઉંમરે મોટા મોટા જાણીતા કેસીસમાં અપીયર થઈને શૈલરાજસિંહ ઝાલાએ લંડનનાં મુખ્ય અખબારો અને ટેબલોઇડનાં પાનાંઓ ઉપર ખાસ્સી પ્રસિદ્ધિ મેળવી હતી. આ ઉંમરે એની લાઈફસ્ટાઇલ અને એનું બેચલરહૂડ પણ લંડનનાં અખબારો માટે ચર્ચાનો વિષય હતું.

સામાન્ય રીતે પાર્ટીઝમાં કે બીજા સોશિયલ કાર્યક્રમોમાં દેખા ન દેતો શૈલરાજસિંહ ઝાલા એક જાણીતી અને ચર્ચાસ્પદ પર્સનાલિટી હતો...

ક્લાયન્ટની સાથે વાત કરી રહેલા શૈલરાજે, રિસેપ્સનિસ્ટના રોકવા છતાં, એના બે જુનિયર્સની મનાઈને ગણકાર્યા વિના એની ચેમ્બરમાં વાવાઝોડાની જેમ ધસી આવેલી નીમ્મીને જોઈ. એક ક્ષણ માટે એના ચહેરાની રેખાઓ બદલાઈ, પછી સામે કેટલા મહત્ત્વના ક્લાયન્ટ્સ બેઠા છે એનો ખ્યાલ આવતાં એણે જાત પર કાબૂ મેળવ્યો અને નીમ્મી સામે જોઈને એક તદ્દન જુદું બ્રિટિશ એટિકેટથી ભરેલું સ્મિત કર્યું, "હાય સ્વીટહાર્ટ ! અચાનક ?"

"અચાનક નથી આવી, તને લેવા આવી છું."

સામે બેઠેલા ક્લાયન્ટ - ગોરા - બ્રિટિશ ક્લાયન્ટ હતા. ગુજરાતી નહોતા સમજતા એ બાબતે શૈલને માનસિક શાંતિ હતી. એણે પેલા બંને જણાને એક બ્રિટિશ એટિકેટથી ભર્યું સ્મિત આપ્યું, "એક્સક્યુઝ મી જેન્ટલમેન...આઈ વીલ બી બેક" એ ઊભો થયો, પેલા બંને જણા તરફ પીઠ રહે એવી રીતે નીમ્મી તરફ આગળ વધ્યો. એણે નીમ્મીની સામે જોઈને ચહેરો સખત કર્યો, નીમ્મીને કહ્યું, "મેં તને આમાંથી બહાર રહેવાનું કહ્યું...તારું કામ કર..મારી અંગત જિંદગીમાં દખલ દેવાની તને છૂટ નથી આપી મેં !"

"તારી અને મારી જિંદગી જુદી છે શૈલ ?" નીમ્મીનું ગળું ભરાઈ આવ્યું.

"હા," નીમ્મીની આંખમાંથી આંસુ છલકાઈ પડ્યાં, છતાં શૈલે કહેવાનું ચાલુ રાખ્યું, "જ્યાં સુધી મારા ભૂતકાળનો સવાલ છે ત્યાં સુધી તું એમાંથી બહાર જ રહે તો સારું." શૈલે નીમ્મીને બાવડામાંથી પકડી, એની પકડ એટલી સખત હતી કે નીમ્મીના ચહેરા પર પીડાના ભાવ ઊભરાઈ આવ્યા, "મારી જિંદગીનો સૌથી કડવો, સૌથી ભયાનક અને સૌથી પીડાદાયક હિસ્સો છે એ...અને મારે તારી સાથે એના વિશે વાત નથી કરવી." શૈલની પકડ અજાણતાં જ વધુ સખત થઈ ગઈ, "તારી સાથે જ શું કામ ? કોઈ સાથે વાત નથી કરવી મારે..."

"એ તારો બાપ છે શૈલ..હી ઈઝ યોર ફાધર, ડેમ ઈટ ! એ ગુજરી ગયા છે. એમના દીકરા તરીકે તારે ભારત જઈને એમની ચિતાને અગ્નિદાહ આપવો જોઈએ...હવે એ બધું યાદ રાખવાનો કોઈ અર્થ નથી, તારા પિતા જ નથી રહ્યા તો..."

બધા જ બ્રિટિશ એટિકેટ, ઑફિસમાં બેઠેલા ક્લાયન્ટ, પોતાનું સ્ટેટસ અને સ્વભાવ ભૂલીને શૈલે જોરથી બૂમ પાડી, "મારો બાપ નથી એ..." નીમ્મી વિસ્ફારિત આંખે જોઈ રહી, "જેને તું મારો બાપ કહે છે એ મારી માનો ખૂની છે, હી કીલ્ડ માય મધર...સમજી ?"

---

# ૪

પાછળ બેઠેલા બે ગોરા ક્લાયન્ટ પણ ભાષા સમજે કે નહીં, એટલું ચોક્કસ સમજી શક્યા કે આ બે જણા વચ્ચે કોઈ બાબતે ચણભણ ચાલે છે. શૈલનો આ ઊંચો અવાજ, બદલાયેલા તેવર અને મિજાજ જોઈને એ લોકો પણ શિયાંવિયાં થઈ ગયા.

"મિ. ઝાલા, વી કેન કમ લેટર."

"નો..." શૈલરાજે નિમ્મી સામે જોયું, "હું કામ કરું છું. હવે તું જઈશ ? આપણે સાંજે વાત કરીશું."

"સાંજે આપણે ફ્લાય કરીશું."

"આહ ! શૈલરાજસિંહ ઝાલાને આજ સુધી કોઈ ડોમિનેટ નથી કરી શક્યું. તું તારું કામ કર... આ બધા લફરામાં તારે પડવાની જરૂર નથી."

"શું ?" નિમ્મીએ શૈલના સૂટના કોલર પકડી લીધા. પેલા બે જણા ડઘાઈને જોતા રહ્યા, "શું છે મારું કામ ? તને પ્રેમ કરવો ? તારી પથારી સાચવવી ? મીઠી મીઠી વાતો કરવી ? તમારી ભૂલ થાય છે મિ. ઝાલા... હું એ સ્ત્રીઓમાંની નથી કે જે દરેક વાતમાં હા પાડે..."

"તો મારી સાથે નહીં જીવી શકે તું."

"શૈલ, તારા પિતા મૃત્યુ પામ્યા છે. તને ગમે તેટલો વિરોધ હોય, એમનો અગ્નિદાહ કરવા તારે જવું જોઈએ. એ તારી માના ખૂની હોય તો પણ તારું આ શરીર સંભવી શક્યું છે, કારણ કે એ તારા પિતા હતા. તેં એમને ગમે તેટલા ધિક્કાર્યા હોય, પણ તું બળાત્કારનું સંતાન નથી..."

"તારી જીભ પર કાબૂ રાખ નોનસેન્સ..."

"કોઈ એક ક્ષણ તો હશેને શૈલ, જ્યારે તારી માએ એના સંપૂર્ણ સ્ત્રીત્વથી તારા પિતાના સંપૂર્ણ પુરુષત્વને સ્વીકાર્યું હશે. તું એ ક્ષણનું સંતાન છે શૈલ, અને તારે એ ક્ષણને છેલ્લી વિદાય આપવા જવું જોઈએ."

"સસ્તી અંગ્રેજી નવલકથાઓ વાંચી વાંચી તારું મગજ બરબાદ થઈ ગયું છે. આ બધું નવલકથાઓમાં સારું લાગે, જિંદગીમાં નહીં ! જિંદગી કડવાં સત્યો છે નિમ્મી... એવાં સત્યો, જે ઘૂંટડે ઘૂંટડે તમને વધુ ને વધુ કડવા, વધુ ને વધુ ઝેરીલા બનાવતા જાય..."

"ગમે તેટલું ઝેર, ગમે તેટલી કડવાશ હોય શૈલ, એ તારા પિતા હતા. એમના શરીરને અગ્નિદાહ આપવો એક દીકરા તરીકે તારી ફરજ છે."

"દીકરો..." શૈલનો જાણે ચહેરો જ બદલાઈ ગયો. નફરત, તિરસ્કાર અને ઘૃણાથી ઊભરાતો એ ચહેરો નિમ્મીને સાવ અજાણ્યો લાગ્યો, "એમણે મને દીકરો માન્યો જ નથી ક્યારેય ! એમનો દીકરો તો મુંબઈમાં છે. એ દફનાવશે એમને."

"દફનાવશે ?"

"એમની મુસલમાન રખાતનો દીકરો..."

"શૈલ...! તું કેટલું ખરાબ, કેટલું કડવું, કેટલું ધારદાર બોલી શકે છે ? મને તકલીફ થાય છે."

"તને તકલીફ થાય છે !" શૈલના ચહેરા પર હજી એ કડવું સ્મિત એમ જ હતું, "સાંભળીને ? હં ! હું જીવ્યો છું આ. મારો બાપ રોજ રાત્રે એની રખાતને ત્યાં જતો. અડધી રાતે આવતો. મારી મા ઓટલા પર બેસી રહેતી ને એની રાહ જોતી. ક્યારેક એટલો નશામાં રહેતો કે ડ્રાઈવર સહારો આપે તો બંગલાનાં પગથિયાં ચડી શકતો. મારી મા સાથે રોજ ઝઘડા થતા. ઊંઘરેટી આંખોએ કાચી નિંદરમાંથી જાગીને મેં મારી માને રાતોની રાતો રડતી જોઈ છે." શૈલનો ચહેરો અચાનક નરમ થઈ ગયો. અવાજ ભીનો અને આંખો તરલ થઈ આવી. ત્રીસ-બત્રીસ વર્ષનો શૈલ સાવ નાના બાળક જેવો, અસહાય અને વિચલિત દેખાવા લાગ્યો. નિમ્મી એનામાં આવેલો આ ફેરફાર મમતાથી જોઈ રહી. શૈલ જાણે નિમ્મીને નહોતો કહેતો, જાતને કહી રહ્યો હતો, "મારા બાપ માટે વ્રત-ઉપવાસ કરતી, બાધા-આખડી રાખતી, દોરા-ધાગા કરતી... જ્યોતિષોનાં મંદિરોનાં પગથિયાં ઘસતી મારી માને ક્યારેય મારો બાપ સમજી જ શક્યો નહીં... એ રાતોની રાતો જાગતી રહી, રડતી રહી, કરગરતી રહી, વિનવતી રહી... અને ધીરે ધીરે રોજ મરતી રહી."

"હવે એનું શું છે શૈલ ?" નિમ્મીથી સહાનુભૂતિમાં એનો હાથ પકડાઈ ગયો, "તારાં મોમ તો હવે છે નહીં અને તારા ડેડ પણ..."

"એટલું સહેલું નથી નિમ્મી, મારી માને ધીમે ધીમે મોતના મોઢામાં એ માણસે ધકેલી છે. એના શબનું જે થવાનું હોય તે થાય, મારે એની સાથે કોઈ લેવાદેવા નથી..."

હજી શૈલનું વાક્ય પૂરું થયું કે એના સેલની રિંગ વાગી... અજાણ્યો-ઇન્ડિયાનો નંબર જોયો. શૈલ ફોન કાપવા જતો હતો કે નિમ્મીએ ઝૂંટવીને ફોન લઈ લીધો, "યેસ..."

"હું મધુકાંત શ્રોફ બોલું છું. સૉલિસિટર ઍડ્વોકેટ..."

"જી..." નિમ્મીએ શૈલ સામે જોયું, "તારા ડેડીના ઍડ્વોકેટ સૉલિસિટરનો ફોન છે, વાત કરીશ ?"

શૈલે ફોન હાથમાં લીધો. "યેસ..." ક્ષણભર પહેલાંનો નિર્દોષ, સરળ શૈલ ફરી એક વાર અહંકારી- તોછડા શૈલમાં બદલાઈ ગયો હતો.

"હું મધુકાંત શ્રોફ બોલું છું. તમારા પિતાના વસિયત મુજબ તમે બે ભાઈઓ ભેગા મળીને અગ્નિદાહ નહીં કરો તો બધી મિલકત ટ્રસ્ટમાં જશે..." મધુકાંતનો અવાજ આરોહ-અવરોહ વગરનો હતો, "શક્તિ પેલેસ અને વરસોવાનો બંગલો... રોકડા, દાગીના અને ઇન્વેસ્ટમેન્ટ્સ- કશું જ તમને નહીં મળે મિ. શૈલરાજસિંહ રઘુનંદનસિંહ ઝાલા..."

"એવી વસિયત એમણે કરી છે ?"

"હા." મધુકાંતભાઈએ ગંભીરતાથી ઉમેર્યું, "વસિયતની કેટલીક બીજી શરતો છે, જે વસિયત ખૂલ્યા પછી જ ખબર પડશે, અને વસિયત અગ્નિદાહ દીધા પછી જ ખૂલશે."

"વ્હોટ ડુ યુ મીન ?" શૈલનો અવાજ ફાટી ગયો. પાછળ બેઠેલા બે ગોરાઓને એટલું ચોક્કસ સમજાયું કે હવે એમની હાજરી અપ્રસ્તુત હતી. એમણે ઊભા થઈને શૈલરાજને કહ્યા વગર હાથ હલાવીને વિદાય લીધી. નિમ્મી એમને બહાર સુધી મૂકવા ગઈ અને જણાવ્યું, "એના પિતા ગુજરી ગયા છે..."

એ પાછી આવી ત્યારે પણ શૈલ મોટા અવાજે ફોન પર દલીલો કરતો

હતો.... ખાસ્સી કાયદાકીય દલીલોથી શરૂ કરીને બીજી કેટલીયે માથાકૂટ કર્યા પછી શૈલે થાકીને કહ્યું, "ઓ.કે. હું આવું છું. પછી વાત કરીએ..."

નિમ્મી એની સામે જોઈને ઊભી હતી.

"બધું ખતમ કરી નાખ્યું આ માણસે...." શૈલની આંખમાં નિમ્મીએ ઝળઝળિયાં જોયાં, "બ્લેકમેઈલ કરીને ગયો છે મને. મારી માના નામનું ઘર 'શક્તિ પેલેસ' મને નહીં મળે નિમ્મી... ઍન્ડ આઈ વોન્ટ ઇટ, કોઈ પણ ભોગે મને શક્તિ પેલેસ જોઈએ છે."

"શૈલ !" નિમ્મીએ એનો હાથ પંપાળ્યો.

"હું કંઈ પણ કિંમત ચૂકવીશ. મારું સ્વમાન, મારી જાત ગિરવે મૂકી દઈશ... પણ મારી માના એ ઘરને પડવા નહીં દઉં. આઈ વિલ ગો નિમ્મી... આઈ વિલ હેવ ટુ ગો... મારે જવું જ પડશે. એણે રમત જ એવી ગોઠવી છે. મહોરાં બિછાવીને ગયો છે એ માણસ. હવે ચાલ ચાલ્યા વિના છૂટકો નથી."

નિમ્મીએ શૈલનું ભરાઈ આવતું ગળું, ભીની આંખો અને હારી ગયેલા ખેલાડીની અસહાયતા જોઈ. એટલે બહાર જઈને એની પી.એ.ને કહ્યું, "મુંબઈની ફર્સ્ટ અવેલેબલ ફ્લાઇટ, કોઈ પણ એરલાઇન, જે-ક્લાસ... બે ટિકિટ..."

શૈલ એની સામે જોઈ રહ્યો. પણ એક અક્ષર બોલ્યો નહીં. એ એટલું સમજી જ શક્યો કે બે ટિકિટનો અર્થ થતો હતો કે નિમ્મી એની સાથે ઇન્ડિયા આવશે. શૈલ મનોમન સાચા અર્થમાં ઇચ્છતો હતો કે નિમ્મી એની સાથે આવે...

આટલાં વર્ષોમાં શૈલ એક પણ મિત્ર બનાવી શક્યો નહોતો, શક્તિબાના ગયા પછી શૈલે ક્યારેય કોઈની સાથે સંબંધ રાખવાનો કે સંપર્ક રાખવાનો પ્રયાસ કર્યો જ નહોતો... એની એકલતા ધીમે ધીમે એને કોઠે પડી ગઈ હતી, હવે કદાચ કોઈ માણસ સાથે રહેવું પડે તોય એનાથી સહન થાય નહીં એવું એને લાગવા માંડ્યું હતું. મધુભાઈ સાથે વાત થયા પછી આજે પહેલી વાર શૈલને લાગ્યું હતું કે એ એકલો મુંબઈ નહીં રહી શકે. પણ એનો ઇગો, એનો અહમ્ એને રોકતો હતો. જે રીતે એણે મુંબઈ નહીં જવાની વાતનો તંત પકડી રાખ્યો હતો એ પછી મધુભાઈની વાત સાંભળી લીધા પછી મુંબઈ જવું પડશે એવું એને સમજાઈ ગયું હતું. જો મુંબઈ જવું પડશે તો શક્તિ પેલેસમાં એકલા પગ મૂકવાની

એની હામ નહોતી એની પણ એને ખબર પડી ગઈ હતી, પણ એની સ્વીકારવાની તૈયારી નહોતી. એ નિમ્મીને કહી શકે એમ નહોતો કે, "મારી સાથે ચાલ..." પણ નિમ્મીએ બે ટિકિટનું કહ્યું અને શૈલે જાણે નિરાંતનો શ્વાસ લીધો.

✵

સિકંદરની આંખોમાં ઝળઝળિયાં હતાં. એ ગાંડાની જેમ હસી રહ્યો હતો. મહેરુ એને હસતો જોઈ રહ્યો હતો.

"પિતા? મારી માના ખૂની છે એ... રોજ રોજ એમના કહેવાતા પ્રેમના, ઝેરના પ્યાલા પીને મારી માને ટુકડે ટુકડે મરતી જોઈ છે મેં... એના માટે તરફડતી, એની રાહ જોતી, એ જેમ કહે તેમ કરતી, જેટલો મળે તે સમયને અહેસાન માનીને જીવતી... મારી માએ એને શું નથી આપ્યું? છતાં એણે શું આપ્યું મારી માને?"

"બેટા! નિલોફરને સન્માન આપ્યું, રક્ષણ આપ્યું... સૌથી વધારે તો તું..."

"હું?" સિકંદરના હાથ લગભગ મહેરુના ગિરેબાન સુધી પહોંચી ગયા, એણે જાતને માંડ કન્ટ્રોલ કરી, "હું? હું એક અકસ્માત હતો. બાયોલોજિકલ એક્સિડન્ટ... રઘુનંદનસિંહ ઝાલાની નાજાયઝ ઓલાદ... ભૂલ છું એમની..."

"બેટા, એમણે તને નામ આપ્યું, તારી મા સાથે કાયદેસર લગ્ન કર્યાં હતાં એમણે..."

"છોડો!" એના અવાજમાં કડવાશ હતી, "એને તમે લગ્ન કહો છો? હું નથી માનતો એને લગ્ન! એમનું પરમેનન્ટ એડ્રેસ શક્તિ પેલેસ રહ્યું. આ તો અય્યાશી માટેની જગ્યા હતી અને મારી મા એમનું રમકડું..."

"ખેર, તારે આવવું હોય તો આવજે, ના આવવું હોય તો નહીં આવતો, પણ તને એક વાત કહી દઉં..." મહેરુએ છેલ્લું હથિયાર વાપરી નાખ્યું, "આ ઘર તારી માનું સપનું હતું. તારી માની રુહ છે હજુ આ ઘરમાં, એવું તું પણ માને છે ને? તો આ ઘરને બચાવવા, તારી માના સપનાને બચાવવા, જ્યાં એની રુહ વસે છે એ જગ્યાને બચાવવા... એક મરેલા માણસના મૃતદેહને આગ ચાંપવામાં તારું શું જશે?" સિકંદર એની સામે જોઈ રહ્યો, "તને તો ટાઢક થવી

જોઈએ, જેણે તારી માને જીવતે જીવ બાળી એમ તું માને છે એને મર્યા પછી તો આગ ચાંપ...'' મહેરુ આટલું કહીને સડસડાટ પગથી પર પાથરેલાં છીપલાં કચડતો નાનકડો લોખંડનો ગેટ ખોલીને બહાર ઊભેલી ગાડીમાં બેસી ગયો.

સિકંદર એને જતો જોઈ રહ્યો.

✱

શક્તિ પેલેસના ગેટ પાસે ઊભેલો સિકંદર સળિયા અને ભાલાઓથી બનેલા એ ગેટ તરફ જોઈ રહ્યો. બંને દરવાજા બંધ હતા, ગેટ ઉપર મોટો સૂરજ બનતો હતો. જમણી બાજુના થાંભલા ઉપર માર્બલની પ્લેટ લગાડેલી હતી, જેના પર એમ્બોઝ કરીને સોનેરી અક્ષરે 'શક્તિ પેલેસ' લખેલું હતું.

સિકંદર ત્યાં ઊભો હતો.

દાખલ થવું કે નહીં એનો વિચાર કરતો. એની જમણી અને ડાબી તરફ ઊંચી કંપાઉન્ડ વૉલ હતી. એ વૉલની અંદર એક માણસનો મૃતદેહ હતો...

એને અગ્નિદાહ દેવા માટે પોતે ત્યાં આવ્યો હતો - અને છતાં એ દીવાલને ઓળંગીને અંદર જવા માટે એનું મન કોઈ રીતે તૈયાર જ નહોતું થતું.

ભાલાઓ અને સળિયાઓથી બનેલા એ ગેટ ઉપર જાણે એને પોતાની માનો મૃતદેહ લટકાવેલો દેખાતો હતો. લાંબા - ખુલ્લા વાળ, કથ્થઈ, મોટી મોટી નમણી આંખો, જે સામાન્ય રીતે સતત ભીની રહેતી... આંખોમાં એક પ્રતીક્ષા અને ચહેરા પર લીંપાયેલી ઘેરી વેદના... સિકંદરે માને લગભગ આ જ રીતે જોઈ હતી.

રઘુનંદનસિંહ ઝાલાની હાજરીમાં એ સ્ત્રી આખેઆખી બદલાઈ જતી. એના ચહેરા પર જાણે ખુશી છલકાઈ પડતી. એનું આખું શરીર જાણે રઘુનંદનસિંહના ચરણમાં સમર્પિત થવા તલપાપડ થઈ જતું... વારે વારે નાની નાની વાતમાં હસી પડતી !

સામાન્ય રીતે ગણગણતી હોય એવું પણ સિકંદરને ભાગ્યે જ યાદ હતું, પણ રઘુનંદનસિંહની હાજરીમાં હાથમાં તાનપુરો લઈને બેઠેલી એની માનો અવાજ આ ક્ષણે પણ જાણે એની અંદર કોઈ પડઘો બનીને ઘુમરાઈ રહ્યો હતો...

કંઈ કેટલાંય દશ્યો એની નજર સામે આવતાં હતાં અને ભૂંસાઈ જતાં હતાં. સવારે મહેરુ વરસોવાના બંગલે આવ્યો, પિતાના મૃત્યુના સમાચાર આપીને ગયો એ પછીના ૧૨ કલાક સિકંદરે ત્યાં જવું કે નહીં એની ગડમથલમાં ગાળ્યા હતા.

મહેરુના ગયા પછી ત્યાં ના જ જવું એમ નક્કી કરીને ફરી એક વાર ફ્રેન્ચ વિન્ડો કૂદીને ઘરમાં દાખલ થઈ ગયેલો સિકંદર જઈને સીધો એના પલંગમાં પડ્યો.

"બુઢ્ઢો તો કંઈ પણ કહે, મારે નથી જવું." એણે જાતને જ કહ્યું અને પછી આંખ મીંચીને ઊંઘવાનો પ્રયાસ કરવા માંડ્યો.

આંખોની સામે એક નમણો, સુંદર ચહેરો આવીને ઊભો રહી ગયો.

"બેટા, તને લાગે છે કે તું બરાબર કરે છે ?"

"એકદમ બરાબર ! અમ્મા ! મને કંઈ કહેતી જ નહીં."

"મેં આજ સુધી તને કંઈ નથી કીધું." એ ચહેરા પર હળવું સ્મિત હતું, પણ એની આંખો ભીની થઈ આવી, "હું જાણું છું એ માણસ તને નથી ગમતો, પણ મારો તો શૌહર છે... મારા શૌહરની લાશ એમ ને એમ પડી છે ને મારો દીકરો અહીંયાં સૂતો છે. વાહ !"

"જો અમ્મી..." બંધ આંખે સિકંદર એની મા સાથે મનોમન દલીલ કરી રહ્યો હતો. આવું ઘણી વાર થતું. સિકંદર છેલ્લાં કેટલાંય વર્ષોથી સાવ એકલો રહેતો હતો. મિત્રો એણે બનાવ્યા જ નહોતા. પરિવારમાં કોઈ હતું નહીં...એટલે અમ્મી જ એની દોસ્ત ગણો કે રિશ્તેદાર ગણો ! નીલોફર ભલે આ ઘરમાં હયાત નહોતી, પણ સિકંદર માટે તો જાણે એની મા સતત એની સાથે જ જીવતી હતી. એ એની સાથે વાતો કરતો. લડતો-ઝઘડતો, દલીલો કરતો, ક્યારેક એના ખોળામાં માથું મૂકી રડતો તો ક્યારેક એને લોરી ગાવા હઠ કરતો...

આસપાસ રહેનારા લોકો માનતા કે સિકંદર સહેજ ગાંડો છે.

એને એકલો એકલો બબડતો કે ઘરમાં કોઈની સાથે વાતો કરતો જોનારા માણસો એને મગજનો છટકેલ માનતા, સિકંદરને એની બહુ પડી નહોતી. એને માટે એની અમ્મી જ એનું સર્વસ્વ હતી !

નીલોફર સારી એવી બીમારીમાં સાવ પથારીવશ રહી હતી. રઘુનંદનસિંહ રોજ આવતા. નીલોફર પાસે બેસતા. એનો હાથ પકડતા, પંપાળતા...

દેશ-વિદેશના સારામાં સારા ડૉક્ટર્સની સારવાર નીલોફરને મળી રહે એવી વ્યવસ્થા એમણે કરી હતી.

“ઝહે નસીબ ! આટલો પ્રેમ, આટલી મહોબ્બત અને આટલી દરકાર કોને મળે છે ? હવે બસ, મને જવા દો... પહેલાં અને પછી તમારા પૈસા ખાવા સિવાય મેં કંઈ કર્યું નથી.” નીલોફર કહેતી.

“તેં જે કર્યું છે એ કોઈએ નથી કર્યું.” રઘુનંદનસિંહ કહેતા, “તેં મને જીવતાં શીખવાડી દીધું. હસતાં, પ્રેમ કરતાં શીખવાડી દીધું. હું તો જાણે પથ્થરનો બનેલો હતો. મારામાં પ્રાણ તેં ફૂંક્યા છે નીલોફર, આ દિલ ધબકે છે તો તારે કારણે...”

“હવે દર્દ નથી સહન થતું. ખુદા પણ બોલાવે છે મને, પણ તમે ઈજાઝત નહીં આપો ત્યાં સુધી...”

“હું એકલો પડી જઈશ નીલોફર, તારા વિના આ દુનિયામાં જીવવાનો કોઈ અર્થ નહીં રહે.” રઘુનંદનસિંહ જેવા પડછંદ મર્દની આંખો ભીની થઈ જતી. એમના હાથમાં પકડેલો નીલોફરનો હાથ જાણે ધ્રૂજી જતો એમનાથી.

“બસ, તમારા હાથમાં આમ હાથ હોય અને જીવ નીકળી જાય એનાથી વધારે હવે કંઈ નથી માગતી ખુદા પાસે.”

અને સાચે એમ જ થયું હતું. એક સાંજે આવી જ રીતે રઘુનંદનસિંહ નીલોફરને હળવે હળવે સહારો આપતા બહાર પથ્થરની બેઠક પર લઈ ગયા હતા. દરિયામાં આથમતો સૂરજ જોતાં ઢળતી સાંજે નીલોફરે રઘુનંદનસિંહના ખભે માથું મૂક્યું હતું. આંખો મીંચીને ઊંડો શ્વાસ લીધો હતો... અને એ પછી આંખો ખોલી જ નહોતી.

✻

પલંગમાં પડેલો સિકંદર બંધ આંખે જાણે અત્યારે પણ એની માને રઘુનંદનસિંહના ખભે માથું મૂકીને પ્રાણ ત્યાગતી જોઈ રહ્યો હતો.

“તું જે માને તે, એ મારા ખુદા છે. હું એમને બેપનાહ પ્રેમ કરું છું.”

"અને એ ?" સિકંદર સત્તર-અઢારનો થયો પછી મા સાથે દલીલો કરતો.

"એ પણ... એ પણ મને બહુ જ પ્રેમ કરે છે."

"એટલે તને અહીંયાં જુદી રાખી છે ?" સિકંદરના અવાજમાં કડવાશ ઊભરાઈ આવતી. સ્કૂલમાં અને જાહેર સમારંભોમાં સાંભળેલાં મહેણાં, પોતાના તરફ ચીંધાતી આંગળીઓ આ પળે એને વધારે કડવો અને વધારે ક્રોધિત કરી જતી, "કેમ નથી લઈ જતા એના ઘેર ? હવે તો એની બૈરી પણ એની સાથે નથી રહેતી..."

"હું જ નથી જતી." નીલોફરના અવાજમાં ગજબનો સંયમ, ગજબની શાંતિ અને સમર્પણ અનુભવી શકાતાં, "દરેક જગ્યાની એક મર્યાદા હોય છે, એક ઈજ્જત હોય છે.... શક્તિ પેલેસ એમનું ઘર છે - રાણીમાનું..."

"રાણીમા...માય ફૂટ..." સિકંદર ઉશ્કેરાઈ જતો, "ક્યાંની રાણી ને કોણ રાજા ?"

"બેટા, એ ક્યારેય આ ઘરમાં નથી આવ્યાં... એમણે ક્યારેય પોતાનું ગૌરવ છોડીને મારું અપમાન નથી કર્યું. ક્યારેય મને અહેસાસ નથી કરાવ્યો કે હું..." ગળે થૂંક ઉતારીને નીલોફર એ શબ્દ વાપરી જ નાખતી, "અહેસાસ નથી કરાવ્યો કે હું રખેલ છું... તવાયફ છું.... તો મારે પણ એમનું માન, એમની અદબ જાળવવી જોઈએ."

"એના મરી ગયા પછી ?"

"એની રુહ વસે છે એ ઘરમાં. દરેક ઓરતની રુહ એના ઘરમાં રહી જતી હોય છે. એ ઘરની દીવાલોમાં, એના અસબાબમાં, એના સૂવાના ઓરડામાં એણે જીવેલી પળો છે. એનું દિલ ત્યાં ધબકે છે. હું ત્યાં જઈને રહું તો એની રુહનું અપમાન થાય... જે માણસ આ દુનિયામાં નથી એને નારાજ નહીં કરવાના, નહીં તો ખુદા નારાજ થાય."

આ વાક્ય યાદ આવતાં જ સિકંદર સડાક દઈને બેઠો થઈ ગયો,

"હવે રઘુનંદનસિંહ ઝાલા આ જગતમાં નથી રહ્યા. હું એના શરીરને અગ્નિદાહ આપવા નહીં જાઉં તો એની અને મારી માની બંનેની રુહ નારાજ થશે કદાચ, આટલો વાસ્તવ તો કંઈ નથી કર્યું, પણ હવે એ નથી રહ્યા ત્યારે

છેલ્લી રસમ અદા કરી આવવી જોઈએ !" એણે વિચાર્યું અને ઊભો થઈને ક્લોઝેટ-વૉર્ડરોબ ખોલ્યું.

સફેદ રંગનો લખનવી ઝભ્ભો અને અલીગઢી પજામો કાઢ્યો, કપડાં બદલીને અરીસામાં જોયું, એને અરીસામાં જાણે પાછળ ઊભેલી મા દેખાઈ, એના ચહેરા પર સંતોષનું સ્મિત હતું. હાથ લંબાવીને એણે સિકંદરના ઘૂંઘરાળા વાળમાં આંગળીઓ ઘુમાવી, "કોઈની નજર ના લાગી જાય ! કેવો ખૂબસૂરત દેખાય છે !"

સિકંદરે અરીસામાં જોઈને પોતાના વાળને આંગળીઓ ફેરવીને જ જરા સરખા કર્યા પછી બહાર પડેલી કોલ્હાપુરી ચપ્પલમાં પગ નાખીને ફ્રેન્ચ વિન્ડો કૂદીને બહાર નીકળી ગયો...

*

ફ્લાઇટમાં નિમ્મી શૈલરાજની બેચેની અનુભવી શકતી હતી. એ ઘડીકમાં આંખો મીંચીને ઊંઘવાનો પ્રયત્ન કરતો તો ઘડીકમાં બારીની બહાર જોવા લાગતો. ઘડીકમાં પગ લાંબા કરતો, ઘડીકમાં સીટને પુશબેક કરીને રિલેક્સ થવાનો પ્રયાસ કરતો, ઘડીકમાં સીટ ઊભી કરીને ચેનલ્સ પર કંઈ જોવાનો પ્રયત્ન કરતો... કોઈ ચીજમાં એનું મન પાંચ મિનિટથી વધારે ઠરી નહોતું શકતું...

વિચારો એને સતત વિચલિત કરી રહ્યા હતા, ધમરોળી રહ્યા હતા એ નિમ્મી સમજી શકતી હતી. એ શૈલરાજ કરતાં ઉંમરમાં ઘણી નાની હતી, પણ સ્ત્રી હોવાને કારણે કે શૈલને નજીકથી ઓળખતી હોવાને કારણે, કે એના ઉછેર અને સમજદારીને કારણે પ્રમાણમાં શૈલથી વધુ સમજદાર અને વધુ મેચ્યોર હતી. એણે શૈલને મુંબઈ સુધી બિલકુલ ડિસ્ટર્બ નહીં કરવાનું નક્કી કર્યું હતું. મુંબઈ પહોંચતાં સુધીમાં એની અંદર જાત સાથે જે લડાઈ લડાવાની હોય એ બધી જ લડાઈ લડી ચૂકે તો એ મુંબઈ પહોંચીને પ્રમાણમાં સ્વસ્થ રહી શકે અને સમજદારીથી વર્તી શકે એવો નિમ્મીનો પ્રયાસ હતો.

શૈલની ઑફિસમાં જે દલીલો થઈ એ પછી નિમ્મી સમજી ગઈ હતી કે શૈલની અંદર એક એવો સાગર ઘૂઘવતો હતો, જે ક્યારેય બહાર નહોતો આવ્યો. એ પોતાના વિશે ખાસ વાત નહોતો કરતો, પણ એની પાછળ આવી ઊંડી અને ઝેરમાં ઝબોળાયેલી નફરત હશે એની નિમ્મીને કલ્પના નહોતી.

અત્યારે એને સવાલો પૂછવા કે સલાહ આપવી બેકાર હતી. એણે લંડનથી મુંબઈની ફ્લાઈટ દરમિયાન ફક્ત શાંતિ રાખીને શૈલને પોતાની રીતે, પોતાની જાત સાથે સમાધાન સાધવા માટેનો પ્રયત્ન કરવામાં મદદ કરવાનું નક્કી કર્યું હતું.

એ વારે વારે એનો હાથ પકડતી, પંપાળતી, એને વહાલ કરતી, પણ એક શબ્દ પણ બોલતી નહોતી... સાચું પૂછો તો શૈલને નિમ્મીના આ વર્તનથી રાહત જ લાગતી હતી.

આજ સુધી શૈલે ક્યારેય કોઈના પર આધારિત રહેવાનું સ્વીકાર્યું નહોતું. શક્તિબાના ગયા પછી એણે નક્કી કર્યું હતું કે એ ક્યારેય, કોઈનેય મનથી પોતાની નજીક નહીં આવવા દે. પોતાના મનની અંદર ચાલી રહેલા ઉતાર-ચઢાવ અને પીડા કોઈનીય સામે ખૂલવા ન દેવાનું નક્કી કરીને એણે પોતાના મન ઉપર મારી દીધેલા તાળાને બે ટિકિટ મંગાવવાની નિમ્મીની સમજદારીએ હળવા હાથે ઉઘાડી નાખ્યું હતું.

એ ત્યારે જે રીતે વર્તી રહી હતી એનાંથી શૈલને નિમ્મીની સમજદારી માટે, એની સહનશીલતા માટે માન થવા લાગ્યું હતું. એને એની માની કહેલી એક વાત રહી રહીને યાદ આવવા લાગી હતી, “જે સ્ત્રી માટે સન્માન જાગે, એ સ્ત્રી જ તારાં સંતાનોની મા બનવાને લાયક છે એવું યાદ રાખજે... શરીર કે લાગણીના આવેગમાં ધસી જઈને કોઈની સાથે જોડાઈ જઈશ તો જીવનભર પસ્તાઈશ !”

નિમ્મી એક હાથે એનું બાવડું લપેટીને બીજા હાથે એના હાથ પર એના ટી-શર્ટમાં થઈને એના ખભા પર, એની છાતી પર હાથ ફેરવી રહી હતી... શૈલ એ સ્પર્શમાં જાણે બરફની ઠંડક અને ફૂલોની સુગંધ હોય એમ માણી રહ્યો હતો... બારીની બહાર જોઈ રહેલા શૈલને અચાનક જ માની વાત યાદ આવી અને એણે નિમ્મી સામે જોયું. એની આંખોમાં કશુંક સાવ જુદું, કશુંક સાવ પોતાનું, કશુંક એટલું તો વહાલસોયું હતું કે નિમ્મીએ એના ખભે માથું મૂકીને આંખો મીંચી લીધી.

બે વર્ષના આ સંબંધમાં શૈલની આંખોમાં જે જોવા નિમ્મી તરસી ગઈ હતી એ પળ આવી ગઈ હતી એવું નિમ્મીને સમજાઈ ગયું.

નિમ્મીની હથેળીમાં હથેળી મૂકીને, આંગળીઓમાં આંગળી પરોવી શૈલે ધીમેથી એનું નાક નિમ્મીના ગાલ સાથે ઘસ્યું, ખૂબ ધીમેથી જાણે વ્હિસ્પર કરતો હોય એમ કહ્યું, "મારાથી થાકી તો નહીં જાય ને ?"

નિમ્મીએ ઊંચું જોયું, શૈલની આંખોમાં આંખો નાખી. એની આંખો છલછલાઈ આવી હતી, "ક્યારેય નહીં... તું ગમે તેટલું થકવીશ, હું ફરી ફરીને તારી પાસે પાછી આવીશ. આઈ પ્રોમિસ..."

શૈલને જિંદગીના બે દાયકા પછી પહેલી વાર ડૂમો ભરાયાની લાગણી થઈ. એણે આંખો મીંચી લીધી અને આંખો સામે શક્તિબાનો ચહેરો અને શક્તિ પેલેસનો ઓટલો અને પોર્ચ તરવરી ઊઠ્યાં.

✵

શક્તિ પેલેસનાં પગથિયાં ચડતાં સિકંદરને કંઈ કેટલીયે સ્મૃતિઓ તાજી થઈ ગઈ. સુખદ સ્મૃતિ કરતાં એમાં કડવાશ વધારે હતી. એને ભાગ્યે જ આ ઘરમાં લાવવામાં આવ્યો હતો. શક્તિબા હતાં ત્યાં સુધી તો સિકંદરને આ ઘરમાં લાવવો જાણે કોઈ મોટો ગુનો હોય એમ રઘુનંદનસિંહને શક્તિબાની આંખોનો, એમનાં મ્હેણાંનો અને એમના વર્તનનો સામનો કરવો પડતો. સિકંદર સાવ નાનો હતો ત્યાં સુધી સમજી નહોતો શકતો, પણ અગિયાર-બારની ઉંમરે એ જ્યારે જ્યારે ઘરમાં આવતો ત્યારે એની સાથે કરવામાં આવતાં સાવકા-ઓરમાયા વર્તનની એને સમજ પડતી હતી.

શૈલરાજ અને એની વચ્ચે ઉંમરનો સારો એવો તફાવત હતો. રઘુનંદનસિંહ સિકંદરને વારે વારે એવું સમજાવવાનો પ્રયત્ન કરતા કે શૈલરાજ એનો મોટો ભાઈ હતો.

સિકંદરને નાની સાવી કાચી ઉંમરે શૈલરાજનું સારું એવું આકર્ષણ પણ હતું. એ દોડી દોડીને શૈલરાજ પાસે જતો. વરસોવાના બંગલામાં લગભગ એકલો ઊછરતો સિકંદર ભાઈના વિચારે રોમાંચિત થઈ જતો, એને શૈલરાજ સાથે વાતો કરવાની, એને અડવાની, એને મળવાની, ભેટી પડવાની ઈચ્છા થતી.

પણ, શૈલરાજનું વર્તન સાવ અલગ રહેતું.

પોતાનાં રમકડાં કે વસ્તુઓને અડવા નહીં દેવાથી શરૂ કરીને સિકંદરને

બહાર પોર્ચમાં એકલો બેસાડી રાખવા સુધીનાં અપમાનો શૈલરાજ કરતો.

અત્યારે પણ આ પોર્ચ જોઈને સિકંદરને એ દિવસો અને એ વર્તન યાદ આવી ગયું !

સિકંદર ધીમે ધીમે પગથિયાં ચડીને પોર્ચ વટાવીને ડ્રોઈંગરૂમ સુધી આવ્યો. કેસરચંદનનો ચોકો કરીને રઘુનંદનસિંહના શરીરને જમીન ઉપર સુવડાવ્યું હતું. ઓરડામાં અગરબત્તીની મધુર સુવાસ હતી. ગીતાના શ્લોકોના પાઠ કરતો બ્રાહ્મણ એક ખૂણામાં બેઠો હતો. શક્તિ પેલેસના ડ્રોઈંગરૂમનું બધું જ ફર્નિચર ખાલી હતું. એને કારણે કદાચ ઓરડો વધારે મોટો અને ભેંકાર લાગતો હતો. ગીતાના પાઠ કરી રહેલા બ્રાહ્મણના અવાજના પડઘા ખાલી ઓરડાની દીવાલો સાથે અથડાઈને આખા ડ્રોઈંગરૂમમાં અથડાતા હતા.

સિકંદરે દાખલ થઈને જોયું તો બે નોકરો અને મહેરુ સિવાય ઘરમાં કોઈ નહોતું. એકાદી ક્ષણ માટે એનું હૃદય દ્રવી ગયું, 'સતત માણસોથી ઘેરાયેલો રહેતો માણસભૂખ્યો આ માણસ એની અંતિમ ક્ષણે આટલો એકલો ?' પછી તરત જ એણે જાતને સંભાળી લીધી, આગળ વધ્યો અને જમીન પર બેઠેલા મહેરુની બાજુમાં જઈને ચૂપચાપ બેસી ગયો.

મહેરુએ એની સામે જોયું. એની નજરમાં 'આભાર'નો ભાવ હતો. જાણે મહેરુ કહી રહ્યો હતો, ' મને ખાતરી હતી કે તું મારો બોલ પાછો નહીં ઠેલે, તું જરૂર આવીશ એની મને ખબર હતી.''

સિકંદરને ફરી એક વાર આ ઘરમાં એની સાથે થતું વર્તન છેક નાભિથી શરૂ કરીને તાળવા સુધી સણસણતી પીડાની જેમ યાદ આવી ગયું.

આ ઘરમાં એક મહેરુ જ હતો. જે સિકંદરને વહાલ કરતો, લાડ કરતો...એને 'બાબા...બાબા...' કરીને એની આગળ પાછળ ફરતો...એને શું ભાવે છે... એને શું ગમશે...એનો મહેરુ સતત ખ્યાલ રાખતો. સિકંદર જ્યારે પણ આ ઘરમાં આવતો ત્યારે મહેરુ એને લાડ કરવામાં કોઈ કમી નહોતો રાખતો.

મહેરુ ભાગ્યે જ રઘુનંદનસિંહ સાથે વરસોવાના બંગલે આવતો, પણ જ્યારે આવતો ત્યારે કોઈ દિવસ ખાલી હાથે નહોતો આવતો. હંમેશા ચોકલેટ, પીપરમીટ, રમકડાં અને જાતજાતની વસ્તુઓ મહેરુ સિકંદર માટે લાવતો...

સિકંદરને ગળે લગાડીને મહેરુ હંમેશા વહાલ કરતો. મહેરુને કોણ જાણે કેમ સિકંદર માટે બહુ જ મમતા હતી.

સિકંદરની હાજરી જ્યારે શક્તિ પેલેસમાં શક્તિબાને ખૂંચતી, કે એ જરાક પણ ઓરમાયું વર્તન કરવાનો પ્રયત્ન કરતાં ત્યારે મહેરુ બહુ દબાયેલા અવાજે અને ધીમેથી એમને હંમેશા એક વાત કહેતો, ‘બા, ભગવાન માફ નહીં કરે. એની માએ આપણા માટે જે કર્યું છે એ ભૂલી જશો ?’

મોઢું ચડાવીને સિકંદરની સાથે વાત નહીં કરતાં શક્તિબા આટલું જ સાંભળતાં અચાનક જ પીગળી જતાં. એ સિકંદરને સારું સારું ખાવા કે શૈલરાજનાં રમકડાં કાઢીને આપતાં...

મહેરુ શક્તિબાની સામે જોઈ રહેતો, ‘બા, જેની સાથે ઓરમાયું વર્તો છો એમાં ને શૈલમાં ખરેખર કોઈ ફેર છે ? બેય એક જ લોહીના સંતાન છે...એ તમે તો જાણો છો ને ?”

શક્તિબાનું મોઢું પડી જતું.

સિકંદરને અત્યારે પણ એમનો એ મ્લાન થઈ જતો નિસ્તેજ ચહેરો યાદ આવતો હતો.

સામાન્ય રીતે શક્તિબાનો ઠસ્સો મહારાણી જેવો હતો. સિલ્કની કે ભારે સેલા જેવી ગુજરાતી સાડી, અંબોડો, હંમેશા નાક, કાન, ગળામાં ઝગારા મારતા દાગીના, લગભગ છ-આઠ સોનાની બંગડીઓ અને એની વચ્ચે સાડીને મેચિંગ લાખના પાટલા...આંજણ આંજેલી આંખો, મોટો એવો લાલ ચાંદલો, ચહેરા પર રાજવંશી તેજ અને સુંદરતામાં તો ખરેખર જ ઈશ્વરે ફુરસદથી ઘડ્યાં હશે એમ કહેવું પડે...

સિકંદરને શક્તિબા ખૂબ ગમતાં, ખાસ કરીને એમનો લાલ ચાંદલો અને વચ્ચે પાંથી પાડીને પૂરેલો સેંથો સિકંદરને ખૂબ આકર્ષતાં. સાવ ચાર-પાંચ વર્ષનો હતો ત્યારથી શરૂ કરીને શક્તિબા ‘શક્તિ પેલેસ’ છોડીને ઈંગ્લૅન્ડ ચાલી ગયાં ત્યાં સુધી એ જ્યારે પણ શક્તિ પેલેસ આવતો ત્યારે એમની સામે એકીટસે જોયા કરતો. એમના રૂપમાં બીજાને બાંધી રાખવાની, આંજી નાંખવાની એક અજાયબ તાકાત હતી એવું સિકંદરને હંમેશા લાગતું.

સિકંદરને શક્તિબાનું વર્તન ક્યારેય સમજાતું નહીં. રઘુનંદનસિંહ હાજર હોય ત્યારે એ પ્રમાણમાં તોછડાં, ગર્વીલાં અને અભિમાની લાગતાં... રઘુનંદનસિંહ સાથે ભાગ્યે જ સીધી રીતે વાત કરતાં. નાનો હતો ત્યાં સુધી તો નહોતો સમજતો. પણ ધીરે ધીરે એને એ સમજાવા લાગ્યું હતું કે શક્તિબાના દરેક વાક્યમાં છુપાયેલું એક મ્હેણાંનું તીર હતું. જે રઘુનંદનસિંહને બરાબર મર્મસ્થાને વાગે એવો શક્તિબાનો પ્રયત્ન રહેતો. શૈલરાજ હાજર હોય ત્યારે શક્તિબા ભાગ્યે જ સિકંદર સાથે સરખી રીતે વર્તતાં. શૈલરાજને ભાઈ કહીને બોલાવતા સિકંદરને એ સામાન્ય રીતે ટોકતાં અથવા રોકતાં...

અને, જ્યારે રઘુનંદનસિંહ ન હોય, શૈલરાજ ન હોય ત્યારે અચાનક જ શક્તિબાની મમતા ઊભરાઈ આવતી. સિકંદર કંઈ સમજે એ પહેલાં ઘણી વાર શક્તિબા એને પકડીને પાસે ખેંચી લેતાં. ચુંબનોથી નવડાવી નાંખતાં. ક્યારેક રડતાં, ક્યારેક નાનકડા સિકંદરના ગાલ પર હાથ મૂકી એની સામે જોયા કરતાં...

અત્યારે ડ્રોઇંગરૂમમાં બેઠેલો સિકંદર સામે સોનેરી ફ્રેમમાં લટકતી શક્તિબાની તસવીર સામે જોઈ રહ્યો હતો.

અને, એમના રહસ્યમય વર્તન વિશે વિચારી રહ્યો હતો.

શક્તિબા ક્યારેય વરસોવાના બંગલે નહોતાં આવ્યાં.

એ ભારત છોડીને કાયમ માટે ઇંગ્લૅન્ડ ગયાં એ પહેલાં એક વાર, છેલ્લી વાર - કે પહેલી વાર એ વરસોવાના બંગલે આવ્યાં હતાં, એ દૃશ્ય સિકંદરને આજે પણ જાણે ફિલ્મી પટ્ટી જેવું યાદ હતું...

*

મુંબઈ એરપોર્ટ પર ઊતરીને શૈલરાજે આમતેમ જોયું. ઘરની ગાડી લેવા આવી હશે એમ ધારીને એણે નજર દોડાવી અને જોયું તો ખરેખર રા.રા.શ્રી. શૈલરાજસિંહ ઝાલા લખેલું ડિસ્પ્લેબોર્ડ લઈને સફેદ વર્દીમાં એક ડ્રાઇવર ઊભો હતો, શૈલ એની નજીક ગયો.

'આઈ એમ શૈલ...'

પેલા ડ્રાઇવરે લગભગ કમ્મરમાંથી બેવડ વળીને નમસ્તે કર્યા. નિમ્મી ડ્રાઇવરને જોઈ રહી. એ જે ટ્રોલીને ધકેલી રહી હતી એ ડ્રાઇવરે અદબથી લઈ

લીધી અને નિમ્મીને પણ કમ્મરમાંથી ઝૂકીને પ્રણામ કર્યાં. નિમ્મી બે ડગલાં પાછળ ખસી ગઈ.

"પગે નહીં લાગો પ્લીઝ..."

શૈલે આટલા વખતમાં પહેલી વાર સ્મિત કર્યું, "અહીંનો રિવાજ છે."

"માણસ, માણસને પગે લાગે એ મને જરાય નથી ગમતું."

"નિમ્મી, આ રજપૂતોની પરંપરા છે. હવે અહીં આવી છે તો અહીંના રીતિરિવાજ સાથે ગોઠવાવાનો પ્રયાસ કર. આપણે વધારે તો રહેવું નથી. જે ચાલે છે તે જોયા કર..."

"શૈલ...તારા ઘરમાં કોણ હશે ?"

"ખબર નથી..મહેરુ ચાચા હશે." શૈલે નિમ્મી સામે જોયું, "જેમણે તને ફોન કર્યો હતો, બે-એક નોકરો હશે" શૈલના દાંત ભીંસાઈ ગયા, ચહેરો તંગ થઈ ગયો, આંખોમાં અચાનક જ લાલ દોરા ઊપસી આવ્યા. નિમ્મી એનામાં અચાનક આવેલો આ ફેરફાર જોઈ રહી, "અને, કદાચ પેલા બે જણા હશે..."

"પેલા બે ?" નિમ્મીએ પૂછી તો નાંખ્યું, પણ પછી એને લાગ્યું કે ન પૂછ્યું હોત તો સારું...શૈલની આંખો બદલાઈ ગઈ હતી. એણે નિમ્મી સામે જે રીતે જોયું એમાં ઘૃણા, તિરસ્કાર અને નફરત ઊભરાતાં હતાં, "મારા બાપની રખાત અને એનો દીકરો..." સિકંદરે ફરી એક વાર દાંત પીસ્યા, "હું એ લોકોને કારણે જ કેટલાં વર્ષો સુધી અહીં નથી આવ્યો, મારી માની જિંદગી બરબાદ કરી નાંખી એ બાઈએ...સાલી..તવાયફ...જાત પર ગયા વિના રહી નહીં. રાં..."

નિમ્મીની આંખો પહોળી થઈ ગઈ, એનો શૈલ ! આ ભાષા વાપરતો હતો ? એણે શૈલને હંમેશા સોબર, સોફિસ્ટિકેટેડ અને અંગ્રેજી તહેજીબમાં વર્તતો જોયો હતો, શૈલ આ ભાષા વાપરી શકે અથવા એનો ચહેરો આવો અને આટલો વિકૃત થઈ શકે એ નિમ્મી માટે આઘાતજનક હતું.

"શૈલ ! શું બોલે છે ?"

"એ સિવાય કોઈ શબ્દ નથી એ બાઈ માટે...મારા બાપ પાસે વરસોવામાં બંગલો બંધાવ્યો. કોણ જાણે કેટલા રૂપિયા-પૈસા, દાગીના અને બીજું શું શું લખાવી લીધું...મારી માને એના પોતાના ઘરમાંથી કઢાવી અને આજે હું મજબૂર

થઈને મુંબઈ આવ્યો છું...મારી મરી ગયેલી માને એનો અધિકાર અપાવવા..."

"શૈલ, ગમે તે હોય પણ..."

"જો તારું કહ્યું બધું જ માન્યું છે" શૈલે નિમ્મીની સામે લાલઘૂમ આંખે જોયું. એનો ચહેરો એક પાગલ ઈઝોફ્રેમિક માણસ જેવો થઈ ગયો હતો, ક્રોધમાં એના લમણાની નસ ફરકવા લાગી હતી, એણે જડબાં એટલાં જોરથી ભીંસ્યાં હતાં કે દાંતની કચેડાટી બોલતી હતી...,"એ રાસ્કલની બાબતમાં મને સલાહ આપવાનો પ્રયત્ન નહીં કરતી, મારા બાપની લાશ ઠેકાણે પડે અને વીલ વંચાઈ જાય પછી એની છાતી ચીરીને લોહી ના પીઉં તો કહેજે મને..."

નિમ્મી લગભગ ડઘાઈ ગઈ હતી. એ શૈલને મુંબઈ લઈ આવી ત્યારે એના મનમાં રઘુનંદનસિંહની છેલ્લી ઈચ્છા પૂરી કરવા સિવાય બીજો કોઈ વિચાર નહોતો, અત્યારના શૈલને જોઈને એને સમજાયું કે શૈલ સાવ જુદા જ ઈરાદાથી અને જુદા જ વિચારે અહીં આવ્યો હતો, કદાચ...

"ઓ માય ગૉડ ! તો અહીં કશું ભયાનક બનવાનું હતું અને પોતે જાણે-અજાણે એ ભયાનક ઘટનાનો હાથો બની ગઈ હતી ! નિમ્મીનું મગજ કામે લાગી ગયું, 'હવે કઈ રીતે આ ભયાનક પરિસ્થિતિને રોકી શકાય' એ વિશે એનું મન ગણતરીઓ કરવા લાગ્યું...

શૈલ ત્યાં જઈને કઈ રીતે વર્તવું એ વિશે જાતને માનસિક રીતે તૈયાર કરવા લાગ્યો.

બંને જણ સફેદ મર્સડીઝમાં ગોઠવાયાં અને મર્સડીઝ આંતરરાષ્ટ્રીય એરપોર્ટની બહાર નીકળીને બાંદ્રાના રસ્તે આગળ વધી.

---

સિકંદર દીવાલ પર લગાડેલા શક્તિબાના ફોટા સામે જોઈ રહ્યો હતો. એમના ચહેરા પર સ્મિત હતું, એ સ્મિતમાં રાજવંશી ગૌરવ અને પોતે વિશેષ છે, અલગ છે એવી સ્પષ્ટ છાપ તરી આવતી હતી.

શક્તિબાની સામે જોઈ રહેલા સિકંદરે જાણે એમની આંખોમાં આંખો પરોવી, "શું જોઈ રહ્યાં છો ?" એ જાણે તસવીર સાથે વાત કરી રહ્યો હતો.

"તને જોઉં છું સિકંદર." સિકંદરને લાગ્યું કે તસવીર એને જવાબ આપતી હતી.

"મને ?" સિકંદરે આસપાસ જોયું, પછી એના ચહેરા પર હળવું સ્મિત આવી ગયું. એને પોતાના પર જ હસવું આવ્યું અને સાથે જ એ દિવસ યાદ આવ્યો જ્યારે શક્તિબા એમની જિંદગીમાં પહેલી અને છેલ્લી વાર વરસોવાના બંગલે આવ્યાં હતાં. સિકંદર ત્યારે નાનો હતો, ૫-૬ વર્ષનો હશે !

✷

બહાર રેતીમાં ઘર બનાવીને રમતા સિકંદરને બંગલીના ગેટ પર ઊભેલી ગાડી જોઈને નવાઈ લાગી હતી.

ડ્રાઈવરે ઊતરીને દરવાજો ખોલ્યો હતો, શક્તિબા ગાડીમાંથી ઊતર્યાં હતા...ગુજરાતી સાડી, લાલચટક ચાંદલો, વચ્ચે પાંથી પાડીને પૂરેલો સેંથો અને પૂરેપૂરા શણગાર સાથે આજે સિકંદરને એમના ગળામાં કાયમ રહેતું હીરાનું મંગળસૂત્ર ખૂટ્યું હતું !

એ સડસડાટ પગથિયાં ચડીને બંગલીના મુખ્ય દરવાજા તરફ આવ્યાં હતાં. સિકંદર દોડીને પાછળથી ફ્રેન્ચ વિન્ડોમાંથી કૂદીને ઘરમાં દાખલ થયો હતો. એણે દોડતા જઈને મુખ્ય દરવાજો ખોલ્યો હતો.

એને દોડતો જોઈને નીલોફરને નવાઈ લાગી હતી. નીલોફર ધીમેથી એની પાછળ આવી હતી. મુખ્ય દરવાજે ઊભેલા શક્તિબાને જોઈને નીલોફરની આંખો પહોળી થઈ ગઈ હતી, જીભ જાણે સિવાઈ ગઈ હતી. શક્તિબા દરવાજે

જ ઊભાં રહ્યાં હતા. બંને સ્ત્રીઓ જાણે એકબીજાને સમજવાનો પ્રયત્ન કરતી હોય એમ થોડીક ક્ષણો એકબીજા સામે જોઈ રહી હતી.

"અંદર આવવાનું નહીં કહો નીલોફર ?" આખરે શક્તિદેવીએ મૌન તોડ્યું હતું.

"આપનું જ ઘર છે..."નીલોફરે વાંકા વળીને કુરનિશ બજાવી શક્તિબાને અદબથી આવકાર આપ્યો હતો, "આપે મારી રજા લેવાની ન હોય."

"ઘર ? મારી પાસે તો ઘર જ નથી રહ્યું નીલોફર..." શક્તિબા હળવેથી ઘરમાં પ્રવેશ્યાં હતાં, માના દુપટ્ટાને લપેટાઈને ઊભેલો નાનકડો સિકંદર દુપટ્ટાની આડમાંથી શક્તિબા સામે જોઈ રહ્યો હતો. નીલોફરે એમને ડ્રોઈંગરૂમમાં સન્માનપૂર્વક બેસાડ્યાં હતાં. પછી પોતે સામે ઊભી રહી હતી.

"બેસો નીલોફર, હું તમારી સાથે વાત કરવા જ આવી છું..."

"જી...હું સાંભળું છું.." નીલોફર હજીયે સામે ઊભી જ હતી.

"બેસો." શક્તિબાના અવાજમાં આદેશ હતો. નીલોફર એમની સામે જમીન પર બેસવા જતી હતી પરંતુ શક્તિબાએ એને આંખથી જ ઈશારો કરીને ઉપર, સામે, પોતાની નજીક બેસવા કહ્યું હતું. નીલોફર અચકાતી શક્તિબાની સામે બેઠી હતી, "હું કાયમ માટે મુંબઈ છોડીને જાઉં છું."

"પણ, રાણીમા..." નીલોફર કંઈ કહેવા જતી હતી, શક્તિબાએ એને હાથ ઊંચો કરીને રોકી હતી. સિકંદરને ખૂબ નવાઈ લાગી હતી, 'પોતાની મા આ સ્ત્રીને રાણીમા કહેતી હતી ? કેમ ?' એના બાળમનમાં સવાલ ઊઠ્યો હતો. પરંતુ, એ વખતે માના ખોળામાં બેસીને શક્તિબાને ટગર-ટગર જોવા સિવાય અત્યારે એ માને સીધા સવાલો પૂછી શકે એમ નહોતો...

"રાણીમા !" શક્તિદેવીના ચહેરા ઉપર કડવું સ્મિત આવી ગયું. જાણે સિકંદરના મનમાં ઊઠેલા સવાલનો જવાબ આપતાં હોય એમ શક્તિદેવીએ હળવેથી નિશ્વાસ નાંખીને ઉમેર્યું હતું, "કોની રાણી ? કેવી રાણી ? મારી પાસે તો માથા પર છત અને પગ નીચે જમીન નથી, શું કામ ટોણા મારો છો નીલોફર ?"

નીલોફરની આંખો છલકાઈ આવી હતી, એણે આગળ વધીને

શક્તિદેવીના હાથ પર પોતાના બંને હાથ મૂકી દીધા હતા, "કસમ અલ્લાહની ! મેં ટોણો નથી માર્યો. હું તમારું દીધેલું ખાઉં છું. તમે જ રાણી છો. હું તો...."

"તમે તો...શું ?" શક્તિદેવીએ નીલોફરની આંખોમાં આંખો પરોવી હતી, "સાચી રાણી એ જેને રાજા પોતાની રાણી માને... મારા નસીબમાં તો જાગીને કાઢેલી રાતો સિવાય બીજું શું છે ? જેને તું માલિક કહે છે એ તો તમારો છે, તમારા ઈશારે એની દુનિયામાં સૂરજ ઊગે છે ને આથમે છે...તારા પાયલની રણકાર ઉપર એની સાંજ ઢળે છે, તારા આ લાંબા વાળ હટે ત્યારે એની આંખ ખૂલે છે..." પછી ફરી એક વાર નિશ્વાસ નાંખીને દોહરાવ્યું હતું, "હંહ ! રાણી !"

"એવું કશું જ નથી, એ તમને પણ બહુ ચાહે છે."

"મને આ 'પણ'નો જ વાંધો છે...એ મને પણ ચાહે છે એવું નથી સાંભળવું મારે, એ મને જ ચાહે એવું જોઈએ છે મને..." શક્તિદેવી થોડી વાર નીલોફરની સામે જોઈ રહ્યાં હતાં, "હું મુંબઈ છોડીને જાઉં છું, આ દેશ છોડીને જાઉં છું, મારા ભાઈ પાસે..." પછી, ફરી એક વાર ઊંડો નિશ્વાસ નાખ્યો હતો, "કાયમ માટે..."

નીલોફર પહોળી આંખે જોઈ રહી હતી..."પણ, કેમ ? હું આ શહેર હમણાં ને હમણાં છોડી દઉં." એણે સિકંદરના માથે હાથ મૂક્યો હતો, "કસમ ખાઉં છું, ક્યાં જાઉં છું એ પણ નહીં કહું એમને." એની આંખો છલકાઈ પડી હતી, આંસુની ધાર ગાલ પર થઈને સિકંદરના માથામાં ટપકતી હતી, "એમણે જે આપ્યું છે એ એટલું બધું છે કે હવે અહીંથી જતાં મારે યાદો સિવાય બીજું કંઈ લઈ જવાની જરૂર નથી..." એણે શક્તિદેવીને સધિયારો આપતી હોય એમ બીજા હાથે ફરી એમનો હાથ પકડ્યો હતો, "તમે જ માલકિન છો અને તમે જ રહેશો..."

"તમારા કહેવાથી શું થશે ? તમારા જવાથી પણ શું થશે ?" શક્તિદેવીએ નીલોફરના હાથમાંથી પોતાનો હાથ છોડાવ્યો હતો, "શહેર છોડવાથી તમે એમના મનમાંથી નહીં નીકળી જાઓ. હવે એમના મનમાં તમારા સિવાય કોઈ માટે જગ્યા નથી." એમની આંખોમાં આછી ભીનાશ તરવરી હતી. પરંતુ, જાણે

ગાંઠ વાળી હોય એમ ડૂમાને ગળા નીચે પાછો ઠેલતાં એમણે ઉમેર્યું હતું, "એમના મનમાં જગ્યા ન મળે તો આખું શહેર મળી જાય તો પણ નથી જોઈતું મારે..."

"હું વાત કરીશ...તમે એમ જઈ ના શકો."

"મારા પતિનો પ્રેમ પામવા માટે એની રખાત પાસે મારે વકીલાત કરાવવી પડશે?" શક્તિબાનો ચહેરો બદલાઈ ગયો હતો, "હું રજપૂતાણી છું નીલોફર, પ્રાણ આપી દઉં પણ શિર નહીં ઝુકાવું."

"તમારે શું કામ શિર ઝુકાવવું પડે? હું ઝુકાવીશ. એમનાં કદમોમાં માથું પછાડીને કહીશ કે અહીંયાં ન આવે. એમને મારા દીકરાની કસમ આપીશ...શૈલની..."

"ખબરદાર જો શૈલનું નામ લીધું છે તેં તો..." શક્તિદેવી અચાનક જ જાણે ખૂંખાર વાઘણ જેવાં થઈ ગયાં, અત્યાર સુધી નિશ્વાસ નાંખીને ધીમા અવાજે વાત કરતી આ સ્ત્રીના ચહેરામાં અચાનક જ શૈલનું નામ સાંભળીને ભયાનક ફેરફાર થઈ ગયો, એની આંખો લાલ થઈ ગઈ, ચહેરો તમતમી ગયો, હાથની મુઠ્ઠીઓ વળી ગઈ અને એ ફટાક કરતાં ઊભાં થઈ ગયાં, "હું એ જ કહેવા આવી છું તને જે જોઈતું હતું એ તને સોંપીને જાઉં છું. પણ મારું જે છે એમાં ક્યારેય..." એમની નજર એમની સામે ટગર-ટગર જોઈ રહેલા સિકંદર પર પડી હતી. એ અચાનક ચૂપ થઈ ગયાં હતાં. એમણે બંને હોઠ અંદરની તરફ ભીડીને ઊંડો શ્વાસ લઈને જાણે આગળની વાત નહીં કહેવાનું નક્કી કરી લીધું હતું.

"એ તમારો છે...ને તમારો જ છે! હું ક્યારેય એનું નામ નહીં લઉં." નીલોફરે ફરી એક વાર એમનો હાથ પકડવાનો પ્રયત્ન કર્યો. પરંતુ, શક્તિબાએ ઝટકો માર્યો હતો.

"હું તને એ જ કહેવા આવી છું..." અત્યાર સુધી પોતાની મા સાથે તમે તમે કહીને વાત કરતાં શક્તિબા અચાનક જ શૈલનું નામ પડતાં 'તું'-'તારી' પર આવી ગયાં હતાં. સિકંદરને નવાઈ લાગી હતી. શૈલનું નામ લઈને એની માએ એવી તે કઈ ભૂલ કરી હતી કે શક્તિદેવી એની સાથે આવી રીતે વર્તતાં હતાં...

"હું સમજી ગઈ માલકિન..."

"એવું નહીં ચાલે, મને વચન આપ."

"અલ્લાહ પાકની કસમ ખાઉં છું. મારા દીકરાની..." નીલોફરનો હાથ સિકંદરના માથા પર હતો, "મારા દીકરાની કસમ ખાઉં છું..."નીલોફર આંખ મીંચીને ઊભી હતી, "હું ક્યારેય શક્તિ પેલેસમાં પગ નહીં મૂકું, શૈલને મળવાનો પ્રયત્ન નહીં કરું અને તમારા કોઈ અધિકારમાં ક્યારેય ખયાનત નહીં કરું..." એણે આંખો ખોલી હતી, "બસ ?"

શક્તિદેવી થોડીક ક્ષણો એની સામે જોઈ રહ્યાં હતાં પછી ઘૂંટણિયે બેસીને એમણે સિકંદરને પોતાની નજીક ખેંચ્યો હતો, છાતીસરસો ચાંપીને અચાનક જ ધ્રુસકે ધ્રુસકે રડી પડ્યાં હતાં. એમના હાથ સિકંદરના વાળમાં, સિકંદરની પીઠ પર ફરતા રહ્યા હતા અને એમનાં આંસુ સિકંદરનો ખભો ભીંજવતાં રહ્યાં હતાં...ક્યાંય સુધી એ ત્રણ જણાં એમ જ ચિત્રવત્ હતાં. પછી અચાનક ઊભાં થઈને એમણે આંખો લૂછી હતી, "સુખી થજે નીલોફર અને એમને પણ સુખી કરવાનો પ્રયત્ન કરજે..." શક્તિબા સડસડાટ મુખ્ય દરવાજાની બહાર નીકળી ગયાં હતાં.

એ ગાડીમાં જઈને બેઠાં પછી ડ્રાઇવર એક મોટો પિત્તળનો ડબ્બો લઈને આવ્યો હતો. લગભગ દોઢ ફૂટનો વ્યાસ ધરાવતો એ ડબ્બો કડીથી ખૂલતો હતો. ચમચમતો એ પિત્તળનો ડબ્બો જોઈને સિકંદરને નવાઈ લાગી હતી. ડ્રાઇવરે એ ડબ્બો નીલોફરના હાથમાં મૂક્યો હતો, "બાસાહેબે તમને આપવાનું કહ્યું છે" એ, અદબથી સલામ કરીને ચાલ્યો ગયો હતો...

નીલોફરે એ ડબ્બો ખોલ્યો તો અંદર હીરા-મોતી, નિલમ અને સોનાના દાગીના હતા. નીલોફરની આંખો આ દાગીના જોઈને સહેજે બદલાઈ નહોતી. પરંતુ, અંદર પડેલી એક વસ્તુ એણે હાથમાં લીધી હતી એ સાથે એનું પણ ધ્રુસકું છૂટી ગયું હતું, એ હીરાનું મંગળસૂત્ર હતું જે હંમેશા સિકંદરે શક્તિદેવીના ગળામાં જોયું હતું...

નીલોફર એ મંગળસૂત્રને છાતી સાથે ચાંપીને ધ્રુસકે ધ્રુસકે રડી રહી હતી અને નાનકડો સિકંદર કશુંય સમજ્યા વિના પોતાના બાળમનમાં ગડમથલ કરી રહ્યો હતો.

✱

ડ્રોઈંગરૂમમાં બેઠેલો સિકંદર સામેના ફોટામાં એની સામે સ્મિત કરી રહેલાં શક્તિદેવી સામે જોઈ રહ્યો હતો. એમના ગળામાં એ જ હીરાનું મંગળસૂત્ર હતું જે એની માએ મરતા દમ સુધી ક્યારેય પોતાના ગળામાં નાંખી જોવાની ચેષ્ટા પણ નહોતી કરી.

મા જ્યાં કુરાન રાખતી ત્યાં, એની પાસે એક મખમલની નાનકડી કોથળીમાં એ મંગળસૂત્ર આજે પણ એમ જ પડ્યું હતું !

✹

જાણે રઘુનંદનસિંહના મૃત્યુની અદબ જાળવતી હોય એમ સહેજ પણ અવાજ કર્યા વિના સફેદ મર્સિડીઝ શક્તિ પેલેસના ગેટમાંથી અંદર દાખલ થઈ પોર્ચ પાસે ઊભી રહી...સિકંદર ઊભો થયો, ઘરના નોકરો દોડીને દરવાજે ગયા. મહેરુચાચા સિકંદરની પાસે આવીને એના ખભે હાથ મૂકીને ઊભા રહ્યા. એમણે ખૂબ ધીમેથી સિકંદરનો ખભો સહેજ દબાવ્યો અને કહ્યું, "બાબો આવી ગયો છે..." પછી, સિકંદરની આંખોમાં જોયું, "એ કંઈ પણ કરે તું તારા પિતાના મૃત્યુની અદબ જાળવજે, તને તારી માના સોગંદ છે. એ કંઈ પણ બોલે તું જવાબ નહીં આપતો, એ ગમે તે કરે તું સામો નહીં થતો..." એમનું ગળું ભરાઈ આવ્યુ, "ઘરમાં બાપનો મૃતદેહ પડ્યો છે બેટા...બે ભાઈઓ મળીને અગ્નિસંસ્કાર કરી દો ત્યાં સુધી મૃત્યુનો મલાજો જાળવી જજે..." આટલું કહીને એ સડસડાટ બહારની તરફ ચાલી ગયા.

સિકંદર ત્યાં જ ઊભો ઊભો પગથિયાં ચડીને અંદરની તરફ આવી રહેલા શૈલરાજના બૂટનો અવાજ સાંભળતો રહ્યો.

શૈલરાજ પોર્ચનાં પગથિયાં ચડીને ઉપર આવ્યો.

શૈલરાજને જોઈને બહાર આવેલા મહેરુની આંખો ભરાઈ આવી.

"બાબા..." એણે અસ્પષ્ટ સ્વરે કહ્યું. પહેલાં મહેરુને જોઈને શૈલે પણ સહેજ પ્રતિભાવ આપવાનો પ્રયાસ કર્યો, પરંતુ કોણ જાણે કેમ એણે જાતને રોકી લીધી, કશું જ બોલ્યા વિના મહેરુની સામે જોતો ત્યાં જ ઊભો રહ્યો. મહેરુને જાણે ભોંઠા પડ્યાની લાગણી થઈ. પણ એણે કશું જ કહ્યું નહીં. આ જ શૈલરાજને એણે ખૂબ લાડ લડાવ્યાં હતાં, ખૂબ વહાલ કર્યું હતું. પ્રેમથી શૈલને ઉછેરવામાં મહેરુએ રાતોના ઉજાગરા કર્યા હતા. આજે એક દાયકા પછી પાછો ફરેલો શૈલ

જાણે મહેરુને ઓળખતો ન હોય અથવા ઓળખતો હોય તોય એની સામે સરખી રીતે જોવા માગતો ના હોય એવી રીતે દાખલ થઈને સીધો ઘરમાં જવા લાગ્યો ત્યારે મહેરુના મનમાં અનિચ્છાએ અને અનાયાસે એક વિચાર આવ્યો હતો. 'આખરે તો એણે મને નોકર જ ગણ્યો ને !' પરંતુ એ કશું બોલ્યો નહીં. એણે માત્ર લાગણીભરી આંખે શૈલની સામે જોયું. શૈલ એ આંખોની ભાષા સમજી શક્યો, પરંતુ નજર મિલાવવાનું ટાળી ગયો.

શૈલને જાણે અંદરથી કોઈ ભય ઘેરી વળ્યો હતો...

આ ઘર સાથે જોડાયેલી સ્મૃતિઓ એને લાગણીવશ કરી નાખશે એવો ભય. એ લાગણીવશતામાં પોતે એવું કંઈ પણ કરવા નહોતો માગતો, જેનાથી આ ઘર એના હાથમાંથી ચાલી જાય. એ છેક લંડનથી અહીંયાં સુધી ફક્ત પોતાની માના નામનું આ ઘર મેળવવા આવ્યો હતો. આ ઘર એના માટે એક એવી સ્મૃતિ હતી, જેની સાથે એની માનું નામ જોડાયેલું હતું. કોઈ પણ ભોગે આ ઘર શૈલને જોઈતું હતું. પિતાના અગ્નિદાહ વિશે એને એટલી ચિંતા નહોતી, જેટલી એને આ ઘર અને એની સાથે જોડાયેલા એની માના નામ વિશે હતી.

આ જ ઓટલા પર એણે કેટલીયે રાતો પોતાની મા સાથે જાગતાં જાગતાં વિતાવી હતી. પિતાની રાહ જોતો નાનકડો શૈલ એને ત્યાં દેખાવા લાગ્યો. શૈલરાજને અચાનક જ લાગ્યું કે જાણે આખો શક્તિ પેલેસ હાથ લંબાવીને એને આવકારી રહ્યો છે. ત્યાંની પ્રત્યેક ઈંટમાં એને શક્તિબાનો ચહેરો દેખાવા માંડ્યો.

એ ઓટલા પર ઊભેલા મહેરુને જોયો-ના જોયો કરીને સીધો ડ્રોઈંગરૂમ તરફ આગળ વધી ગયો.

મહેરુની આંખો ભરાઈ આવી. આંખ લૂછતાં એ એની પાછળ પાછળ ડ્રોઈંગરૂમમાં દાખલ થયો.

ડ્રોઈંગરૂમમાં દાખલ થતાંની સાથે જ શૈલરાજને કેટલીયે સ્મૃતિઓ ઘેરી વળી. એણે ખરેખર તો અહીં નહીં આવવાનું નક્કી કરેલું. પરંતુ અહીં આવ્યા પછી આ પગથિયાં ચડતાં એને લાગ્યું કે એનો અહીં આવવાનો નિર્ણય તદ્દન સાચો હતો. આ ઘર અને શક્તિ પેલેસ પરત્વે એની કેટલીક ફરજો હતી, જે એણે પૂરી કરવાની જ હતી. પિતાની સાથેના વેરને કારણે જો અહીં ના આવ્યો હોત તો કદાચ એણે કોઈ કારણ વગર પોતાની મા સાથે પણ અન્યાય કર્યો હોત

એવું એને લાગ્યું. શૈલરાજને આ મકાનનાં પગથિયાં ચડતાં પોતાની મા સાથે થયેલા બધા જ અન્યાયો યાદ આવવા લાગ્યા. પ્રત્યેક પળે જાણે એની અંદરનો આક્રોશ વધુ ઉશ્કેરાટ અને વધુ ગુસ્સાથી ફાટ ફાટ થવા લાગ્યો. એને ફરી એક વાર એ બધું જ યાદ આવવા લાગ્યું, જેને આ છેલ્લાં દસ વર્ષ દરમિયાન ભૂલવાનો પ્રયાસ કર્યો હતો.

એણે અહીં આવતા પહેલાં પોતાની જાતને વારંવાર કહ્યું હતું કે સિકંદરની હાજરીમાં પોતે અમુક રીતે નહીં વર્તે. જાત ઉપર કાબૂ રાખશે અને મગજ ગુમાવીને એને એવી કોઈ તક જ નહીં આપે, જેનાથી સિકંદરને શૈલરાજની પીડા કે તકલીફનો અંદાજ આવે. પરંતુ આ મકાનનાં પગથિયાં ચડતાં ચડતાં જ શૈલરાજ જાણે પોતાની જાતને આપેલાં બધાં જ વચનો ભૂલી ગયો. સિકંદર નજરે ચડે એ જ પળે એનું ગળું દબાવી દેવાની ભયાનક ઝંખના એના મન અને મગજનો કાબૂ લઈ બેઠી.

કદાચ નિમ્મીને શૈલરાજના ચહેરા પરથી એના મનમાં ચાલી રહેલા આ ભયાનક યુદ્ધનો ખ્યાલ આવી ગયો હશે. એટલે એણે બહુ જ હળવેથી શૈલનો હાથ પકડ્યો અને ધીમેથી દબાવ્યો. શૈલે નિમ્મીની સામે જોયું. નિમ્મીએ બહુ જ હળવેથી નાના બાળકને સમજાવતી હોય એમ કહ્યું, ''આપણે અહીં જે કરવા આવ્યાં છીએ તે જ કરીશું શૈલ, ખૂબ શાંતિથી અને મગજ ગુમાવ્યા વગર.''

શૈલ નિમ્મીની સામે જોઈ રહ્યો. એને માત્ર એક જ વિચાર આવ્યો, ''માત્ર સ્ત્રી જ આટલી સંવેદનશીલ હોઈ શકે. જેણે મારા પિતાને જોયા નથી, જાણતી નથી, તેમ છતાં મને અહીંયાં લાવવાથી શરૂ કરીને અત્યારે પણ મારા મનના ભાવ વાંચીને મને શાંત રહેવા સમજાવતી આ છોકરી ક્યાંક ધીમે ધીમે મને એના પર આધારિત તો નહીં કરી નાખે ને ?''

શૈલ માટે કોઈના પર આધારિત થવું લગભગ મરવા જેવી બાબત હતી. જિંદગીમાં એણે માત્ર પોતાની માને પ્રેમ કર્યો હતો. એ સિવાયની કોઈ વ્યક્તિને એ પછી શૈલ પ્રેમ કરી શક્યો જ નહોતો. એટલું જ નહીં, એને હંમેશાં એવો ભય લાગતો કે એ કોઈને પ્રેમ કરશે, કોઈના પર આધારિત થશે અથવા કોઈને પોતાની લાગણી દેખાડી દેશે તો એ વ્યક્તિ એનો દૂરુપયોગ કરીને શૈલને ભવિષ્યમાં એ લાગણીથી મજબૂર કરી એવી પરિસ્થિતિમાં મૂકશે કે જે શૈલ માટે અસહ્ય હશે.

કોણ જાણે શૈલના મનમાં આ વાત ક્યાંથી આવી હતી, પરંતુ હા, આ વાત શૈલના મનમાં એટલી ઊંડી હતી કે એ કોઈ પણ વ્યક્તિને પોતાની નજીક ફરકવા પણ દેતો નહીં. કોઈ એના મનનો તાગ લઈ લે અથવા એને ઓળખવા માંડે તો એ શૈલ માટે ભયજનક બાબત બની જતી. એણે હંમેશાં એવો પ્રયાસ કર્યો હતો કે એ ક્યારેય પણ મનથી કોઈની નજીક ના આવે અને આજ સુધી એ પોતાના પ્રયાસમાં સફળ પણ રહ્યો હતો. આજે જ્યારે નિમ્મીએ વગર કહ્યે એના મનની વાત સમજી લીધી ત્યારે શૈલને એક ભય લાગી ગયો. એણે નક્કી કરી લીધું કે આજ પછી એ ક્યારેય અમુક રીતે નહીં વર્તે !

એણે જાત ઉપર કાબૂ મેળવ્યો અને ધીમે ધીમે શક્તિ પેલેસનાં પગથિયાં ચડવા લાગ્યો.

એ જાણતો હતો કે દાખલ થતાંની સાથે સૌથી પહેલાં એણે સિકંદરનો ચહેરો જોવાનો છે અને એ ચહેરો નહીં જોવા માટે થઈને એ આટલાં વર્ષ પોતાને ઘેર નહોતો આવ્યો. પરંતુ આજે પગથિયાં ચડતાં એને લાગ્યું કે જે ભયને કારણે એ પોતાને ઘેર નહોતો આવ્યો અને એમ માનતો હતો કે પોતે એ ભય પર વિજય મેળવી લીધો છે એ ભય તો સતત એની સાથે જ મોટો થતો રહ્યો. દસ વર્ષના શૈલની સાથે એ ભયની ઉંમર દસ વર્ષની હતી. આજે ત્રીસી વટાવી ચૂકેલા શૈલની સાથે એ ભય પણ એટલો જ મોટો, એટલો જ ભયાવહ અને એટલો જ ગંભીર બની ગયો હતો.

શૈલે જાતને સંભાળી અને એ શક્તિ પેલેસના ડ્રોઈંગરૂમમાં દાખલ થયો.

એના ધારવા મુજબ જ સિકંદર એક ખૂણામાં બેઠો હતો.

પિતાનો મૃતદેહ કેસર-ચંદનનો ચોકો કરીને જમીન પર સુવાડ્યો હતો. દીવાલને અઢેલીને બેઠેલો સિકંદર શૈલને જોઈને સહેજ પણ વિચલિત ના થયો. એણે એની સામે અછડતું જોયું પછી નજર ફેરવી લીધી. એ જાણતો હતો કે પોતે એક અક્ષર પણ બોલશે અથવા શૈલ તરફ આગળ વધશે તો શૈલ પિતાના મૃતદેહનું માન રાખ્યા વિના અહીં જ કોઈ કારણ વગર એવી પરિસ્થિતિ ઊભી કરશે કે જે પિતાના મૃત્યુનો મલાજો નહીં જાળવી શકે. સિકંદરને પોતાની માની વાત યાદ આવી. એની માએ મૃત્યુ સમયે કહ્યું હતું, "કંઈ પણ થાય, કોઈ પણ પરિસ્થિતિ ઊભી થાય, તું ક્યારેય નહીં ભૂલતો કે શૈલ તારો મોટો ભાઈ છે. એ

તારી સાથે ગમે તે રીતે વર્તે, મને વચન આપ કે તું એની સાથે ખરાબ રીતે નહીં વર્તે."

સિકંદરને ત્યારે મા પર ખૂબ ગુસ્સો આવ્યો હતો... પોતે જિંદગી આખી જેના પ્રેમમાં ઘસાઈ ગઈ અને અંતે એક રખાત, એક તવાયફ બનીને મૃત્યુ પામી. આજે પણ એ મા એ જ માણસની તરફદારી કરતી હતી. આ જ શૈલ અને એની મા શક્તિદેવીને લીધે એને પોતાના અધિકારોથી વંચિત રહેવું પડ્યું હતું. એના પોતાના પિતા જાહેરમાં એને એ સન્માન કે એ સ્નેહ આપી નહોતા શકતા, જેનો પોતે અધિકારી હતો. જેના કારણમાં આ જ શૈલરાજ અને એની મા શક્તિ હતાં. તેમ છતાં મૃત્યુની અંતિમ ઘડીએ પણ એની મા એમનો જ પક્ષ લઈને, એમનું જ ભલું ઇચ્છીને એ જે માગે તે આપવા કહેતી હતી. માની તબિયત અને એ સમયની પરિસ્થિતિ જોતાં સિકંદર કશું બોલ્યો નહોતો, પણ એને માની એ વાત મંજૂર તો નહોતી જ.

અત્યારે પણ શૈલરાજને જોતાં એને એ બધું જ યાદ આવી ગયું, જે એની સાથે થયું હતું. એ અપમાનો, એ તિરસ્કાર, એ તમામ પળો જે એણે અપમાનના ઘૂંટડા ગળીને વીતાવી હતી એ એની સામે આવીને ઊભી રહી ગઈ. એને પણ વિચાર આવ્યો કે એ ઊભો થઈને શૈલરાજને એક તમાચો મારી દે. પરંતુ માની વાત યાદ આવતાં એ ચૂપચાપ બેસી રહ્યો. શૈલરાજ ઘરમાં દાખલ થયો અને સીધો પોતાના ઓરડા તરફ જવા લાગ્યો.

પિતાનો મૃતદેહ ત્યાં જ પડ્યો હતો, પરંતુ શૈલે એના તરફ જોવાની પણ દરકાર કરી નહીં.

સિકંદર, મહેરુ અને ઘરના નોકરો આ જોઈ રહ્યા.

"બેટા, તારા પિતાનો મૃતદેહ વટાવીને જાય છે, પ્રણામ તો કર..." મહેરુથી કહ્યા વિના ના રહેવાયું.

શૈલે એની સામે જોયું અને આંખમાંથી આગ વરસાવતાં કહ્યું, "પ્રણામ ? કોને પ્રણામ કરું ? આ માણસને ?"

"હા, આ માણસને..." સિકંદર ઊભો થઈ ગયો, "એ તમારા પિતા છે શૈલરાજસિંહ ઝાલા..."

"થેન્ક યુ !" શૈલરાજે સિકંદરની સામે એ જ આગઝરતી નજરે જોયું, "સારું થયું તેં મને કહ્યું, મને તો ખબર જ નહોતી."

વાત વધી ના જાય એટલે સિકંદર ચૂપ થઈ ગયો. પણ એના મનમાં જે રીતે ક્રોધ ઊભરાયો એ એના ચહેરા પર છલકાયા વિના ના રહ્યો. શૈલની પાછળ ઊભેલા મહેરુએ હાથ જોડીને સિકંદરને ચૂપ રહેવાની વિનંતી કરી અને એ કશું બોલ્યા વગર નજર ફેરવી ગયો.

"વકીલ ક્યાં છે ?"

શૈલના સવાલ પર મહેરુએ નવાઈથી એની સામે જોયું, "વકીલ ?"

"હા વકીલ... રઘુનંદનસિંહની ચિતા ઠંડી પડે એ પહેલાં એમનું વિલ વંચાવવું જોઈએ." શૈલના અવાજમાં જગત આખાનો તિરસ્કાર અને રઘુનંદનસિંહ પરત્વેની ઘૃણા છલકાતી હતી.

હું અહીં રઘુનંદનસિંહને અગ્નિદાહ આપવા નથી આવ્યો મહેરુકાકા, "હું મારી માનું ઘર પાછું લેવા આવ્યો છું. મને કોઈ રસ નથી તમારા રઘુનંદનસિંહની લાશનું શું થાય છે એમાં ...." પછી એણે આગઝરતી નજરે સિકંદર સામે જોયું, "આ માણસથી બને તેટલો જલદી દૂર થઈ જાઉં એમાં એની ભલાઈ છે."

"હા, બને એટલા ઝડપથી અમને એકબીજાથી છૂટા પાડી દો મહેરુકાકા... બાકી હું આ માણસને..." સિકંદર જાત પરનો કાબૂ ખોઈ રહ્યો હતો.

"મેં બંગડીઓ નથી પહેરી. હું કંઈ જોઈ નહીં રહું." શૈલે કહ્યું અને બે જણાએ જે રીતે એકબોજાની સામે જોયું એ આંખોમાંથી ઝરતા તણખા જોઈને મહેરુ એટલો તો ડરી ગયો કે એણે જઈને શૈલના પગ પકડી લીધા.

"બાબા... હજી તો ભાઈની ચિતાને આગ દેવાની બાકી છે અને તમે બે ભાઈઓ અહીંયાં..."

"ખબરદાર..." શૈલનો અવાજ આખા શક્તિ પેલેસના ડ્રોઈંગરૂમમાં પડઘાઈ રહ્યો, "ખબરદાર જો કોઈએ આને મારો ભાઈ કીધો છે તો... જીભ કાપી લઈશ... આ રઘુનંદનસિંહનું પાપ છે, અનૌરસ ઓલાદ છે એક તવાયફની..."

સિકંદર એક અક્ષર બોલ્યો નહીં, પણ એણે જે આંખે શૈલ સામે જોયું એ

આંખમાં એક તલવારથી, એક ભાલાથી, એક તીરથી વધુ તીવ્રતા હતી. એનો ક્રોધ એટલો બધો હતો કે એણે ભીંસેલા દાંતની કચેડાટી એનાથી લગભગ પાંચ-સાત ફૂટ દૂર ઊભેલા મહેરુ અને શૈલરાજ સહિત નિમ્મી પણ સાંભળી શકી.

અગ્નિદાહ દેતી વખતે શૈલે એક વાર પણ સિકંદરની સામે પણ જોયું નહીં. એક વાર પણ બે જણની નજર ન મળે તેવો સંપૂર્ણ પ્રયાસ એ કરતો રહ્યો.

જે થોડા ઘણા માણસો આ અગ્નિસંસ્કારમાં હાજર હતા તે સૌ અનુભવી શક્યા કે શૈલરાજના ચહેરા પર એક ભયાનક પ્રકારનો ધિક્કાર સ્પષ્ટપણે વાંચી શકાતો હતો. વીલ વાંચવા માટે છેક અહીં સુધી આવેલો શૈલ જેમ બને એમ જલદી આ બધું પૂરું કરીને અહીંથી નીકળી જવા ઉતાવળો હતો અને એમાં ક્યાંય પણ, કશું પણ આડુંતેડું થાય તેવી એની ઈચ્છા નહોતી. એક પણ અક્ષર બોલ્યા વિના જેમ એને કહેતા ગયા તેમ એ કરતો રહ્યો...સહેજ પણ લાગણી વિના, ચહેરા પર કોઈ પણ ભાવ વિના એ જાણે કે કોઈ મશીન કામ કરતું હોય એવી રીતે કામ કરી રહ્યો હતો. બ્રાહ્મણ જે અને જેવી વિધિ કરવાનું કહેતા તે અને તેવી વિધિ તે યંત્રવત્ કરી રહ્યો હતો.

સિકંદરના ચહેરા પર પિતાના મૃત્યુની પીડા દેખાતી હતી. પરંતુ, શૈલને જાણે આખીયે વાતથી કોઈ ફેર જ નહોતો પડતો એમ એનો ચહેરો કહેતો હતો. નિમ્મી નવાઈથી જોઈ રહી હતી, 'કોઈ માણસ પોતાના જ પિતાને આટલું બધું ધિક્કારી શકે ?' એના મનમાં રહી રહીને સવાલ ઊઠતો હતો. એને દરેક વખતે વિચાર આવતો હતો કે 'જે માણસને પોતે આટલો બધો પ્રેમ કરતી હતી એ જો આવો હૃદય વગરનો હોય તો ખરેખર એને ચાહવો જોઈએ ખરો ? એ માણસ પોતાને જીવનમાં કશુંય આપી શકે એમ નથી...કદાચ !'

નિમ્મીનું હૃદય ધીમે ધીમે શૈલરાજ વિશે ઠંડું પડતું જતું હતું. પોતે નહોતી ઈચ્છતી તો પણ એની અંદર જાણે કશું તૂટી ગયું હતું, એ શું તૂટ્યું હતું એ નિમીને નહોતું સમજાતું, કદાચ ! પણ, એને ચોક્કસ એટલું સમજાતું હતું કે 'જે શૈલને પોતે હૃદયથી પ્રેમ કરતી હતી, જેના વિના જીવી નહીં શકાય એમ લાગતું હતું' એ શૈલનું આ નવું સ્વરૂપ જોઈને એની અંદર એક જબરજસ્ત ફેરફાર થયો હતો. એ ફેરફાર શું હતો એ સમજવાનો પ્રયાસ હજીયે કરી રહી હતી...પરંતુ, એક વાત એના મનમાં નક્કી થઈ ગઈ હતી જો શૈલ એને જન્મ આપનાર પિતાને આટલું બધું ધિક્કારી શકે તો આ શૈલ પોતાની નાનકડી ભૂલ માટે પોતાને ક્યારેય

માફ નહીં કરે એ પરિસ્થિતિમાં એની સાથે જીવવું રોજેરોજ વધુ ને વધુ અઘરું થતું જશે. અહીં પહોંચીને એણે જે જોયું એનાથી એના મનમાં રઘુનંદનસિંહ વિશે, શૈલની મા શક્તિદેવી વિશે, નિલોફર વિશે અને સિકંદર વિશે અમુક પ્રકારની ગાંઠ બંધાતી જતી હતી. એ અહીંયાં આવ્યા પછી ખાસ કશું બોલી નહોતી. બસ, જોતી રહેતી હતી જે કંઈ બનતું તે...ખરેખર તો એને કશું બોલવાનો અધિકાર પણ નહોતો. શૈલ જે રીતે વર્તી રહ્યો હતો તે એને માટે ભયાનક પરિસ્થિતિ હતી. જે ભાષા એ વાપરતો હતો ત્યાંથી શરૂ કરીને એ સિકંદર સાથે છેલ્લા થોડા કલાકો દરમિયાન જે રીતે વર્ત્યો હતો એ બધું જ ભયાનક હતું.

"મહેરુકાકા", એણે ધીમેથી મહેરુને પૂછ્યું હતું, "આ શૈલ આમ કેમ કરે છે?"

"બેટા, હું પણ એ જ સમજવાનો પ્રયત્ન કરી રહ્યો છું, મારો શૈલ આવો નહોતો..આ શૈલને મેં મારા હાથમાં રમાડ્યો છે, આ હાથે કોળિયા ભરાવ્યા છે. આટલો ધિક્કાર, આટલો તિરસ્કાર, બીજા માટેની આટલી કડવાશ મેં નથી શીખવી એને... મેં તો હંમેશા એને વહાલ કરતાં, પ્રેમ કરતાં, સારા થતાં, ભલા બનતાં શીખવ્યું છે. પણ, હું જોઈ શકું છું કે મારું શીખવેલું શૈલે સ્વીકાર્યું જ નથી. એ તો માત્ર ધિક્કાર શીખ્યો..સામેના માણસને તકલીફ આપતાં શીખ્યો. પ્રેમ કરવો, ચાહવું, સ્વીકારવું એ બધું ક્યાં ભૂલી આવ્યો આ છોકરો ?" મહેરુની આંખો ભરાઈ આવી. "હું ખરેખર કહુ છું, મારો શૈલ તો એટલો વ્હાલસોયો, એટલો મીઠો, એટલો સમજદાર હતો" નિમ્મી એમની સામે જોઈ રહી, કશું બોલી નહીં. પણ, એ સમજી શકતી હતી કે મહેરુચાચા જે શૈલની વાત કરતા હતા એ શૈલ દુનિયાની ભીડમાં ક્યાંક ખોવાઈ ગયો હતો !

અગ્નિસંસ્કાર પહેલાં શૈલ પોતાના ઓરડામાં ગયો. જઈને એણે પોતાનો ઓરડો જોયો તો એને સમજાયું કે અહી તો કશુંયે બદલાયું નથી. દરેકેદરેક ચીજ એ જેમ મૂકીને ગયો હતો એ જ સ્થિતિમાં હતી. આ ઘરમાં જાણે એના ગયા પછી કોઈ આવ્યું જ નહોતું. શૈલને થોડી નવાઈ લાગી. પણ, એણે ગાંઠ વાળી હતી કે કોઈની સાથે કોઈ વિષય પર વાત નહીં કરે એટલે એક અક્ષર બોલ્યા વિના પોતાના ઓરડામાં વસ્તુઓને જોતો રહ્યો, એનાં રમકડાં, એની નાની નાની વસ્તુઓ, એની પેન્સિલો અને બીજું કંઈ કેટલુંયે જીવની જેમ સાચવીને

રાખ્યું હતું મહેરુએ...દરેકેદરેક વસ્તુ સાથે એક લાગણી, એક ઈમોશન જોડાયેલું હતું. એક સ્મરણ હતું દરેક વસ્તુનું...દરેક વસ્તુમાં કશુંક એવું હતું જે મહેરુને એની માની અને ક્યારેક રઘુનંદનસિંહની યાદ પણ અપાવી રહ્યું હતું. જો કે શૈલને રઘુનંદનસિંહ વિશે કશું જ વિચારવું નહોતું. એને એમની તમામ સ્મૃતિ માત્ર અને માત્ર કડવી લાગતી હતી છતાં, ફરી ફરીને પિતાની સ્મૃતિ એના મનમાં આવી જ જતી હતી...ત્યાં પડેલી એક ગન ઉપાડીને એણે એના પર હાથ ફેરવ્યો, આ રઘુનંદનસિંહ એના માટે ઈંગ્લૅન્ડથી લાવ્યા હતા. એ હળવે હાથે હાથે એને પસવારતો રહ્યો...

આ ગન જ્યારે રઘુનંદનસિંહ જ્યારે લઈને આવ્યા ત્યારે એ જે રીતે ખુશ થયો હતો, જે રીતે ઉશ્કેરાઈ ગયો હતો, જે રીતે આનંદમાં એણે આખા ઘરમાં ફરી ફરીને આ ગનમાંથી ફાયર કર્યા હતા એ એને યાદ આવી ગયું...માએ જે રીતે પડીને બેભાન થઈ જવાનો અભિનય કર્યો હતો એ પળ યાદ આવી...સ્મૃતિ તો મધુરી હતી. પરંતુ, એની આંખમાં પાણી આવી ગયાં. એણે તરત જ આમ તેમ જોઈ લીધું. એ નહોતો ઈચ્છતો કે કોઈ પણ એની આ લાગણીભરી પળોને જુએ...શૈલ જાણે પોતાની બધી લાગણીઓ છુપાવીને પોતાના મનની વાત એક ખૂણે દબાવીને કોઈનીયે સામે પ્રગટ થયા વિના પાછો ફરી જવા માગતો હતો.

"ભાઈ..." શૈલરાજ પોતાના ઓરડામાં હતો, સિકંદર દરવાજે આવીને ઊભો રહ્યો.

"તેં મને ભાઈ કહ્યો ? હું તારો ભાઈબાઈ નથી. આવું બધું કહીને કોઈ કારણ વગર મારી નજીક આવવાનો પ્રયત્ન પણ નહીં કરતો...હું તારું મોઢું પણ જોવા નથી માગતો."

"મારે શું કામ તમારી નજીક આવવું પડે ? મને પણ તમારી સાથે વાત કરવામાં કે નજીક આવવામાં કોઈ રસ નથી."

શૈલ એની સામે જોઈ રહ્યો, "મને ભાઈ નહીં કહેવાનો સમજ્યો ?..."

"તમે મારા ભાઈ છો એટલે કહું છું, બાકી..." ખરેખર સિકંદરના મોઢે શું આવ્યું હતું એ ખબર નહીં, એ પોતાના શબ્દો ગળી ગયો. બંને જણા એકબીજા સામે આગઝરતી નજર સામે જોઈ રહ્યા.

"શું છે ?" શૈલે તુચ્છકારથી પૂછ્યું, "શું કામ આવ્યો છે અહીંયાં ?"

"મારા બાપની ચિતાને અગ્નિદાહ આપવા."

શૈલે એની સામે જોયું અને દાંત કચકચાવ્યા... "હું એ નથી પૂછતો." એણે જોરથી કહ્યું. સિકંદરના ચહેરા પર સ્મિત આવી ગયું. એ જાણતો હતો કે એણે આ જવાબ શૈલને ચીડવવા માટે જ આપ્યો હતો. પછી એણે ધીમેથી કહ્યું, "બહાર બોલાવે છે", સિકંદરના ચહેરા પર કોઈ ભાવ બદલાયા નહીં.

"આવું છું..." શૈલે કહ્યું, અને હાથથી તોછડાઈપૂર્વક સિકંદરને જવાનો ઈશારો કર્યો, સિકંદર એકાદ ક્ષણ ઊભો રહ્યો, કદાચ એને કંઈ કહેવું હતું. પણ, પછી એણે આગળ વાત નહીં કરવાનું નક્કી કરીને ત્યાંથી ચાલવા માંડ્યો. શૈલ એને જતો જોઈ રહ્યો...

'આ માણસ...' શૈલે દાંત કચકચાવ્યા, 'જતાં પહેલા હું આનો ફેંસલો કરીશ ! જીવનભર નહીં ભૂલી શકે મને'... પછી ઊભો થયો અને બહારની તરફ જવા લાગ્યો, "ઓય..." એણે બૂમ પાડી, " વીલનો ફેંસલો થાય એ પછી મને તું એક મિનિટ પણ તું મને અહીં નથી જોઈતો."

સિકંદરે સ્મિત કર્યું, એક સેકન્ડ એની સામે જોઈ રહ્યો, "એક, હું અહીં આવ્યો નથી, મને બોલાવ્યો છે અને બે, મારું કામ પતે પછી એક સેકન્ડ પણ અહીં રોકાવામાં મને રસ નથી. જેટલી મમતા તમને' શક્તિ પેલેસ' માટે છે એટલી બધી નહીં તો થોડી માયા મને પણ મારી માના ઘર માટે છે" એણે કહ્યું અને પછી શૈલની સામે જોઈને લગભગ એના જેટલા જ તુચ્છકારથી ઉમેર્યું, "દરેક માણસ તમારી જેમ પ્રદર્શન નથી કરી શકતો. પણ, મા તો દરેકને વ્હાલી જ હોય છે શૈલરાજસિંહ ઝાલા..."

"ઓહ શટઅપ..." શૈલે કહ્યું, "તારી માની તો વાત જ નહીં કરતો. એણે મારી માનું, અમારા બધાનું જીવન બરબાદ કર્યું છે, એણે જે કર્યું છે એ પછી ખરેખર તો તારે પણ એને ધિક્કારવી જોઈએ..."

"મારે શું કરવું જોઈએ એ તો હું નક્કી કરી લઈશ. તમે તમારું કામ કરો એટલે બસ..." સિકંદરે પહેલી વાર મોઢું ખોલીને શૈલ સાથે સીધી વાત કરી. અત્યાર સુધી ચૂપ રહેતો સિકંદર કદાચ ચૂપ જ રહેવા માગતો હતો પણ જે પળે એની માની વાત આવી એ પળે સિકંદરથી ચૂપ ન રહી શકાયું.

'શૈલને શું અધિકાર હતો પોતાની મા વિશે આવું કંઈ પણ બોલવાનો ?'

સિકંદરની મુઠ્ઠીઓ ભીંસાઈ ગઈ. એનું મગજ ફાટ ફાટ થવા માંડ્યું. એને ફરી એક વાર એની માની શિખામણ યાદ આવી અને એ ચૂપ થઈને બહાર ચાલ્યો ગયો. એણે પણ ગાંઠ વાળી, 'એક વાર સરખી રીતે અગ્નિસંસ્કારની વિધિ પતી જાય પછી હુંયે શૈલરાજસિંહ ઝાલાને સમજાવી દઈશ કે હુંય બોલી શકું છું....મારી પાસે પણ સામેના માણસને દઝાડી નાંખે, ઓગાળી નાંખે, ઊભો ઊભો સળગાવી નાખે એવી ભાષા છે. મેં આજ સુધી એ ભાષા વાપરી નથી એટલે મને એ ભાષા વાપરતાં નથી આવડતી એવું નથી.. એટલું તો શૈલરાજસિંહ ઝાલાને શીખવીને જ મોકલીશ અહીંથી...'

❋

રઘુનંદનસિંહની ચિતા હજી ઠંડીયે નહોતી પડી કે તરત એક મિટિંગ બોલાવવામાં આવી. મિટિંગમાં મધુભાઈ ઠક્કર, શૈલ, નિમી અને સિકંદર સહિત મહેરુ પણ હાજર હતો...

"સાહેબની ઇચ્છા હતી કે..."

"મારે નથી સાંભળવું. મને તમારા સાહેબની ઇચ્છાઓમાં રસ નથી મિ. ઠક્કર, વીલ ખોલો." શૈલે કહ્યું, મહેરુ અને મધુભાઈ એકબીજાની સામે જોઈ રહ્યા. એ બંને જાણતા હતા કે જે પળે વીલ ખૂલશે એ પળે વિસ્ફોટ થવાનો હતો. રઘુનંદનસિંહે જે વીલ કર્યું હતું એ વીલ સાંભળતાં જ આ બંને જણા પોતાની માનસિક સ્વસ્થતા ગુમાવીને ભયાનક રીતે વર્તવાના હતા. એની વીલની વિગતો જાણતા ફક્ત બે જણાને ખબર હતી. મધુભાઈએ ધીમેથી સીલ કરેલું એન્વેલપ સૌની હાજરીમાં ખોલ્યું.

---

## ૬

"હું રઘુનંદનસિંહ નરોત્તમસિંહ ઝાલા મારા પૂરેપૂરા હોશોહવાસ અને સંપૂર્ણ સમજદારી સાથે કોઈના પણ દબાણમાં આવ્યા વિના મારી સંપૂર્ણ ઇચ્છા મરજીથી મારી આ વસિયત લખાવું છું...આ પહેલાંની મારી તમામ વસિયતો રદબાતલ ગણીને મારી આ વસિયતને મારી આખરી અને છેલ્લી વસિયત ગણવી..."

મધુભાઈ ઠક્કર વસિયત વાંચી રહ્યા હતા. મધુભાઈ ઠક્કર, શૈલ, નિમ્મી, સિકંદર સહિત મહેરુ ઓરડામાં હાજર હતા. પણ, જાણે રઘુનંદનસિંહની હાજરી પણ એ ઓરડામાં વર્તાતી હતી. એ સદેહે હાજર નહોતા. પણ, એમની તસવીર એ ઓરડામાં સૌ સામે જોઈ રહી હતી. શક્તિબાની તસવીર પણ ત્યાં જ હતી.

શૈલ અને સિકંદર બંને જણા આ વસિયત સાથે સહમત નહીં થાય એની પૂરેપૂરી ખાતરી સાથે રઘુનંદનસિંહની વસિયત વંચાઈ રહી હતી. રઘુનંદનસિંહ જાણતા હતા કે આ આખીયે પરિસ્થિતિમાં એમણે પોતાના દીકરાઓને કઈ રીતે પોતાની વાત કહેવાની છે. જીવતાં જે વાત ન કહી શક્યા એ મૃત્યુ પછી પોતાની વસિયતમાં લખીને રઘુનંદનસિંહે દીકરાઓ પાસે પોતાની આખરી ઇચ્છા પૂરી કરાવવાનું નક્કી કર્યું હતું.

"આ વસિયતને મારી આખરી અને છેલ્લી વસિયત ગણવી...." મધુભાઈ ઠક્કરે થૂંક ગળે ઉતાર્યું, સૌની સામે જોયું અને ધીમે રહીને આગળ વાંચવા માંડ્યું.

"મારી બધી જ સંપત્તિ મારા બે દીકરાઓ વચ્ચે સરખે ભાગે વહેંચવી, શૈલરાજસિંહ રઘુનંદનસિંહ ઝાલા અને સિકંદર રઘુનંદનસિંહ ઝાલાને બરાબર પચાસ પચાસ ટકા સંપત્તિ વહેંચી આપવી. જામનગરના દરબારગઢની હોટલમાંથી થતી આવક બંને જણે દર વર્ષે પચાસ પચાસ ટકા વહેંચવી, નિલોફરના દાગીના સિકંદરે રાખવા. શક્તિની દરેક વસ્તુ શૈલરાજને મળે." મધુભાઈ ઠક્કર અને મહેરુએ સામસામે જોયું, સૌથી આખરી અને ભયાનક શર્ત હવે વંચાવાની હતી. સંપત્તિની ખરી વહેંચણી હવે થવાની હતી...

"શક્તિ પેલેસ શૈલરાજની મા શક્તિનું છે એટલે એ શૈલના નામે કરવું,

જયારે વરસોવાનો બંગલો નિલોફર માટે કરાવેલો એથી એ સિકંદરને મળશે.''

ખૂબ ન્યાયી અને સમજદાર વહેંચણી હતી. આમ તો...કોઈને કોઈ બાબતમાં અત્યાર સુધી કશું જ કહેવાનું નહોતું.

શૈલ અને સિકંદર અત્યાર સુધી તો સાવ શાંતિથી સાંભળી રહ્યા હતા. મધુભાઈએ સામે પડેલા ગ્લાસનું કોસ્ટર ખસેડીને પાણી પીધું અને ધીમે રહીને આગળ વાંચવા માંડ્યું.

''આ વસિયતનો અમલ તો જ થઈ શકે જો શૈલરાજ અને સિકંદર એક વર્ષ સુધી શક્તિ પેલેસમાં સાથે રહે.''

આટલું વાંચતાં જ શૈલનો ચહેરો ફરી ગયો. એના નાકનાં ફણાં ફડફડવા માંડ્યાં. આંખો લાલ થઈ ગઈ, લમણાંની નસો તંગ થઈ ગઈ. જડબાં ભીંસાઈ ગયાં...

એણે સળગતી આંખે સિકંદર સામે જોયું.

સિકંદરના ચહેરા પર કોઈ હાવભાવ નહોતા, એ માત્ર નીચું જોઈને વસિયત સાંભળી રહ્યો હતો.

''હું જાણું છું આ બધું આ રાસ્કલે હાજર રહીને કરાવ્યું હશે.''

''બાબા...'' મહેરુએ શૈલરાજ સામે જોયું, ''એ તો અહીંયાં હતો જ નહીં, આ વસિયત ભાઈએ જાતે કરી છે.''

''મને ના બનાવશો...હું નથી ઓળખતો એને ? એની માને ? બે જણા એક નંબરના ઉઠાવગીર છે.''

''બેટા, નિલોફર બાઈસા તો હવે છે નહીં...એને માટે...'' મહેરુનું ગળું ભરાઈ આવ્યું, એણે ખભે નાંખેલા ગમછાથી આંખો લૂછી, ''મારા હાથ બંધાયેલા છે ને હોઠ સિવાયેલા...બાકી હું તને કહેત કે તું શું બોલે છે અને કોના માટે બોલે છે !''

''મને બધી ખબર છે, આ એક નંબરનો રાસ્કલ છે. એ એમ માનતો હશો કે આ એક વરસ દરમિયાન પોતાનું ધાર્યું કરશે...'' શૈલે દાંત કચકચાવ્યા અને સામે પડેલા કાચના ટેબલ પર જોરથી મુક્કો પછાડ્યો, ''પણ, એવું થઈ નહીં શકે.''

સિકંદરે ન ઊંચું જોયું, ન એક શબ્દ બોલ્યો.

"જોયું ? બોલે છે કંઈ ?" શૈલરાજે કહ્યું, "હું બધું જાણું છું, આ એક વરસ દરમિયાન એ શું કરવા માગે છે એની મને ખબર છે." એ ઊભો થવા જતો હતો. પણ, નિમ્મીએ એનો હાથ પકડી લીધો. શૈલે અકળાઈને એની સામે જોયું, "નોનસેન્સ ! નોનસેન્સ છે આ બધું...હું કંઈ અહીંયાં રહેવાનો નથી."

"વેલ ! ઇન ધેટ કેસ..." મધુભાઈ ઠક્કર શૈલની સામે જોઈ રહ્યા, "તમને શક્તિ પેલેસ નહીં મળે."

શૈલ નિમ્મીનો હાથ ઝટકાવીને ઊભો થઈ ગયો. સીધો મધુભાઈ ઠક્કર તરફ ધસી ગયો, "એ નક્કી કરનારા તમે કોણ છો ?"

"નક્કી મેં નથી કર્યું" મધુભાઈના ચહેરા પર સ્મિત આવી ગયું, "તમારા પૂજ્ય પિતાશ્રી નક્કી કરીને ગયા છે. આ વીલમાં એવી શર્ત છે કે બેમાંથી જે સાથે રહેવાની ના પાડે તેને સંપત્તિમાંથી કશું જ ન મળે."

"જોયું ? એટલે આ કંઈ નહોતો બોલતો. હવે સમજાયું ને ?" શૈલે ભીંતમાં મુક્કો માર્યો. "પણ, હજી એને ખબર નથી, આઈ વીલ કિલ હિમ..."

"હજી એક વાત સાંભળી લો." મધુભાઈ ઠક્કર એક વકીલની જેમ શાંત અને સ્વસ્થ હતા, "આ સહનિવાસ દરમિયાન બેમાંથી કોઈનું પણ આકસ્મિક મૃત્યુ થાય તો સંપત્તિ બેમાંથી કોઈને નહીં મળે..."

"એટલે ?"

"એટલે, જો એ આકસ્મિક મૃત્યુ ખૂન કે ખૂનનો પ્રયાસ પણ સાબિત થાય તો સંપત્તિ બીજાના હાથમાંથી સો ટકા ચાલી જાય. તમારે આ સહનિવાસ દરમિયાન એકબીજાને સમજીને, એકબીજાની સાથે સારી રીતે અને સમજદારીથી રહેવાનું છે."

"તમે અમને શીખવાડનારા કોણ છો ?"

"શીખવાડતો નથી, વીલની શર્ત વાંચું છું." મધુભાઈએ સ્મિત કર્યું.

શૈલ ઊભો થઈને એમના તરફ ધસી ગયો, "તમે આ સિકંદર સાથે મળેલા છો. કેટલા પૈસા આપ્યા એણે ? હું એનાથી વધારે આપીશ. વીલની શરતો બદલી નાંખો..."

"શૈલ, શું કરે છે ?" નિમ્મીએ એને શાંત પાડવાનો પ્રયત્ન કર્યો.

"તું આમાં વચ્ચે નહીં પડતી...બાસ્ટર્ડ જાત પર ગયા વિના રહ્યો નહીં."

"બાબા...પ્લીઝ, આવી રીતે વાત નહીં કર...આમાં એનો કંઈ વાંક નથી."

"તો, કોનો તમારો વાંક છે ?" એ સીધો મહેરુ તરફ ધસી ગયો.

મહેરુ ઊભો થઈ ગયો, "શું કરીશ ? મારી નાંખીશ મને ? મારી નાંખ..." મહેરુની આંખો છલકાઈ આવી, "આ હાથમાં રમાડ્યો છે તને, આ હાથે કોળિયા ભરાવ્યા છે બાબા...આજે હું પણ તારો દુશ્મન થઈ ગયો ?"

શૈલરાજ સહેજ ઝંખવાઈ ગયો. કશું બોલ્યા વિના થોડી વાર ઊભો રહ્યો. એણે મહેરુની સામે જોયું, ત્યાંથી ઊભો થયો અને બહાર જવા લાગ્યો.

જતાં જતાં અટક્યો, "શક્તિ પેલેસ મારો છે, એની મારી પાસેથી કોઈ નહીં છીનવી શકે." સિકંદરની સામે આંગળી ચીંધીને જોરથી બરાડ્યો, "આ પણ નહીં..." નિમ્મી, મધુભાઈ ઠક્કર અને મહેરુ સ્તબ્ધ થઈ ગયાં.

સિકંદરના ચહેરા પર હજી પણ કોઈ હાવભાવ નહોતા. એ શાંત અને સ્વસ્થ હતો.

"બેટા.." મહેરુ એની નજીક ગયો અને એના ખભે હાથ મૂકયો, સિકંદરે ઊંચું જોયું. એની કથ્થાઈ આંખો, લાંબી પાંપણો અને ચહેરો જાણે સીધેસીધા નિલોફરના ઉઠાવીને મૂકી દીધા હોય એટલા બધા પ્રમાણસર અને પથ્થરમાંથી કોતરી કાઢેલી મૂર્તિ જેવા હતા. સ્વચ્છ બેદાગ ત્વચા અને ચહેરા પરનું ભોળપણ જોઈને મહેરુને વ્હાલ આવી ગયું. એણે હળવેથી એના માથે હાથ ફેરવ્યો, "આને હવે કોઈ સમજાવી શકે તો માત્ર તું જ..."

"હું ?" સિકંદરની આંખોમાં આશ્ચર્ય હતું.

"હા." નિમ્મી ઊભી થઈને સિકંદર તરફ આગળ વધી, "હવે શૈલને માત્ર તમે જ કન્વીન્સ કરી શકશો." નિમ્મીએ પહેલી વાર સિકંદર સાથે વાત કરી હતી. એની આંખોમાં આજીજી હતી. એ આવી ત્યારથી જોઈ રહી હતી કે શૈલ ખરાબ રીતે વર્તતો હતો. સિકંદર આખીયે પરિસ્થિતિમાં સાવ શાંત અને સ્વસ્થ રહીને વર્તતો હતો. શૈલના ગમે તેમ બોલવા છતાં, ગાળાગાળી કરવા છતાં

પણ સિકંદરે પોતાના મગજ પરથી એક વાર પણ કાબૂ નહોતો ગુમાવ્યો.

એની સ્વસ્થતા અને શાંતિ ખરેખર નિમ્મીને સ્પર્શી ગયાં હતાં. એની આંખોમાં દેખાતી ઉદાસી નિમ્મી વાંચી શકતી હતી. એની એકલતા અને ખાલીપો નિમ્મી જોઈ શકતી હતી...

એક સ્ત્રી તરીકે નિમ્મીના મનમાં સિકંદર માટે સાચા અર્થમાં સન્માન જન્મ્યું હતું.

અત્યાર સુધી એણે જે શૈલ જોયો હતો એના કરતાં સાવ જુદો, તોછડો, ગાળો બોલતો, દાંત કચકચાવતો શૈલ નિમ્મી માટે ડરામણો અને અસ્વીકાર્ય બનવા લાગ્યો હતો.

પોતે જેનો હાથ પકડીને અહીં પારકા દેશમાં આવી હતી એ માણસ જે રીતે વર્તી રહ્યો હતો એ જોઈને નિમ્મીને ભય લાગવા માંડ્યો હતો.

એની સામે જે સિકંદર વિશે શૈલ ગમે તેમ બોલતો હતો, જેની સાથે એ બેફામ રીતે વર્તતો હતો એ સિકંદર સ્વસ્થતાનો આંચળો ઓઢીને તદ્દન નિઃસ્પૃહ રહીને આખીયે પરિસ્થિતિમાં જે રીતે વર્તી રહ્યો હતો એ વાતે નિમ્મી ખરેખર પ્રભાવિત થઈ હતી.

એણે શૈલ પાસેથી જે કાંઈ સાંભળ્યું હતું એ પછી એણે ધાર્યું હતું કે સિકંદર એક છેલબટાઉ, વિચિત્ર પ્રકારનો, કદાચ ગુંડા જેવો અને લાલચુ માણસ હશે એને બદલે સિકંદર એક દેખાવડો, ડિસન્ટ, કોઈ પણ સ્ત્રીને ગમી જાય તેવું સન્માનનીય વ્યક્તિત્વ ધરાવતો, ઓછુંબોલતો, ઉદાસ અને એકલવાયો માણસ હતો.

"શૈલ બહુ જિદ્દી છે, તદ્દન સ્ટબ્બર્ન...બરબાદ થઈ જશે.પણ, સમજદારી નહીં બતાવે." નિમ્મીએ કહ્યું. એ સિકંદરની આંખોમાં જોઈ રહી હતી. એ કથ્થાઈ આંખોમાં જાણે કોઈ ભાવ જ નહોતા, એક ડૂબકી મારો તો ઊંડા ને ઊંડા ઊતર્યા જ કરો એવી એ બે કથ્થાઈ આંખો નિમ્મીની સામે જોઈ રહી હતી. નિમ્મી સહેજ ઝંખવાઈ ગઈ.

"તો હું શું કરું ?" સિકંદરનો અવાજ નિષ્કંપ, નિર્લેપ હતો, "મારે તો કશુંયે નથી જોઈતું. હું તો વરસોવાનો બંગલો પણ એને આપીને જવા તૈયાર છું...માત્ર એણે મને વચન આપવું પડે કે આ બંગલો આ જ હાલતમાં રહેશે

અને વેચાશે નહીં...'' પછી ફરી નીચું જોઈ ગયો, ''ક્યારેક આવું ત્યારે મને રહેવા દેવાનો...ધેટ્સ ઓલ !'' એ થોડી વાર શાંત રહ્યો. મહેરુ, મધુભાઈ ઠક્કર અને નિમ્મી ત્રણેય એની સામે જોઈ રહ્યાં હતાં, ''મને તો કશાયનો મોહ નથી. માયા છે એ ઘર સાથે, કારણ કે ત્યાં મારી માની રૂહ છે. બાળપણ છે મારું...'' એણે ઊંડો શ્વાસ લીધો, ''સારું-ખરાબ જેવું હતું...પણ, મારા બાળપણની યાદો સાથે મારી મા જોડાયેલી છે. બસ, એટલા પૂરતું એ ઘર મારે માટે..'' એ બોલતાં બોલતાં જ ચૂપ થઈ ગયો. એને લાગ્યું કે એની વાત કહેવાઈ ચૂકી હતી.

નિમ્મી એની સામે જોઈ રહી. પછી એણે મહેરુ સામે જોયું, મહેરુએ એને આંખોથી ઈશારો કર્યો એટલે નિમ્મીએ ધીમેથી ફરી કહ્યું, ''પ્લીઝ, શૈલને સમજાવો, એ અત્યારે ગુસ્સામાં છે, કાયદો સમજતો નથી...જાતે લોયર છે તો પણ ! એક વાર વીલ એક્ઝિક્યુટ થઈ જશે પછી કશું નહીં થઈ શકે.''

સિકંદરે ફરી એક વાર નિમ્મી સામે જોયું, પછી મહેરુ સામે જોયું. મહેરુએ ભીની આંખે સિકંદરને હાથ જોડ્યા, ''બેટા, એક વાર બાજી હાથથી નીકળી જશે તો કંઈ નહીં થાય...તું સંભાળી લે દીકરા...હું તને વિનંતી કરું છું...''

સિકંદર મહેરુ સામે જોઈ રહ્યો. શું કરવું અને શું ન કરવું એની અસમંજસ એના ચહેરા પર સ્પષ્ટ દેખાતી હતી.

એ જાણતો હતો કે શૈલને કંઈ પણ સમજાવવાનો અર્થ નહોતો. એનું પોતાનું મન જ રઘુનંદનસિંહના આ વીલ સામે વિદ્રોહ કરી રહ્યું હતું, 'શા માટે ? શા માટે મારે રહેવું જોઈએ, એવા માણસની સાથે જેને મેં જીવનભર ધિક્કાર્યો છે અથવા જેણે મને જીવનભર તિરસ્કાર્યો છે...' સિકંદરને વિચાર આવતો હતો, 'વરસોવાના એક બંગલા ખાતર હું એક વર્ષ માટે આ માણસનો તિરસ્કાર, એની અવહેલના, એનાં અપમાનો સહન કરું ? નથી જોઈતો મારે બંગલો.'

એ ઊભો થવા જતો હતો કે મહેરુએ એના બંને હાથ પકડી લીધા, ''બેટા, એની તો મતિ ભ્રષ્ટ થઈ ગઈ છે. કરોડોની સંપત્તિ આમ ગેરવલ્લે જાય તે તો...''

''આ સંપત્તિ મારી ક્યારેય નહોતી. હું તો અમથોય રઘુનંદનસિંહનો પોતાનો દીકરો નથી.''

''એવું નથી બેટા, તું તો જાણે છે ભાઈ તને કેટલું ચાહતા...''

''મને ?'' સિકંદરના અવાજમાં કડવાશ ઊભરાઈ આવી, ''બહુ ચાહતા

હતા મને... એટલે તો ક્યારેય અહીંયાં લાવીને રાખ્યો નહીં."

"બેટા, એમણે તો કેટલીયે વાર કહ્યું, પણ નિલોફર બાઈસા..."

"એ બધી જૂની વાતો છે. મારે કાદવ નથી ઉખેળવો. મને કોઈ રસ નથી. કચરામાં ફેંકી દો આ વીલ... ખાડામાં પડે રઘુનંદનસિંહ ઝાલાની સંપત્તિ... શૈલરાજ શું મારી સાથે રહેવાની ના પાડે... હું ના પાડું છું એની સાથે રહેવાની..."

"બેટા, ભાઈની આખરી ઈચ્છા..."

"તમારા ભાઈને ભાન નહોતું... બેવકૂફ જેવું વીલ બનાવ્યું છે. તમને શું લાગે છે, એ ટુકડો ફેંકશે, અમે કૂતરાની જેમ એ લેવા માટે એ જેમ કહેશે તેમ કરીશું? ગેટ લોસ્ટ... નથી જોઈતા મારે પૈસા, નથી જોઈતો મારે ભાગ. મારે નામ નથી જોઈતું એમનું. એમનું કશું જ નથી જોઈતું. હું ભૂલી જવા માગું છું કે એ મારા પિતા હતા. ઓ.કે.?" સિકંદરે પોતાના હાથ છોડાવીને મહેરુની સામે હાથ જોડી દીધા, "હું જાઉં છું અહીંથી અને ક્યારેય પાછો નહીં આવું. આ બધાંનું તમારે જે કરવું હોય તે કરજો..."

"આ તમારો આખરી નિર્ણય છે?" મધુભાઈ ઠક્કરે કોઈ આરોહ-અવરોહ વગરના અવાજમાં એક વકીલની જેમ પૂછ્યું.

"બિલકુલ નહીં..." સિકંદર જવાબ આપે એ પહેલાં મહેરુ વચ્ચે બોલ્યો, "એ ઉશ્કેરાટમાં છે. એને ભાન નથી એ શું બોલે છે..."

"મને પૂરેપૂરું ભાન છે મહેરુકાકા... લાવો મિ. ઠક્કર, ક્યાં સહી કરવાની છે? હું સહી કરી દઉં."

"ખબરદાર..." મહેરુ બે હાથ ફેલાવીને મધુભાઈ અને સિકંદરની વચ્ચે ઊભો રહી ગયો, "ખબરદાર જો કંઈ આડુંઅવળું કર્યું છે તો... એવું કંઈ નહીં કરતો બેટા, જે કમાનમાંથી નીકળેલા તીરની જેમ પાછું વાળી ના શકાય."

"મારે પાછું વાળવું જ નથી. મારે કશું જ જોઈતું નથી. મારી માની રુહ હું જ્યાં જઈશ ત્યાં મારી સાથે આવશે. વરસોવાના એ બેકાર બંગલાનો મોહ નથી મને. યાદ તો આપણી અંદર હોય છે મહેરુકાકા, આપણે એને વસ્તુઓ સાથે, માણસો સાથે કે સમય સાથે જોડીને સ્થૂળ બનાવી દઈએ છીએ." સિકંદરે કહ્યું

અને બહારની તરફ જવા લાગ્યો.

નિમ્મીને લાગ્યું કે સિકંદરને સમજાવી નહીં શકાય એટલે એને પડતો મૂકીને એ બહારની તરફ દોડી... શૈલરાજ કાળા માર્બલના થાંભલાને અઢેલીને, અદબ વાળીને ઊભો હતો. નિમ્મીએ પાછળથી જઈને એને બંને બાવડેથી પકડીને પોતાના તરફ ફેરવ્યો, "શું કરે છે તું? આટલા માટે આવ્યો હતો અહીં સુધી?"

"યુ કીપ અવે... તું આમાંથી બહાર રહેજે... દુનિયાની કોઈ પણ વસ્તુ માટે હું આ માણસ સાથે એક છત નીચે નહીં રહી શકું... એને જોતાંની સાથે મારું લોહી ગરમ થઈ જાય છે. હું ખૂન કરી બેસીશ એનું. પ્લીઝ... મને સમજાવવાનો પ્રયત્ન નહીં કરતી."

"શૈલ, તારી મૉમનું ઘર છે આ... વેચાઈ જશે. નામ બદલાઈ જશે. ભારત ક્યારેય પાછા આવવા માટે કોઈ જગ્યા નહીં રહે તારી પાસે."

"આમ તો હું એ જ ઈચ્છું છું. આ દેશ સાથે, આ જગ્યા સાથે મારો સંબંધ કાયમ માટે કપાઈ જાય એવું જ ઈચ્છું છું હું... મારે બધું ભૂલી જવું છે... આ ઘર સાથે જોડાયેલું મારું બાળપણ, મારા બાપની ઐયાશી, મારી માનાં આંસુ..." શૈલ સહેજ લાગણીવશ થઈ ગયો, "આવ્યો ત્યારે એવું વિચારીને આવ્યો હતો કે શક્તિ પેલેસ મારી માનું ઘર છે. એની યાદો અકબંધ રહે એટલા પૂરતું પણ આ ઘરને સાચવી રાખીશ... પણ એની કિંમત જો રઘુનંદનસિંહ ઝાલા માગે એટલી આપવાની હોય તો મને આ સોદો મંજૂર નથી. આખી જિંદગી એ માણસ સોદાબાજી કરીને જીવ્યો... મરતાં મરતાં પણ..." શૈલરાજને જાણે થૂંકવું હતું, એના પોતાના પિતાના નામ પર! એણે મહામહેનતે જાત પર કાબૂ રાખ્યો.

"શૈલ, આટલું મોટું ઘર છે. તમે એકબીજાની સામે પણ ના આવો એવી રીતે પણ સાથે રહી શકાય આ ઘરમાં. બે જણા બે વિંગ્સ વહેંચી લો... એકબીજાની વિંગમાં એકબીજાએ નહીં આવવાનું એવો નિયમ બનાવો..."

"મને આવા ફુલિશ સોલ્યુશન આપવાની જરૂર નથી... હું એ માણસને જોતાંની સાથે જ ઉશ્કેરાઈ જાઉં છું. મને મારા બાળપણની બધી જ કડવી સ્મૃતિઓ યાદ આવી જાય છે." એ સાચે જ ઈમોશનલ થઈ ગયો હતો, "તને શું લાગે છે નિમ્મી? હું એક વર્ષ સુધી રોજેરોજ લોહી બાળતો જીવીશ? કાં તો એને મારી નાખીશ, કાં તો હું મરી જઈશ."

"આને શું કહેવાય, ખબર છે ?" નિમ્મીએ શૈલરાજની આંખોમાં જોયું, "ઈગો, અભિમાન, અહમ્... બીજું કંઈ નહીં. જે વાત વીતી ગયાને વર્ષો થઈ ગયાં છે એને ગાંઠે બાંધીને તમે બંને જણા આવનારા ભવિષ્યને બરબાદ કરવા બેઠા છો. જે સ્ત્રીના દુઃખની મોટી મોટી વાતો કરે છે તું, એ સ્ત્રીને બહુ સુખ મળશે તું આ ઘર છોડી દઈશ એનાથી ? તું કહે છે કે રઘુનંદનસિંહે તારી માને દુઃખ આપ્યું... તો તેં કયું સુખ આપ્યું શૈલ ? કયું સુખ આપી રહ્યો છે તું ? જેનું ઘર છે આ, એને ભુલાવીને... એના નામને ભૂંસીને તારે બીજું કંઈ નથી કરવું, માત્ર તારું અભિમાન સાચવવું છે. તારા વેરને, તારા તિરસ્કારને જીવતો રાખવો છે. ફુલીશ તું છે શૈલ, હું નહીં... સિકંદર તારા બાપનો દીકરો નહોતો એમ કહે છે તું ! માનું છું... તો પછી જે માણસનો કોઈ અધિકાર નથી આ સંપત્તિ પર એની જીત થવા દે છે ને તું ? જે માણસને તારે હરાવવો છે એને જ જીતાડે છે તું... સરસ..." નિમ્મી શૈલ સામે અજબ નજરે જોઈ રહી હતી, "મારે તને કંઈ કહેવાનું નથી. હું કહું તો તું સમજવાનો નથી એની મને ખાતરી થઈ ગઈ છે. એટલે તારે જે કરવું હોય તે કર શૈલ, પૂરી કર તારી જીદ."

આટલું કહીને નિમ્મી ત્યાંથી જવા લાગી. જાણે ઊંઘમાંથી જાગ્યો હોય એમ ચોંકીને શૈલે એનો હાથ પકડી લીધો, "એક મિનિટ... આઈ થિન્ક તું સાચું કહે છે."

"છોડ મને... હું ક્યારેય કશું સાચું કહેતી નથી. તને અહીં લાવી એ મારી ભૂલ, તને સમજાવ્યો એ મોટી ભૂલ... તું તારા રાજપૂતી લોહીની આગળ જઈને ક્યારેય કશું નહીં વિચારી શકે શૈલ... નેવર..." નિમ્મીએ ઝટકો મારીને હાથ છોડાવ્યો. એ અંદરની તરફ જવા લાગી.

અંદર જતાં જતાં અચાનક જ એના પગ રોકાઈ ગયા.

✱

"સરસ... બહુ જ સરસ બેટા... આખી જિંદગી જે સ્ત્રીએ તડપી તડપીને કાઢી એ સ્ત્રીના આત્માને સરસ તર્પણ આપી રહ્યો છે તું. બહુ શાંતિ મળશે એના આત્માને..."

"મને ઈમોશનલી બ્લેકમેઈલ કરવાની જરૂર નથી મહેરુકાકા, મારી મા હોત તો પણ કદાચ આવી શર્ત ના માનત... એ આ ઘરમાં ક્યારેય રહેવા નથી

આવી, જાણો છો તમે..."

"હા, એ જાતે રહેવા નથી આવી. કારણ કે એને હંમેશાં લાગ્યું કે આ ઘર એનું નથી. શક્તિબાનું છે... એ ઘર શક્તિબાનું થઈને રહે એ માટે એણે કેટલો ત્યાગ, કેટલું બલિદાન કર્યું છે?"

"ઈનફ... જેટલો ત્યાગ, જેટલું બલિદાન કરવાનું હતું અને જેટલી તકલીફો સહેવાની હતી એ બધું જ એણે કરી લીધું. હું એમાંથી કંઈ નહીં કરું."

"ખરી વાત છે, શું કામ કરે તું? તારે નિસબત શું છે આ ઘર સાથે?"

"નથી જ મહેરુકાકા..." સિકંદરના અવાજમાં દૃઢતા હતી, "મને કોઈ રસ નથી. શૈલરાજને 'શક્તિ પેલેસ' મળે કે જાય..."

"ને તને એમાં પણ રસ નહીં જ હોય કે તારી માએ મને લખીને આપેલા કાગળમાં શું લખ્યું છે..."

"શું?" સિકંદર મહેરુ સામે જોઈ રહ્યો, "હવે તમે નવાં પત્તાં નહીં ખોલો."

"પત્તાં? તું મહેરુને શું સમજે છે બેટા?" મહેરુનો અવાજ ધ્રૂજી ગયો, "આ ઘરનું નમક ખાધું છે. તારી માને પણ મેં શક્તિ બાથી ઓછું માન નથી આપ્યું, એટલું તો માને છે ને? એ પણ મને ખૂબ માનતાં એ પણ તેં જોયું છે..."

"એનું શું છે?" સિકંદરના અવાજમાં કંટાળો હતો, "મૂળ વાત પર આવો. શું લખીને આપ્યું છે મારી માએ તમને..."

"તારી માએ મને એક કાગળ આપ્યો છે એક બંધ કવરમાં... જે મારે તને જ આપવાનો છે. શક્તિ બાઈસાના જતા રહ્યાં પછી એક દિવસ એમણે આ કાગળ મને આપ્યો હતો, એમણે કહ્યું હતું કે મહેરુ, જો કોઈ દિવસ બે ભાઈઓ એકબીજાનાં ગળાં કાપવા તૈયાર થાય, લોહી લોહીનું દુશ્મન થાય કે એવી સ્થિતિ આવે, જ્યાં તમારી પાસે કોઈ ઉપાય ના રહે ત્યારે આ કાગળ સિકંદરને આપજે."

"આ તો ઠીક છે કે આવું થયું. પણ આવું ના થયું હોત તો આ કાગળ..."

"મારી સાથે લાકડામાં જાત..." મહેરુના અવાજમાં સ્વાભિમાન અને ઈમાનદારીનો ગર્વ છલકાઈ ઊઠ્યો, "કંઈ કેટલાંય રહસ્યો દફન છે આ

છાતીમાં... હું મરી જાત એની સાથે બધાં જ રહસ્યો બળીને ભસ્મ થઈ જાત બેટા..."

"ક્યાં છે એ કાગળ?"

"હમણાં લઈ આવું." મહેરુ કાગળ લેવા દોડ્યો.

દરવાજે અટકી ગયેલી નિમ્મી અંદર જવું કે ઊભા રહીને શું થાય છે એની રાહ જોવી એ નક્કી કરવાનો પ્રયાસ કરવા લાગી.

સિકંદર ત્યાં જ ઊભો રહીને થોડીક ક્ષણોમાં ખૂલનારા એની માના હસ્તાક્ષરોમાં લખાયેલા કોઈ એવા રહસ્યની રાહ જોવા લાગ્યો, જે કદાચ શૈલરાજ સાથે નહીં રહેવાનો એનો નિર્ણય બદલવાની એને ફરજ પાડી શકે એમ હતું.

સિકંદરની આંખો મીંચાઈ ગઈ. એની આંખો સામે નીલોફરનો ચહેરો તરવરી ઊઠ્યો, "જિંદગીમાં કોઈ પણ દિવસ જો કટોકટી આવે, ઈમાન અને અભિમાન વચ્ચે કંઈ પસંદ કરવાનું આવે... તારા લોહી અને તારા સ્વમાન વચ્ચે જો લડાઈ થાય બેટા, તો તારા લોહીને, તારા ઈમાનને પહેલાં સંભાળજે.... તું મારો દીકરો છે. ઈમાનદારી અને કુરબાની શીખવ્યાં છે મેં તને... મારું દૂધ અને મારું લોહી શરમથી ઝૂકે નહીં એટલું કરજે બેટા."

"મા..." સિકંદરથી બંધ આંખે અસ્ફુટ સ્વરે બોલાઈ ગયું અને આંખોમાં ભરાઈ આવેલાં પાણી આંખના ખૂણેથી છલકાઈ પડ્યાં, "આ કેવી દુવિધામાં નાખી ગઈ છે મને? શું કામ?"

સિકંદરે આંખ ઉઘાડી ત્યારે મહેરુ સામે ઊભો હતો અને એના હાથમાં એક બંધ પરબીડિયું હતું, જેના પર '૭૮૬ - બિસ્મીલ્લાહે રહેમાને રહીમ' લખેલું હતું... સિકંદર માના અક્ષર ઓળખી શકતો હતો.

સિકંદરના હાથમાં એ પરબીડિયું જાણે એની માની આંગળીઓ સ્પર્શતું હોય એટલી ઋજુતાથી પકડાયેલું હતું.

આ પરબીડિયું હમણાં ખોલું કે પછી એ વિચારે સિકંદરનું મન દ્વિધામાં પડી ગયું, 'આમાંથી કંઈ એવું તો નહીં નીકળેને કે જે મને બાંધી દે...મારી પાસે કંઈ એવું કરાવે જે હું કરવા નથી માગતો...' સિકંદરને વિચાર આવ્યો.

પણ, એની માના અક્ષર એને એક એન્વેલપ ખોલીને વાંચવા લલચાવી રહ્યા હતા.

આટલાં વર્ષો સુધી આ કાગળ મહેરુએ શું કામ જાળવી રાખ્યો ? પોતાને શું કામ ન આપ્યો અને આજે જે સ્થિતિ ઊભી થઈ એ જ વખતે મહેરુએ આ પત્ર એને શું કામ આપ્યો ? આવા અનેક સવાલ સિકંદરના મનમાં રહી રહીને ઊભરાતા હતા. પણ, આ પ્રશ્ન પૂછવાને બદલે એ માત્ર મહેરુની સામે જોઈ રહ્યો.

મહેરુ સિકંદર આ પત્ર ખોલે એની રાહ જોતો, એની સામે એકીટશે જોઈ રહ્યો હતો.

"ખોલ બેટા. વાંચ તારી માએ શું લખ્યું છે ?"

"મહેરુકાકા, તમે આજ સુધી આ કાગળ મને કેમ ના આપ્યો ?" આખરે સિકંદરે પૂછી જ નાંખ્યું.

"મેં તને કહ્યું ને, તારી માએ એક દિવસ આ કાગળ આપીને કહ્યું હતું કે 'જો કોઈ દિવસ બે ભાઈઓ એકબીજાનાં ગળાં કાપવા તૈયાર થાય, લોહી લોહીનું દુશ્મન થાય કે એવી સ્થિતિ આવે, જ્યાં તમારી પાસે કોઈ ઉપાય ના રહે ત્યારે આ કાગળ સિકંદરને આપજે'...બેટા, આજે એવી સ્થિતિ આવીને ઊભી રહી છે કે તું અને શૈલ એકબીજાના તિરસ્કારને અકબંધ રાખવા એ બધું ખોવા તૈયાર થયા છો જે તમારો અધિકાર છે..."

"અધિકાર ?" સિકંદરના ચહેરા પર એક કડવું સ્મિત આવી ગયું, "એ શબ્દનો અર્થ જ મને ખબર નથી, કયા અધિકારો મળી ગયા મને ? કોણે સ્વીકાર્યા ? આજે મિલકત આપી દેવાથી મારા અધિકારો મને મળી જશે એમ માને છે રઘુનંદનસિંહ ઝાલા ?"

"બેટા, જે જીવતા જ નથી એની વિશે ચર્ચા કરવાનો શું અર્થ ? તું તો જીવે છે, તારી પાસે હજી ઘણાં વર્ષો છે."

"એમ ? એવી કોઈ ખાતરી છે તમારી પાસે ?"

"બેટા, ખાતરી તો કોઈ બાબતની ક્યાં હોય જ છે ? જીવનમાં જો ખાતરીઓ અને વિશ્વાસ અકબંધ રહેતાં હોત તો માણસ ક્યારેય દુઃખી ના હોત...આ બધી વિશ્વાસ તૂટ્યાની પીડા છે..."

"મહેરુકાકા, સાચું પૂછો તો મને આ કાગળ ફાડીને ફેંકી દેવાની ઇચ્છા થાય છે. હું મારી માને જે રીતે ઓળખું છું એ રીતે એણે મને શૈલરાજ વિશે ચાર શિખામણો આપી હશે, નમીને રહેવાનું, એનો તિરસ્કાર સહન કરવાનો, ગમે તેમ તોય તારો મોટોભાઈ છે...વગેરે વગેરે ભાષણ કર્યાં હશે. મને એમાં કોઈ રસ નથી. મારી મા કે શક્તિદેવી કોઈ હવે જીવતાં નથી અને હું માનું છું ત્યાં સુધી એમની લાગણીઓ પણ એમની સાથે જ મૃત્યુ પામી છે."

"બેટા, માણસ મરી જાય છે પણ એની સ્મૃતિ અકબંધ રહે છે એવી જ રીતે મરી જતા માણસ સાથે એની લાગણી મૃત્યુ નથી પામતી. એકવાર વાંચી તો લે બેટા...તારી માએ શું લખ્યું છે?"

"જુઓ મહેરુકાકા, મારા ઉપર આ બધી વાતોની અસર થવાની નથી...તમે કહેશો તો હું આ કાગળ વાંચી લઈશ. પણ, એથી એ મને જે કાંઈ કહે એ હું માની જ લઈશ એવું નથી."

"એવો આગ્રહ હું રાખતો પણ નથી બેટા, હું તો બસ એટલું ઇચ્છું છું કે તું આ કાગળ વાંચ...પછી તારી ઇચ્છા..." આટલું કહીને મહેરુ ત્યાંથી ચાલી ગયો. સિકંદર હજી પણ પરબીડિયું હાથમાં પકડીને અસમંજસમાં ઊભો હતો.

મહેરુના ગયા પછી નિમ્મી દાખલ થઈ.

"શું વિચારે છે સિકંદર?" એણે બહુ જ સ્વાભાવિકતાથી સિકંદરના ખભે હાથ મૂકી દીધો, "ખોલ અને વાંચ તારાં મોમે શું લખ્યું છે?"

"તને...આઇ મીન તમને કેવી રીતે ખબર..."

"મેં સાંભળ્યું...મહેરુ અંકલ જે કંઈ કહી રહ્યા તે ખોટું નથી સિકંદર...નાઉ વી નો કે શૈલરાજ નહીં સમજે..."

"એટલે મારે સમજવાનું" સિકંદરે એની વાત વચ્ચેથી જ કાપી નાંખી, "મારે એ સમજવું છે કે તમને શું રસ છે આખી વાતમાં? તમે શૈલરાજને ચાહો છો" એણે સહેજ અટકીને નિમ્મીની આંખોમાં જોયું, "કદાચ..."

"યસ! આઈ લવ હીમ."

"તો તમે એટલા પૂરતો જ સંબંધ રાખો...એની સંપત્તિ એને મળે એવું ઇચ્છતાં હો તો કાયદાની મદદ લો."

"હું તમારી મદદ માગું છું." નિમ્મીની આંખોમાં એક અજબ જેવો વિશ્વાસ અને આજીજીનું મિશ્રણ હતું.

"શું કામ ?" સિકંદર ચિડાઈ ગયો, "તમે મને પૂરો ઓળખતાં પણ નથી અને મારી પાસેથી મદદની આશા રાખો છો ? હું શું કામ તમારી મદદ કરું ?"

"એક માણસ એક માણસની મદદ શું કામ કરે છે સિકંદર ?"નિમ્મીએ સિકંદરના ખભા પર મૂકેલો પોતાનો હાથ ઉઠાવીને સિકંદરનો હાથ પકડી લીધો, "એક માણસની એક માણસ સાથે શું ઓળખાણ હોય છે ? એક માણસ એક માણસ પર વિશ્વાસ શું કામ કરે છે ? આની પાછળ કોઈ લોજીકલ કારણો નથી હોતાં...હોય તો આપી નથી શકાતાં..."

"લુક મેડમ, હું સમજું છું કે આ બંગલો જોઈને તમને આ પ્રોપર્ટીમાં અને શૈલરાજને મળનારી સંપત્તિમાં રસ પડ્યો હશે..."

"સંપત્તિ ?" નિમ્મીના અવાજમાં ધાર નીકળી આવી. એણે સિકંદરની આંખોમાં જે રીતે જોયું એ સિકંદરથી સહી શકાયું નહીં, "તમારા હાથમાં તમારી માના અક્ષરો છે. એક વાર આ એન્વેલપને તમારા હૃદય પાસે લઈ જાવ અને જવાબ આપો મને કે તમારે માટે આ બધું શું ફક્ત સંપત્તિ છે ? બજારમાં વેચીને જેની ઊંચી કિંમત આવે એવી જમીનો, એવા બંગલા માત્ર છે આ ? તમારો ઝઘડો સંપત્તિ માટે છે ?"

"તમે કહેવા શું માગો છો ?"

"કંઈ નહીં" નિમ્મીએ સિકંદરનો હાથ છોડીને ખભા ઊંચક્યા, "હું શું કહેવા માગું છું એની ચિંતા કર્યા વિના તમારા મોમનો આ પત્ર વાંચી લો." થોડી વાર ચૂપ રહીને પછી ઉમેર્યું, "હું કદાચ એટલું જ કહેવા માગું છું."

નિમ્મી પણ ત્યાંથી ચાલી ગઈ.

સિકંદરે ધીમે રહીને પરબીડિયું ખોલ્યું.

પરબીડિયું હાથમાં પકડતાં જ એને સમજાયું હતું કે પત્ર બહુ લાંબો નથી.

એણે ધડકતા હૃદયે અંદરથી કાગળ કાઢ્યો અને વાંચવા માંડ્યો, "વ્હાલા બેટા સિકંદર..." એણે જાણે એની માનો અવાજ સંભળાતો હતો, પત્રમાં નીલોફરનો ચહેરો દેખાતો હતો, લાંબી પાંપણોવાળી એ કથ્થાઈ આંખો પત્રમાંથી

એની સામે જોઈ રહી હતી, એ ઉદાસ-નમણો ચહેરો અને એના હાલતા બે હોઠ જાણે સિકંદરને જાતે જ આ પત્ર વાંચી સંભળાવતા હતા, "આ પત્ર તને મળશે ત્યારે હું ચોક્કસ આ દુનિયામાં નહીં હોઉં... આ પત્ર તારા હાથમાં આવશે ત્યારે તું ચોક્કસ એક દુવિધામાં ફસાયેલો, તારી કડવાશથી ઘેરાયેલો, તારા તિરસ્કારમાં ડૂબેલો અને તારા પોતાના અહમ્‌માં જ બંધાયેલો હોઈશ... મેં તને કોઈ સલાહ આપવા, સમ-સોગંદ આપવા, બાંધવા કે તારી પાસે કોઈ વચન લેવા આ પત્ર નથી લખ્યો એટલે હવે પછી જે વાંચે તે નિરાંતે વાંચજે..."

સિકંદરે ઊંડો શ્વાસ લીધો, 'મને કેટલું ઓળખે છે મારી મા !' એને વિચાર આવ્યો, થોડી વાર એ એમ જ અન્યમનસ્ક જેવો ઊભો રહ્યો પછી આગળ વાંચવા લાગ્યો, "જિંદગીમાં દરેક વખતે આપણને જે અને જેટલું જોઈએ એટલું નથી જ મળતું... અલ્લાહની બંદગી કરવાનો આપણને અધિકાર છે, એની પાસે જે જોઈએ તે માગવાનો પણ આપણને અધિકાર છે, પણ એને આપણી માગણી નકારવાનો, આપણને ના કહેવાનો અધિકાર છે... મેં મારા અલ્લાહ પાસે જે માગ્યું એ બધું એણે મને આપ્યું. તારા અબ્બુને હું પતિ નથી કહી શકતી એ સાચું.. પણ, એથી તું મારું અનૌરસ સંતાન નથી બેટા... તું મારા પ્રેમનું, મારી સચ્ચાઈનું, મારી ઝંખનાનું ફળ છે. તું જ્યાં સુધી આ ધરતી પર રહીશ ત્યાં સુધી તારા પિતા અને મારી વચ્ચેનો સંબંધ શ્વાસ લેશે."

આ લખું છું તને એ કહેવા કે કોઈનેય તિરસ્કારીને કશુંય મળતું નથી. ધિક્કારની લાગણી બીજા સુધી તો પછી જાય છે પહેલાં એ તમારી અંદર તમને સતાવતી, તમને પજવતી, તમારું લોહી ઉશ્કેરતી જીવે છે. તું શૈલરાજને ધિક્કારતો હોઈશ, ધિક્કારી શકે છે, એને મારી નાંખવાની ઇચ્છા થતી હશે તને ! કદાચ એ પણ એવું જ વિચારતો હશે. પણ, તારી જાતને માત્ર એક સવાલ પૂછજે - એની જગ્યાએ તું હોત તો તેં શું કર્યું હોત ? તારી માને રડતી-તડપતી તું જોતો રહ્યો એમ એણે પણ જોઈ છે... જેમ તને તારી મા વ્હાલી છે એમ એને પણ વ્હાલી છે, જેમ તું માને છે કે તારી માને અધિકારો મળવા જોઈતા હતા એમ એ પણ માને છે...

સિકંદર બેટા, આપણે જ્યારે જ્યારે કોઈ પણ માણસ વિશે નિર્ણય કરીએ ત્યારે એક વાર આપણી જાતને એ માણસની જગ્યાએ મૂકી જોવી જોઈએ. દરેક માણસને પોતાની તકલીફ હોય છે. પોતાની સમસ્યા, પોતાના દુઃખ અને

પોતાની પીડાઓ હોય છે...માણસ માત્ર એમ માને કે એની પાસે અન્યાય થયો છે. તું જુદો નથી, જો તું એમ માનતો હોય તો...તારે માત્ર એટલું જ નક્કી કરવાનું છે કે તારે એ અન્યાયનો બોજ ઊંચકીને ચાલ્યા કરવું છે, કે બોજને ફેંકીને, પાછળ છોડીને, આગળ વધી જવું છે.''

સિકંદર સ્તબ્ધ થઈને વિચારતો રહ્યો, 'કેટલા ઓછા શબ્દોમાં કેટલી મહત્ત્વની વાત કહી હતી મારી માએ !'

''બેટા'' નિલોફરનો અવાજ જાણે એને પત્રમાંથી કહી રહ્યો હતો, ''જિંદગી આપણે ઈચ્છીએ એમ ન જીવી શકાય એ વાત સાચી પણ આપણને જે મળે એમાંથી જિંદગી તો બનાવી જ શકાય...હું ઈચ્છું છું કે તું શૈલરાજને પણ સમજે. તમારા બેની લગભગ સરખી પરિસ્થિતિ માટે એની સાથે સમજદારીથી વર્તે...આ મારી ઈચ્છા છે ! એ પછી તારે જેમ કરવું હોય તેમ તું કરી શકે છે. માત્ર આપણા અહમ્‌ને કે આપણા ઉઝરડાને પંપાળ્યા કરવાથી આપણે સાચા છીએ એવું સાબિત નથી જ થતું, ખરેખર તો એને છોડી દેવાથી જ આપણને સાચી દિશા અને સાચા જવાબો જડતા હોય છે.''

સિકંદર પત્ર વાંચીને થીજી ગયો હતો.

માએ લખેલી વાત તદ્દન સાચી હતી. એને સ્વીકાર્યા સિવાય છૂટકો નહોતો પણ જો એને સ્વીકારવા જાય તો રઘુનંદનસિંહ ઝાલાની વસિયત પ્રમાણે બે ભાઈઓએ એક વર્ષ સાથે રહેવું પડે...

'શું હું રહી શકું ?' એણે જાતને પૂછ્યું. પછી વિચારોને ખંખેરીને મહેરુકાકા, નિમ્મી અને મા જે કહેતાં હતાં એ વાત પર આગળ વધવાનું નક્કી કરીને શૈલરાજ ઊભો હતો ત્યાં, પોર્ચના થાંભલા તરફ આગળ વધ્યો, એ જાણતો હતો કે પહેલા પ્રયત્નમાં નકાર અને તિરસ્કાર નિશ્ચિત છે પરંતુ એણે નક્કી કરી લીધું કે હવે કોઈ પણ ભોગે એ પોતાની માની ઈચ્છા પૂરી કરશે. અહમ્ અને ઉઝરડાને બાજુએ મૂકીને સાચી દિશા અને સાચા જવાબો શોધવાનો પ્રયત્ન કરશે.

---

**પોર્ચના** થાંભલા પાસે ઊભો રહીને એના પર મમતાથી હાથ ફેરવી રહેલા શૈલરાજને બોલાવવો કે નહીં એનો વિચાર કરતો સિકંદર થોડી વાર ઊભો રહ્યો. એણે બે-ચાર ક્ષણ પોતાની જાત સાથે મથામણ કરી અને પછી આગળ વધીને શૈલરાજને બોલાવ્યો, "શૈલ..."

થાંભલા ઉપર હાથ ફેરવી રહેલો શૈલરાજ જાણે નાના બાળકને સ્પર્શતો હોય એટલી મૃદુતાથી સ્પર્શી રહ્યો હતો.

આજ થાંભલા ઉપર ટેકો દઈને બેઠેલી માના ખોળામાં કેટલીયે વાર મોડી રાત સુધી પોતે ઊંઘતો એ એને યાદ આવ્યું, પિતાની રાહ જોતા થાકી જતી માની આંખમાં પાણી જોઈને પોતાની ઊંઘ ઊડી જતી.

માની આંખમાંથી ગાલ પર ટપકી જતાં ગરમ ગરમ આંસુ શૈલરાજ જાણે આજે પણ અનુભવી રહ્યો હતો. એનો ચહેરો નાના બાળકની જેમ અસહાય થઈ ગયો હતો.

બરાબર એ જ વખતે એણે સિકંદરનો અવાજ સાંભળ્યો, "શૈલ.."

શૈલરાજને પકડાઈ ગયાની લાગણી થઈ. મનની આવી લાગણીવશ સ્થિતિમાં એને કોઈ જુએ એ એને માટે અસહ્ય હતું. ખાસ કરીને એ સિકંદરની સામે જરાય નબળો કે લાગણીવશ દેખાવા માગતો જ નહોતો.

જાણે કાચી ઊંઘમાંથી કોઈએ હચમચાવીને જગાડ્યો હોય એમ શૈલની તંદ્રા તૂટી ગઈ, એણે ચોંકીને સિકંદર સામે જોયું, એની નજરમાં ગુસ્સો હતો.

"શું છે ?" એણે કહ્યું અને પછી તરત ઘૂરકિયું કર્યું, "તને કેટલી વાર કહ્યું છે કે મારી સાથે વાત કરવાનો પ્રયત્ન નહીં કરવાનો, કેમ આવ્યો અહીંયાં ?" શૈલરાજની આંખોમાં જાણે વેર આવીને પહેરો ભરવા માંડ્યું, "મને શૈલ નહીં કહેવાનું. શૈલરાજસિંહ ઝાલા નામ છે મારું...સાહેબ કહેવાનું અથવા સર...સમજ્યો ?"

"શું યાદ કરતા હતા તમે ?" સિકંદરે આ અપમાનનો ઘૂંટડો ગળે ઉતારીને

એની સામે સ્મિત કર્યું, એના સ્મિતમાં એક મોહિની હતી. મોટી કથ્થાઈ આંખોમાં સ્વીકારના ભાવ હતા. ગાલમાં પડતા ખાડા એને એટલો તો સોહામણો બનાવતા હતા કે શૈલે નજર હટાવી લેવી પડી.

"તને શું ફરક પડે છે ? મારે તારી સાથે કોઈ વાત જ નથી કરવી."

"તો પણ તમે જે રીતે થાંભલા પર હાથ ફેરવતા હતા એના પરથી હું સમજી શક્યો કે તમે મોટા બાઈ'સાને યાદ કરતા હતા."

"એય..." શૈલે ચપટી વગાડી અને સિકંદર સામે આંગળી ઉઠાવી, "મારી માનું નામ નહીં લેવાનું."

"હું ક્યાં એમનું નામ લઉં છું, હું તો એમને મોટા બાઇ'સા કહું છું' સિકંદરના ચહેરા પર હજી સ્મિત અકબંધ હતું, "તમે એમને યાદ કરતા હતાને ? સાચું કહું તો આ ઘરમાં દાખલ થતાંની સાથે મેં પણ એમને જ યાદ કર્યાં."

"મિલકત હાથમાંથી જશે એ વાતે ડરી ગયો લાગે છે..." શૈલ, કડવું હસ્યો, "પણ, તારા મસ્કા મારા પર કામ નહીં કરે, તું ને તારી મા મીઠું બોલવામાં પાવરધાં છો..." શૈલના મોઢા પર તિરસ્કાર તરી આવ્યો, "મારા બાપને એમ જ તો ફસાવ્યો એણે..."

"શૈલ..."

"શૈલરાજસિંહ" એક એક અક્ષર છૂટો પાડીને, એક એક અક્ષર પર જોર આપીને એણે કહ્યું, "શૈલરાજસિંહજી બોલ.."

"ભલે.." સિકંદરના ચહેરા પર સ્મિત જ હતું, "શૈલરાજસિંહજી, મારે તમારી સાથે વાત કરવી છે."

"પણ, મારે તારી સાથે વાત નથી કરવી." શૈલરાજ ઊંધો ફરી ગયો, "હું બને એટલો જલદી અહીંથી જતો રહેવા માગું છું."

"અને, આ બંગલો ?"

"જે થવાનું હોય તે થાય. મારી મા જ નથી રહી પછી એનું નામ સાચવવાનો શું અર્થ છે ? ભલે મધુભાઈ બધું વેચી-સાટીને ટ્રસ્ટમાં નાંખી દે...મને કોઈ ફરક નથી પડતો. મારી પાસે ઇંગ્લૅન્ડમાં ઘર છે, મારું કામ છે, મારી જિંદગી છે...તું રસ્તા પર આવી જઈશ." શૈલ હસ્યો, "કે પછી એની જ બીક લાગે છે ?"

"બીક ! શૈલરાજસિંહજી, એક એવા છોકરાને કોની બીક હોય જે જન્મે ત્યારથી જ એને ખબર હોય કે એની પાસે એના બાપનું નામ નથી ! એવા છોકરાને કોની બીક હોય જેની માને એણે રોજ એકલી રહેતી, લોકોનાં મ્હેણાં સાંભળતી, ચીંધાતી આંગળીઓ સામે નજર નીચી કરી દુપટ્ટાથી ચહેરાને ઢાંકીને પસાર થતી જોઈ હોય ?" એનો અવાજ તરડાવા લાગ્યો હતો, સ્મિત વિલાઈ ગયું હતું અને ગળું ભરાઈ આવ્યું હતું, "એવા છોકરાને કોની બીક હોય જેનું નામ લોકોને પછી ખબર પડે અને જેની જાત લોકો પહેલાં જાણી ગયા હોય ?" એણે શૈલરાજની આંખોમાં આંખો નાખી, "જાત એટલે ધર્મ નહીં શૈલરાજસિંહજી... જાત એટલે મારું અનૌરસપણું." એણે ઊંડો શ્વાસ લીધો, "સાદા ગુજરાતીમાં કહીએ તો હરામીપણું."

શૈલ સહેજ સહેમી ગયો. એણે નહોતું ધાર્યું કે સિકંદર આવી રીતે વાત કરશે. વળી, એણે ધીમા પગલે સિકંદરની પાછળ આવીને ઊભેલી નિમ્મીને પણ જોઈ લીધી હતી. શૈલ આ બધું પોતાની ધૂનમાં કહી રહ્યો હતો પણ નિમ્મી આ બધું સાંભળતી હતી. શૈલ એની સંવેદનશીલતાને સમજતો હતો, જાણતો હતો...અને, એટલે જ કદાચ એ સહેમી ગયો.

"મારું નામ લોકોને પછી ખબર પડતી. મને બાસ્ટર્ડ અને હરામી કહીને બોલાવવું એમને જરા સહેલું પડતું...મને કોની બીક હોય શૈલરાજસિંહજી..." એ થોડી વાર ચૂપ રહ્યો, "અને, જે ઘરમાંથી રસ્તા પર આવી જવાની વાત કરો છો તમે એ મારું તો ક્યારેય નહોતું. તમારા પિતાશ્રીએ દયા ખાઈને મારી માને આપેલી એક છત હતી...એ મારી મા સાથે જતી રહે, મને શું ફરક પડે છે ? કશો નહીં...રસ્તા પર જન્મેલાને રસ્તા પર આવી જવાની બીક ના હોય..હું તો રસ્તા પર જ હતો અને રસ્તા પર જ જીવીશ.. ક્યાંય પહોંચવાના અભરખા જ નથી મને, રસ્તો જ મારો સાચો પડાવ છે."

"આ બધું ઈમોશનલ ભાષણ મને શું કામ આપે છે ?" શૈલને સમજાયું નહીં કે સિકંદરની આ સાચી અને સીધેસીધી છાતીમાં પેસી જાય એવી વાતનો એણે શું જવાબ આપવો જોઈએ એટલે એણે વાત બંધ કરવા અમસ્તું જ પૂછી નાંખ્યું.

"ભાષણ ? તમને આ ભાષણ લાગે છે ?" સિકંદર હસવા લાગ્યો, જોર

જોરથી...એટલા જોરથી કે એના હાસ્યના પડઘા પડતા હતા. પોર્ચમાં ઘુમરાઈ ઘુમરાઈને જાણે એનું હાસ્ય શૈલને ચારે તરફથી ખૂંપી જતું હતું. નિમ્મીની આંખમાં પાણી આવી ગયાં. એ ચૂપચાપ સિકંદરની પાછળ જ ઊભી રહી. "ખરી વાત છે, મારી જિંદગીની સચ્ચાઈ તમારા માટે ભાષણ છે કારણ કે તમને ખબર જ નથી કે તડકો કોને કહેવાય ? કાંટા કોને કહેવાય ? તકલીફ કોને કહેવાય ? અભાવ કોને કહેવાય ? એકલતા કોને કહેવાય અને એમાંથી જનમતો એક માણસ જેનું આખું વ્યક્તિત્વ જ અધૂરું રહી જાય એવી ગાળ કોને કહેવાય ? મને હંમેશા એવું લાગ્યું કે મારો એક હાથ નથી અથવા મારો એક પગ નથી અથવા હું લંગડો છું, લૂલો છું, આંધળો છું, બોબડો છું..." સિકંદરને ડૂમો ભરાઈ ગયો, આંખો છલકાઈ પડી. શૈલની સામે આંખમાંથી પાણી બહાર ન આવી જાય એટલા માટે ઊંધો ફરી ગયો અને એની નજર પાછળ ઊભેલી નિમ્મી પર પડી.

બંનેની આંખો મળી. નિમ્મીની આંખોમાં એક અજબ જેવો સધિયારો હતો.

એ જાણે આભાર માનતી હોય એમ એણે સિકંદર સામે માથું હલાવ્યું.

એ જાણતી હતી કે સિકંદર આ બધું એટલા માટે કરી રહ્યો છે કારણકે પોતે એને શૈલને સમજાવવાનું કહ્યું છે. શૈલના અપમાનમાંથી જન્મેલી સિકંદરની આ વેદનાનું કારણ એ પોતે બની છે.

છેલ્લા ૨૪ કલાકથી ચૂપ રહેલો આ છોકરો પોતાની અંદર આટલી બધી આગ દબાવીને, આટલું અપમાન દબાવીને, આટલી પીડા દબાવીને ચૂપ બેઠો છે એ નિમ્મીને આ પળે સમજાયું હતું.

સિકંદરે એ તરફ જ ચહેરો રાખીને શૈલને કહ્યું, "એક બાળકને પિતા જ નથી એવી ખબર પડે ત્યારે એના શરીરમાં એક આખો ભાગ નથી...એવી લાગણી સાથે એને જીવનભર જીવવું પડે છે. એક નામ જે એના નામને પૂરું કરે, એક નામ જે એને ઓળખાણ આપે, ચહેરો આપે, સમાજમાં સ્વીકાર આપે એ નામ જ એની પાસે ન હોય તો એનું શું થાય એની તમને ખબર પડે છે ? સર...શૈલરાજસિંહજી..." આટલું કહીને એક નિઃશ્વાસ નાંખીને ત્યાંથી જવા લાગ્યો, એ નિમ્મી પાસેથી પસાર થતો હતો કે નિમ્મીએ એને હાથ પકડીને રોક્યો.

"જવા દે એને..." શૈલે નિમ્મીને કહ્યું, " મને કોઈ રસ નથી આ માણસની

રડારોળમાં...એને ને એની માને રડી રડીને ધાર્યું કરાવવાની ટેવ હતી પણ હું રઘુનંદનસિંહ ઝાલા નથી કે આની વાતમાં આવી જાઉં."

"શૈલ, એની વાત ખોટી નથી." નિમ્મીએ કહ્યું.

"ઓહ ! તો તને એના માટે સિમ્પથી થઈ ગઈ છે ?" શૈલે કટાક્ષથી ઉમેર્યું, "બિચારો સિકંદર..."

"સિમ્પથી નહીં શૈલ એની વાત સાચી લાગે છે. એને તો કંઈ ગુમાવવાનું નથી કારણકે એની પાસે કશું હતું જ નહીં." નિમ્મીએ કહ્યું, "પણ તું જે ગુમાવી રહ્યો છે એને માટે તો તું જિંદગીભર તરસ્યો છે. આ ઘર, તારી માની સ્મૃતિઓ, તારું બાળપણ અને એ બધું જ તને પાછું મળતું હોય ત્યારે માત્ર એક માણસના ધિક્કાર માટે કે તારા ઈગો માટે તું એને લાત મારવા માગે છે ?" નિમ્મીના ચહેરા પર પણ કટાક્ષયુક્ત સ્મિત આવી ગયું, "સિમ્પથી થાય તો તારા માટે થવી જોઈએ, નહીં ?"

"શટ અપ..." શૈલે કહ્યું પણ એને નિમ્મીની વાત સાચી લાગી હતી, હાડોહાડ પેસી ગઈ હતી.

"મને ચૂપ કરાવાથી શું થશે શૈલ ? ખરેખર તો તારે ચૂપ થવું જોઈએ અને ચૂપચાપ એક વર્ષ આ ઘરમાં કાઢવું જોઈએ."

"હું વચન આપું છું કે હું તમને કોઈ તકલીફ નહીં પડવા દઉં. તમને કશું પણ યાદ આવે, દુઃખ થાય એવું વર્તન નહીં કરું" સિકંદરે સ્વમાનને જાણે મુઠ્ઠીમાં જકડતો હોય એમ બંને હાથે મુઠ્ઠી વાળીને આંખ મીંચીને સખત પીડા સાથે કહ્યું, "આઈ પ્રોમિસ."

"જુઓ..."

"હવે શું જોવાનું ? હજી શું બાકી છે શૈલ ? આ તારા પગે પડે ? વિનંતીઓ કરે ?" નિમ્મીનો અવાજ ઊંચો થઈ ગયો, "એ બિચારો એ પણ કરવા તૈયાર છે...પણ, ખાલી એટલું વિચારી લે કે એક માણસ તરીકે તારી ફરજ શું છે ? એક દીકરા તરીકે તારે શું કરવું જોઈએ ? તને જે જોઈએ છે એ મેળવવાનો સાચો રસ્તો કયો છે ?" આટલું બોલતાં બોલતાં નિમ્મીની આંખો ફરી એક વાર ભરાઈ આવી, "મારે આનાથી વધારે કંઈ નથી કહેવાનું." એણે સિકંદરનો હાથ પકડ્યો

અને અંદરની તરફ ચાલવા લાગી, "ચાલ..." સિકંદર એની પાછળ લગભગ ઘસડાયો.

શૈલરાજે બંનેને જતાં જોઈ રહ્યો અને એણે મનોમન ગાંઠ વાળી, "હું રહીશ. આ ઘરમાં જ રહીશ પણ ૩૬૫ દિવસમાં એને ૩ લાખ ૬૫ હજાર ચાબૂક ના મારું તો મારું નામ શૈલરાજસિંહ ઝાલા નહીં." એના ચહેરા પર ક્રૂર સ્મિત આવી ગયું, "થેંક્યુ મિ. રઘુનંદનસિંહ...ખરેખર તો તમે મને મારું વેર લેવાની તક આપી છે. થેંક્યુ..."

✻

'શક્તિ પેલેસ'નું એ સહજીવન સરળ નહોતું જ.

જે બે જણા એકબીજાને એક પળ માટે ન સહી શકતા હોય એવા બે જણાએ જ્યારે એક છત નીચે રહેવું પડે ત્યારે પરિસ્થિતિ કેવી હોય એ ખરેખર વિચાર માગી લે એવી બાબત છે. શૈલરાજ અને સિકંદર બંને જણા મનોમન સાથે રહેવાનું નક્કી તો કરી ચૂક્યા, પણ એ સાથે રહેવાનો સમય કઈ રીતે વીતવાનો હતો એની આશંકા મહેરુ અને નિમ્મીને રહી રહીને થયા કરતી હતી.

શૈલરાજ પોતાનાં કપડાં પોતાના રૂમના વોર્ડરોબમાં ગોઠવી રહ્યો હતો, જ્યારે સિકંદર પોતાનાં કપડાં લેવા વરસોવા ગયો હતો. મધુભાઈ ઠક્કરે સાથે રહેવાની બાકીની શરતો બંને જણાને વાંચી સંભળાવી ત્યારે શૈલ અને સિકંદરના ચહેરા પર તો એવા મોટા ફેરફારો નહોતા થયા, પણ નિમ્મી અને મહેરુને સમજાયું હતું કે આ કેટલું અઘરું પડવાનું હતું.

રઘુનંદનસિંહ ઝાલાની વસિયતમાં માત્ર સાથે રહેવું એટલી જ શરત નહોતી. એની પેટા શરતોમાં બંનેએ દિવસમાં એક વાર સાથે જમવાનું હતું... એકબીજાની સાથે રહેવાનો અર્થ થતો હતો કે એમણે ઘરમાં કોઈ પ્રકારની દીવાલ કે ટેમ્પરરી પાર્ટિશન પણ ઊભું નહીં કરવાનું. જેમ એક કુટુંબના સભ્યો સાથે જીવે એવી જ રીતે બંને જણાએ સાથે રહેવાનું. શૈલરાજસિંહે પોતાનો ઓરડો વાપરવાનો, જ્યારે સિકંદર અહીં રહેવા આવે ત્યારે એને રઘુનંદનસિંહનો ઓરડો ફાળવી આપવો એવો સ્પષ્ટ નિર્દેશ કરવામાં આવ્યો હતો.

આ સહવાસ દરમિયાન જો બેમાંથી કોઈનું આકસ્મિક મોત થાય તો એની

પૂરેપૂરી તપાસ કરવામાં આવે અને જો બેમાંથી એક ખૂની પુરવાર થાય તો બધી જ મિલકત ટ્રસ્ટમાં ચાલી જાય...

સાથે રહેવાના આ સમય દરમિયાન બંને જણને દર મહિને વાપરવા દસ-દસ હજાર રૂપિયા મળે અને દસ હજાર રૂપિયા મહેરુને ઘરખર્ચરૂપે દર મહિને મળે...

આ સમય દરમિયાન બેમાંથી કોઈ લગ્ન કરવા માગે તો એનો ખર્ચ રઘુનંદનસિંહની ફિક્સ ડિપૉઝિટમાંથી કરવો એવો નિર્દેશ પણ એ માણસે સ્પષ્ટ કર્યો હતો.

વસિયત વાંચતી વખતે મધુભાઈ તો સ્વાભાવિક હતા, કારણ કે એમણે જ વસિયત લખી હતી. પરંતુ જ્યારે વસિયત વંચાતી હતી ત્યારે રઘુનંદનસિંહ ઝાલાની દૂરંદેશી અને બુદ્ધિ ઉપર નિમ્મી આફરીન થઈ ગઈ હતી. એને ખરેખર નવાઈ લાગી હતી કે આ માણસ કેટલે દૂર સુધી વિચારીને, કેવી વ્યવસ્થા કરીને ગયો હતો. જીવતાજીવત પોતાની ઈચ્છા પૂરી ન થઈ શકી, પરંતુ મૃત્યુ પછી આ બે ભાઈઓએ ભેગા રહેવું જ પડે એવી જડબેસલાક ગોઠવણ કરીને કદાચ એ ધારતા હતા કે આ ત્રણસો પાંસઠ દિવસના સહનિવાસ દરમિયાન શૈલરાજસિંહ અને સિકંદર વચ્ચે પ્રેમના અંકુર ફૂટે અને એક એવો સંબંધ પાંગરે કે જે માટે એ આખી જિંદગી તરફડ્યા હતા...

વોર્ડરોબમાં કપડાં ગોઠવતો શૈલરાજ બહુ નવાઈથી વોર્ડરોબમાં મૂકેલી વસ્તુઓને જોઈ રહ્યો હતો. એનાં રમકડાં, એનાં જૂનાં કપડાં, એના રૂમાલો સુધ્ધાં એ જ સ્થિતિમાં જળવાયાં હતાં. એના નવમા ધોરણનાં પુસ્તકો, એની નોટબુકો, એનું દફતર સુધ્ધાં મહેરુએ સાચવીને મૂકી રાખ્યું હતું...

જૂના આલ્બમ્સ અને બીજી કેટલીયે વસ્તુઓ હતી, જે શૈલરાજને એની અનિચ્છા છતાં વારંવાર ભૂતકાળની સફરે ઘસડી જતી હતી.

"નિમ્મી..." શૈલે અચાનક જ બૂમ પાડી. એના અવાજમાંના ઉત્સાહને સાંભળીને નિમ્મીને નવાઈ લાગી. એ ચાર બાય છની વિશાળ સ્લાઈડિંગ વિન્ડોમાંથી બહારની બગીચો જોઈ રહી હતી. શૈલને એનું વોર્ડરોબ કોઈ અડે કે ગોઠવે એ ક્યારેય ગમતું નહીં. અત્યંત વ્યવસ્થિત જીવન જીવતો રહેલો શૈલરાજ લગભગ ગાંડપણની હદે ચોખ્ખાઈમાં માનતો.

રસોડામાં ગોઠવેલાં ટીન્સ પણ એનાં લેબલ વંચાય એમ સુપર સ્ટોર્સમાં ગોઠવ્યાં હોય એમ એકબીજાની ઉપર વ્યવસ્થિત ગોઠવેલાં હોવાં જોઈએ. વૉર્ડરોબમાં મૂકેલાં કપડાં એકબીજાની ઉપર એની સાઇઝ અને રંગોના ચડતા-ઊતરતા ક્રમે ગોઠવાયેલાં હોવા જોઈએ. સૂટની અંદર પહેરવાના શર્ટ્સ અને રોજ પહેરવાના શર્ટ્સ અલગ. ટાઈ બધી નોટ વાળીને મૂકવાની અને હેન્ગર પર લટકાવેલાં કપડાંની હરોળમાં બે હેન્ગર વચ્ચે ઓછામાં ઓછી એક ઇંચની જગ્યા રહેવી જોઈએ.

નિમ્મી આટલી બધી પરફેક્ટ નહોતી જ. પૈસાવાળા મા-બાપની દીકરી નિમ્મી આવું બધું શીખી પણ નહોતી. એક-બે વાર એણે શૈલને મદદ કરવાનો પ્રયત્ન કર્યો, પછી એને સમજાયું કે એ મદદ કરવાને બદલે ગૂંચવાડા વધારે કરે છે. શૈલ એનાથી ચીડાય છે એટલે એણે આજે મદદ કરવાનો કોઈ પ્રયાસ કર્યા વિના શૈલને પોતાનો વૉર્ડરોબ ગોઠવવા દીધો.

એ બેડરૂમની બારી પાસે ઊભી રહીને બહારનો બગીચો જોઈ રહી હતી. ત્યાં અચાનક એણે શૈલની બૂમ સાંભળી, "નિમ્મી..." શૈલના અવાજમાં ઉત્સાહ હતો. નાના બાળકનું કુતૂહલ...

એણે ભાગ્યે જ શૈલનો આવો અવાજ સાંભળ્યો હતો. એને નવાઈ લાગી. એ શૈલની તરફ ફરી. શૈલના હાથમાં એક તસવીર હતી.

નિમ્મી એની પાસે ગઈ. એણે શૈલના હાથમાંથી તસવીર લીધી. એક દસ-બાર વર્ષનો છોકરો અને એક ત્રણ-ચાર વર્ષનો છોકરો એકબીજાની બાજુમાં ઊભા હતા.

"આ હું છું..." શૈલે મોટા છોકરાને બતાવતાં કહ્યું, "અને આ પેલો..." એણે નાના છોકરા પર આંગળી મૂકી.

"સાથે ફોટોગ્રાફ ?" નિમ્મીને ખરેખર નવાઈ લાગી.

"આ બાપુએ પાડેલો..." શૈલના અવાજમાં સહેજ કંપ હતો કદાચ, કે પછી નિમ્મીને એવું લાગ્યું, "અમારો એકમાત્ર સાથે ફોટોગ્રાફ છે, કદાચ..." શૈલ થોડી વાર સાવ ચૂપ થઈ ગયો. જાણે યાદોમાં ખોવાઈ ગયો હોય એમ શૂન્યમાં જોઈ રહ્યો. પછી એણે નિમ્મીની સામે જોયું, "નિમ્મી, તને ખબર છે, એક વાર મેં સિકંદરનું અપહરણ કરેલું."

નિમ્મી એની સામે જોઈ રહી, આશ્ચર્યથી, આઘાતથી.

શૈલ આગળ કહી રહ્યો હતો, "ત્યારે સિકંદર ત્રણેક વર્ષનો હશે. મારી પાસે લાઈસન્સ નહોતું, મને ગાડી ચલાવવાની છૂટ પણ નહોતી...બાપુ મને ક્યારેય ગાડી આપતા નહીં પણ, હું ગાડી ચલાવતાં શીખી ગયો હતો...બાપુની જાણ બહાર...ડ્રાઈવર મને મદદ કરતો." એ જાણે ધીમે ધીમે ભૂતકાળમાં સરતો જતો હતો. "એક દિવસ માટે બાપુ જામનગર ગયા હતા. રિઝોર્ટ્સના હિસાબો કરવા... ગાડી ઘરમાં જ હતી. મેં ડ્રાઈવરને આજથી ૨૦ વર્ષ પહેલાં પાંચસો રૂપિયા આપ્યા. લગભગ એનો અડધો પગાર..." એનો ચહેરો ગંભીર થઈ ગયો હતો "મેં ત્રણ વર્ષના સિકંદરને એના ઘરની બહારથી ઉઠાવી લીધો."

"વૉટ?" નિમ્મીએ આંખો પહોળી કરી નાંખી.

"યસ...મારે એને ફેંકી દેવો હતો રસ્તામાં ક્યાંક...એવી જગ્યાએ ઉતારી દેવો હતો જ્યાંથી એ પાછો જ આવી શકે નહીં." શૈલનો ચહેરો સહેજ ક્રૂર થઈ ગયો હતો પણ એના ચહેરા પર પીડાના ભાવ હતા.

"એટલે...તું એને એટલું બધું ધિક્કારતો હતો?"

"યસ...હું ઈચ્છતો હતો કે એ કાયમ માટે અમારા લોકોની જિંદગીમાંથી જતો રહે. મારી માની તકલીફ માટે, મારી માના દુ:ખ માટે, મારી મા સાથે થયેલા અન્યાય માટે હું એને અને એની માને જ જવાબદાર ગણતો હતો."

"પણ, શૈલ...ત્રણ વર્ષના બાળકને..."

"હું પણ કંઈ બહુ મોટો નહોતો. ૧૨-૧૩ વર્ષનો હોઈશ."

"ઓહ ગૉડ...પછી.." નિમ્મીએ પૂછ્યું એ અનાયાસે જ શૈલની નજીક આવી ગઈ હતી. એને શૈલનો હાથ પકડી લીધો, "તને ખબર છે આ ગુનાની તને સજા થઈ શકી હોત."

"મેં ક્યાં કહ્યું મને સજા નથી થઈ?"

"એટલે?"

"ત્રણ વર્ષના છોકરાને લઈને હું રખડતો રહ્યો, સવારે ૮ વાગે એ રેતીમાં રમતો હતો ત્યારે એને ચોકલેટની લાલચ આપીને મેં ગાડીમાં બેસાડી દીધો. હું ગાડી ચલાવતો રહ્યો અને એ ચોકલેટ ખાતો રહ્યો. મને હતું કે એ રડશે, કકળશે,

ઘરે પાછા જવાની જીદ કરશે પણ એણે કંઈ ના કર્યું. એ મારી સાથે કાલી-ઘેલી ભાષામાં વાતો કરતો રહ્યો. ભાઈ-ભાઈ કહીને મને કોઈ કારણ વગર વ્હાલ કરતો રહ્યો."

યુ મીન...

"યસ આઈ મીન ઇટ, નિમ્મી" શૈલ સાવ તરલ થઈ ગયો હતો. એની આંખોના ખૂણે બહુ જ આછી પણ ભીનાશ જોઈ શકતી હતી નિમ્મી, "ન એણે ખાવાનું માગ્યું, ન પાણી... હું એને જ્યાં પણ ઉતારવા માટે ગાડી ઊભી રાખતો અને ઊતરવાનું કહેતો એ આજ્ઞાંકિત બાળકની જેમ ઊતરી જતો. ઊતરીને આશાભરી આંખે મારી સામે જોઈ રહેતો. નિમ્મી, હું ગાડી ચલાવી જ શક્યો નહીં. દરેક વખતે એને ઉતારીને ભાગી જવાના મારા ઇરાદા ઉપર પાણી ફરી વળ્યું."

"શીટ ! તું અત્યારે કહે છે ત્યારે પણ મને બીક લાગે છે. ત્રણ વર્ષના બાળક સાથે..."

"નિમ્મી, આખરે સાંજે પાંચ વાગે હું એને લઈને ઘરે પાછો આવ્યો ત્યારે પણ એ ગાડીમાંથી ઊતરવા તૈયાર નહોતો. મારી સાથે રહેવા માગતો હતો એણે કંઈ જ ખાધું નહોતું, પાણી પણ પીધું નહોતું આટલા બધા કલાક..અને છતાં મારી સાથે રહીને એ એટલો તો ખુશ હતો જેની મને પોતાને નવાઈ લાગી."

"થેંક ગૉડ...તેં એને છોડી દીધો."

"પણ, મારા બાપે મને ના છોડ્યો."

"એટલે ?"

"એટલે એમ કે મારા બાપે ત્યાં સુધીમાં પોલીસ કમ્પ્લેન કરી હતી. પોલીસ મને લેવા આવી ગઈ હતી..."

"એમણે તને પકડાવી દીધો ?"

"બેરહેમીથી..."

"હું રડતો રહ્યો, માફી માગતો રહ્યો, મેં દસ વાર સૉરી કહ્યું. મારી માએ એમના પગમાં પાલવ પાથર્યો પણ એમના પર અસર ના થઈ. એમણે વગર લાઇસન્સે ગાડી ચલાવવાના અને ત્રણ વર્ષના બાળકના અપહરણ કરવાના

ગુનામાં મને લોકઅપમાં પુરાવી દીધો." એના દાંત ભીંસાઈ ગયા, જડબાં તંગ થઈ ગયાં, સામે લગાવેલા શક્તિબાનો ફોટા સામે એકીટસે જોઈ રહ્યો, "મારી મા પેલી પાંચ પૈસાની બાઈ પાસે ગઈ અને એને વિનંતી કરી, એણે એવું નાટક કર્યું કે જાણે એને એ ફરિયાદની ખબર જ નહોતી !" શૈલનો ચહેરો તંગ થતો જતો હતો, "મારી માએ એને કહ્યું ત્યારે એ જાતે પોલીસ સ્ટેશન આવી...અને એણે ફરિયાદ પાછી ખેંચીને મને છોડાવ્યો...મારા સગા બાપે મને છોડાવ્યો નહીં અને એની રખાત..." શૈલરાજે હાથમાં હતાં એટલાં કપડાં છૂટાં ફેંક્યાં અને વોર્ડરોબના ઉઘાડા દરવાજાને લાત મારી, "તું મને પૂછે છે કે હું શું કામ ધુત્કારું છું એ માણસને ? હવે સમજાય છે તને ? આવા તો કંઈ કેટલાયે કિસ્સાઓ છે...મારા સગા બાપે મને બીજા માણસો માટે હંમેશા અપમાનિત કર્યો છે, નીચો પાડ્યો છે...અને, ધુત્કાર્યો છે...હું એને ક્યારેય માફ નહીં કરી શકું. કારણ કે જીવતા તો એ જ કરતો રહ્યો મર્યા પછી પણ એણે મને ફરી એક વાર ઘૂંટણિયે પાડીને એ જ સ્થિતિમાં મૂકી દીધો છે...આઈ હેઈટ હીમ..હું ધિક્કારું છું રઘુનંદનસિંહ ઝાલાને..."

*

સમય કોઈનાય કહ્યામાં નથી રહેતો. માણસ ઈચ્છે કે નહીં સમય પોતાનું કામ જરૂર કરેછે. રઘુનંદનસિંહ ઝાલાની વસિયતમાં લખાયેલી ઈચ્છા પૂરી કરવા માટે શૈલરાજ અને સિકંદર જોડે રહેવા તો લાગ્યા પરંતુ બંનેમાંથી એકેય એક પળ માટે પણ શક્તિ પેલેસમાં શાંતિથી રહી શકે એમ નહોતા.

બંનેને ભૂતકાળની યાદો સતત સતાવતી રહેતી. એકબીજાનો ચહેરો જોતાંની સાથે જ ભભૂકી ઊઠતો ક્રોધ અને એકબીજા પ્રત્યેનો તિરસ્કાર એમને સતત અશાંત રાખતો અને છતાં અહીં સાથે રહેવું ફરજિયાત હતું.

સિકંદર વરસોવા જઈને પોતાની જરૂરિયાતની વસ્તુઓ લઈ આવ્યો હતો. ઘર સરખું બંધ કરીને, તાળાં મારીને સિકંદરે શક્તિ પેલેસને નિવાસસ્થાન બનાવવાનો પ્રયત્ન તો કર્યો હતો પણ અહીંયાં એનું મન એક પળ માટે પણ શાંતિ અનુભવી શકતું નહોતું.

મહેરુ બંને જણને જોઈ રહ્યો હતો. એકબીજાથી ભાગતા, એકબીજા સાથે વાત કરવાનું ટાળતા, બની શકે તો સામસામે આવવાનું પણ ટાળી જતા આ

બંને જણા એકછતની નીચે રહેતા તો હતા પણ જાણે એકબીજાને મારી નાંખવા કે નુકસાન પહોંચાડવાનો એકમાત્ર ઈરાદો લઈને જીવતા હોય એમ એમની આંખોમાં સતત ખુન્નસ ભરેલું રહેતું.

એક સમય સાથે જમવું એવો વસિયતમાં નિર્દેશ હતો એટલે બંને જણા ટેબલ પર સાથે બેસતા પણ બને ત્યાં સુધી એકબીજાની સામે જોવાનું પણ ટાળતા.

બંને ત્યાં સુધી એકબીજાથી દૂર રહેવાનો પ્રયાસ કરતા આ બંને જણા ખરેખર એકબીજાથી દૂર રહી શકતા નહોતા એ પણ મહેરુ અને નિમ્મી અનુભવી શકતાં હતાં. શૈલને સતત એ જાણવાની તાલાવેલી રહેતી કે બીજા ઓરડામાં સિકંદર શું કરી રહ્યો છે અને સિકંદર પણ શૈલ વિશે ચિંતિત રહેતો.

શૈલ અહીંયાં રહેવા આવ્યો ત્યારથી રઘુનંદનસિંહના બારનો ઉપયોગ સહેજ વધી ગયો હતો ! લંડનમાં હતો ત્યારે શૈલ શરાબથી દૂર રહેતો. મોટા ભાગે જો કોઈ પાર્ટીમાં કે સોશિયલી બહુ આગ્રહ કરવામાં આવે તો ભાગ્યે જ એકાદ બીયર લઈને સમય પસાર કરી નાખતો. પરંતુ, શક્તિ પેલેસમાં આવ્યા પછી શૈલે જાણે પોતાની જાતને જાણે શરાબને હવાલે કરી દીધી હતી. મોટા ભાગના સમયે એ પીધેલો રહેતો. અહીં કરવા માટે એની પાસે કોઈ કામ નહોતું એટલે મોટા ભાગના સમયે ખાલી બેસી રહેતો. શૈલ પિતાની લાઈબ્રેરી કે ઘરના બીજા ઓરડાઓમાં ફરતો રહેતો પણ પિતાના ઓરડામાં નહોતો જતો, કારણ કે એ ઓરડામાં સિકંદર રહેતો હતો.

એથી સાવ ઊલટું, સિકંદર પિતાના ઓરડાની બહાર પણ નહોતો નીકળતો.

ક્યારેક લાઈબ્રેરીમાં જઈને પુસ્તકો લઈ આવતો અને ચૂપચાપ બેસીને વાંચ્યા કરતો...

નિમ્મી જોઈ શકતી કે સિકંદર જે પ્રકારનાં પુસ્તકો વાંચતો એ ખૂબ બુદ્ધિશાળી માણસને સમજાઈ શકે એવાં જ પુસ્તકો હતાં. મેથેમેટિક્સ ઉપર, તર્કશાસ્ત્ર ઉપર કે ફિલોસોફી ઉપરનાં આ પુસ્તકો સિકંદરને વાંચતો જોઈને નિમ્મીએ એક વાર મહેરુચાચાને પૂછ્યું હતું, "આ સિકંદર બહુ ભણેલો છે ?"

"ક્યાંથી ભણે ? સ્કૂલમાં પણ માંડ ગયો છે, એને સારી અંગ્રેજી સ્કૂલમાં દાખલ કરાવેલો સાહેબે...પણ ભાગી જ આવતો, સ્કૂલમાં બેસતો જ નહીં.

આખરે કંટાળીને બોર્ડિંગમાં મૂક્યો પણ ત્યાંથી ફોન કરીને, રડી રડીને એવી ખરાબ હાલત કરી નાખી કે નિલોફર બાઇસા જઈને જાતે એને લઈ આવ્યાં..."

"પણ, એ જે વાંચે છે એ બધું..."

મહેરુએ નિમ્મીને સમજાવી હતી, "બુદ્ધિ તો બહુ છે એનામાં...કેટલું બધું જાણે છે પણ..."

મહેરુની સાથે વાત કરતાં નિમ્મી સમજી શકી કે પત્ની છોડી ગઈ ત્યાર પછી રઘુનંદનસિંહ માટે નીલોફર એક જ સહારો હતી. બુઢાપા તરફ ઢળતા જતા રઘુનંદનસિંહ પોતાના પિતાને ગુમાવ્યા પછી શક્તિબા ચાલી જવાને કારણે પાલીહિલ પરના ઘરમાં બહુ એકલા પડી જતા હતા. પત્નીને પોતે અન્યાય કર્યો છે એવું એક ગિલ્ટ પણ છાને ખૂણે એમને પીડી રહ્યું હતું. પત્ની અને પુત્ર બંને તરફ જરૂરી ફરજો તેઓ નથી બજાવી શક્યા એવું એમને સતત લાગતું એમાંયે શૈલની ઠંડી ઉપેક્ષા એમને વધુ ને વધુ તકલીફ આપતી. હવે પત્ની મૃત્યુ પામી ચૂકી હતી અને પુત્ર સાથે સંબંધો સુધારવામાં ઘણું મોડું થઈ ગયું એવું પણ રઘુનંદનસિંહને લાગતું હતું. આવી બધી ઘટનાઓએ એમને વધુ ને વધુ દારૂ તરફ ધકેલી દીધા હતા. નીલોફર એમનું ધ્યાન રાખતી હતી પણ રઘુનંદનસિંહ વધુ ને વધુ ચીડિયા સ્વભાવના, દારૂડિયા અને વિચિત્ર વર્તન કરતા થઈ ગયા હતાં. શૈલની કમી એમની જિંદગીમાં કોઈ પૂરી શકે તેમ નહોતું- સિકંદર પણ નહીં.

દારૂમાં સતત ડૂબેલા રહેતા પિતા અને 'રખાત'ના નામે ઓળખાતી માના વારંવાર થતા અપમાનને જોવાની સિકંદરને સમજણો થયો ત્યારથી જ ટેવ પડી ગઈ હતી. પિતાના વિચિત્ર અને ચીડિયા સ્વભાવને કારણે મા સિકંદરને એમની સામે હંમેશા રોકતી. પિતાએ દારૂ ન પીધો હોય તો એ સરસ વાતો કરતા, સિકંદરને ખોળામાં બેસાડતા, વહાલ કરતા પણ એકવાર દારૂ પી લે તો પછી ગાળો ભાંડતા - ક્રોકરી તોડતા, માની સાથે ગેરવર્તન કરતા અને એક વિચિત્ર રૂપ લઈ લેતા.

ટીનએજમાં આવેલા કિશોર થતા જતા સિકંદરને પિતાના આ બે રૂપ સમજાતાં નહીં. પણ એમની પાસે જવા કરતાં એમનાંથી દૂર રહેવું વધારે ફાવતું. મા દબાયેલી રહેતી, સિકંદરને પણ ધીમેથી બોલવાનુ-તોફાન નહીં કરવાનું -

અવાજ નહીં કરવાનો - દોસ્તોને ઘરમાં નહીં લાવવાનું કહ્યા કરતી. આ બધાને કારણે બાળપણથી જ સિકંદર દબાયેલો રહેવા લાગ્યો. એનામાં એક અજબ લઘુતાગ્રંથિ પ્રવેશતી ગઈ.

સિકંદર સ્કૂલમાં જવાનું ટાળતો. સ્કૂલમાં સાથે ભણતા છોકરાઓ સિકંદરને ચીડવતા - એને મૂંગો - બેવકૂફ - રખાતનો દીકરો કહેતા. એની સાથે રમવાની ના પાડતા. જબરદસ્તી કરીને મા સ્કૂલે મોકલે તો સિકંદર ઘરેથી નીકળતો - સ્કૂલ સામે બેસતા મોચીકાકાની સાથે બેસી રહેતો અને બાળકોની સાથે સ્કૂલ છૂટે એટલે પાછો આવતો. સમય જતાં એણે મોચીના કામમાં રસ લેવા માંડ્યો. પોતાનું વિજ્ઞાન - પોતાની જાણકારી અને સમજ કામે લગાડીને એ વધુ ઝડપથી, વધુ સારી રીતે કામ કેવી રીતે થાય એ વાત મોચીકાકાને સમજાવી શકે એટલું ઊંડું જ્ઞાન જૂતાં અને ચામડાંની બાબતમાં મેળવી ચૂકયો હતો.

એકલતા અને દબાયેલી બાળસુલભ ઊછળકૂદની શક્તિઓ સિકંદર હંમેશા કોઈ ને કોઈ કામમાં નાખતો. મોચીકાકાની સાથે, સ્કૂલની ગલીને નાકે બેસતા દરજીકાકાની સાથે, એમની દુકાને બેસતાં બેસતાં સિકંદરને સિલાઈની બાબતમાં પણ સારું એવું જાણવા મળ્યું હતું. દરજીકાકા શર્ટ કે પેન્ટનું, પંજાબી કે ફ્રોકનું કટિંગ કરતા હોય ત્યારે ટેલરીંગ ચોકથી માર્ક બનાવવાનું, કપડું પકડી રાખવાનું કે પેપર ઉપર કરેલા કટીંગ પ્રમાણે કપડું વેતરવાનું કામ કરતાં કરતાં સિકંદર જાતે કપડું વેતરવા લાગ્યો હતો એટલું જ નહીં કેટલીકવાર ગ્રાહકોને ડિઝાઇન બતાવવા, મેચીંગ કરી આપવા કે માપ લઈને અરજન્ટ આવેલું સિલાઈનું કામ સુધ્ધાં કરી આપવાનું કામ દરજીકાકાએ સિકંદરને સોંપવા માંડ્યુ હતું.

માનું સુરીલું ગળું સિકંદરને વારસામાં મળ્યું હતું. માએ હજી સુધી સંગીત છોડ્યું નહોતું એટલે મા સાથે સંગત કરવા આવતા નિયાઝમામા અને રહેમતચાચા પાસે સાંભળી સાંભળીને સિકંદર વાયોલિન વગાડતાં કયારે શીખ્યો એની કોઈને ખબર જ ન પડી. બારેક વર્ષનો સિકંદર જયારે એક દિવસ કોઈ ઘરમાં નહોતું ત્યારે નિયાઝમામાની વાયોલિન વગાડવા લાગ્યો. બહારથી આવેલા પિતા રઘુનંદનસિંહ અને મા લગભગ દસ-પંદર મિનિટ સુધી એને સાંભળતાં ઊભાં જ રહી ગયાં. પિતાએ જયારે સિકંદરને શાબાશી આપી ત્યારે સિકંદરને એની ચોરી પકડાઈ જવા જેવું લાગ્યું.

પિતાએ સિકંદરને સંગીત શીખવવાનો હુકમ આપી દીધો પણ જે દિવસથી

ટ્રેનિંગ શરૂ થઈ એ જ દિવસથી સિકંદરને સંગીતમાંથી રસ ઊડી ગયો. નિયાઝમામાના આવવાના સમયે જ બરાબર સિકંદર ભાગી જતો. મા કે રહેમતચાચા શોધવા આવે તો સામેવાળા રોડ્રીકસના ગેરેજમાં એની બાજુમાં - મોટરની નીચે સૂઈ જતો. રોડ્રીકસને બાળકો નહોતાં એટલે એને સિકંદર ખૂબ ગમતો. સિકંદર રોડ્રીકસને મોટરની બાબતોમાં સવાલો પૂછ્યા કરતો. વરસોવાના પોશ વિસ્તારમાં આવેલા રોડ્રીકસના ગેરેજમાં મોટા-મોટા સ્ટાર્સ અને ઉદ્યોગપતિઓની ગાડીઓ આવતી. મર્સીડીઝ, વોલ્વો, બી.એમ.ડબ્લ્યુ. અને હોન્ડા જેવી ગાડીઓ સહિત સેલુન્સનાં રિપેરીંગ, સર્વિસીંગ રોડ્રીકસ કરતો. એની સાથે રહીને આ તમામ ગાડીઓ વિષેની ઝીણામાં ઝીણી વિગતો અને ડ્રાઈવિંગની કુશળતા સિકંદરે મેળવી લીધી હતી. એટલું જ નહીં - હિન્દુસ્તાની ગાડીઓ ઉપર ફોરેન ગાડીની 'બોડી' લગાડી આપીને પૈસા કમાવાનો આઈડિયા પણ એણે જ રોડ્રીકસને આપ્યો હતો.

વીસ વર્ષનો થયો ત્યાં સુધીમાં સિકંદર અદ્ભુત મિકેનીક જ નહી, શૂઝ અને કપડાંની એક જાણીતી શોપમાં ડિઝાઈનર હતો. મુંબઈની ફેશન ડિઝાઈનિંગની દુનિયામાં આટલી નાની ઉંમરે વાય.એસ.એલ. (પેરિસ) અને સેન્ટ માઈકલ (અમેરિકા) જેવી મોટી મોટી કંપનીઓ માટે લેધરની - કપડાંની નવી નવી ડિઝાઈનો બનાવનાર સિકંદરનું બહુ માન હતું.

સિકંદરની તકલીફ એક જ હતી, એનો મૂડ ! એ જો મૂડમાં હોય તો રાત-દિવસ કામ કરતો પણ જો મગજ ઠેકાણેના હોય તો અચાનક ગાયબ થઈ જતો. મુંબઈની બહાર ચાલી જતો અને મગજ ઠેકાણે આવે ત્યારે પાછો આવતો. એના આ બધી નબળાઈ છતાં એના કામને કારણે, એની ડિઝાઈનોની માંગને કારણે સિકંદરને મોટા મોટા ડિઝાઈનર હાઉસીસ બોલાવતા રહેતા...

સિકંદરને ગમે તો એ કામ કરતો અને ન ગમે તો દિવસોના દિવસો સુધી ઘરમાં પુરાઈને બેસી રહેતો.

❋

આ બધું સાંભળીને જાણે-અજાણ્યે નિમ્મીને સિકંદરમાં રસ પડવા લાગ્યો હતો. સમય સાથે નિમ્મી સિકંદરને સમજવાનો પ્રયત્ન કરવા લાગી હતી, એ વાત શૈલની નજરની બહાર નહોતી.

છેલ્લા થોડા દિવસોમાં સાથે રહેતા બે ભાઈઓ વચ્ચે પિતા અને પોતપોતાની માતાઓની લાગણીઓ સિવાય એક નવો મુદ્દો જન્મ લેવા લાગ્યો હતો...આ મુદ્દાથી તદ્દન બેખબર સિકંદર પોતાની દુનિયામાં જીવી રહ્યો હતો પણ શૈલના મનમાં સિકંદર માટે સહાનુભૂતિ કે એનામાં રસ ધરાવતી નિમ્મી વિશે એક પ્રકારનો માલિકી ભાવ અજાણતાં જ આકાર લેવા લાગ્યો હતો.

"આજકાલ તું મારા રૂમમાં ઓછી અને સિકંદરના રૂમમાં વધારે હોય છે." શૈલે એક દિવસ કહી જ નાંખ્યું.

"કમ ઓન શૈલ... એવું કંઈ નથી."

"તને એની સાથે વાતો કરવાની વધારે મજા પડે છે, એનામાં વધારે રસ પડે છે. એને વિશે હું તને સતત મહેરુકાકાને પૂછતી જોઉં છું." શૈલે ઝીણી આંખો કરીને નિમ્મીના ચહેરા પર થતા ફેરફાર ધ્યાનથી નોંધ્યા, "હું ખોટું કહું છું?"

"શૈલ, સાચા-ખોટાની ચર્ચા નથી. મને એવું લાગે છે કે તારા મનનો તિરસ્કાર મારે પણ રાખવો જોઈએ એવું તું માનવા લાગ્યો છે."

"હા ! તો એમાં ખોટું શું છે ? તું મારી સાથે અહીં આવી છે. મને પ્રેમ કરે છે. મારી સાથેના સંબંધો અગત્યના છે...અને જેણે મારી જિંદગી બરબાદ કરી છે એની સાથે તારા આ પ્રકારના સંબંધો મને નથી ગમતા."

"શૈલ ? આ તું બોલે છે. તું તો હંમેશા માને છે કે માણસને અલગ રીતે, અંગત રીતે જીવવાનો અધિકાર હોવો જોઈએ...તારા સંબંધો તારા છે અને મારા સંબંધો મારા છે. તું એને ધિક્કારી શકે કારણ કે તારી પાસે કારણ છે. મારે એવું કરવાની શી જરૂર ?"

"જો નિમ્મી, તું મારા ઘરમાં રહે છે, હું કહીશ એમ રહેવું પડશે..."

નિમ્મી આશ્ચર્યથી શૈલની સામે જોઈ રહી. ઈંગ્લૅન્ડમાં ઊછરેલો, પબ્લિક સ્કૂલમાં ભણેલો, પોતાની જાતને ઉદાર અને સ્ત્રીસન્માનની લાગણી ધરાવતો પુરુષ કહેતો શૈલ, એક તદ્દન ગામડાના સંકુચિત માનસ ધરાવતા રાજપૂતની જેમ બોલી રહ્યો હતો...

---

# ૮

**નિમ્મી** આશ્ચર્યથી શૈલની સામે જોઈ રહી.

"સરસ ! વેરીગુડ, આમ તો તું આવી રીતે ના વર્તે તો જ મને નવાઈ લાગે. હવે મને સમજાય છે કે તને તારા ડેડ કેમ નહોતા ગમતા."

"મારા ડેડની વાત નહીં કર..."

"કેમ ? અત્યારે તું જે રીતે વર્તી રહ્યો છે એમાં અને તારા ડેડ તારાં મોમ સાથે જે રીતે વર્તતા હતા એમાં શું ફરક છે ?"

"હલો ! મારી મોમ મારા ડેડની પત્ની હતી અને તું..."

"અને, હું શું ? બોલી જ નાખ શૈલ... હવે આટલું બોલ્યો છે તો બાકી રાખવાની જરૂર નથી.કહી દે તારે જે કહેવું છે તે..." નિમ્મીનો ચહેરો ગુસ્સામાં તમતમી ગયો હતો. ભલે પરદેશમાં ભણેલી અને આધુનિક વિચારો ધરાવતી છોકરી હતી નિમ્મી.. પણ શૈલ જે બોલ્યો હતો એ વાતનો અર્થ એ બરાબર સમજતી હતી. શૈલે નહીં કહેલું એ વાક્ય એને આરપાર વીંધી ગયું હતું.

એણે શૈલની સામે તમતમી ગયેલા ચહેરે અને ગુસ્સો વરસાવતી આંખે જોયું, "સરસ...સારું કર્યું તેં મને કહી દીધું તે.. મને મારી જગ્યા સમજાઈ ગઈ, મને લાગે છે આપણે આ ઘરમાં સાથે નહીં રહી શકીએ શૈલ....હું આવી તો હતી તારો સાથ આપવા. તને મદદ કરવા. જરૂર પડે તો તારી પડખે ઊભી રહેવા. પણ મને લાગે છે તને મારી જરૂર નથી. તને કોઈની જરૂર નથી શૈલ...એટલે તું તારા આ મહેલમાં એકલો રહે એ જ તારે માટે શ્રેષ્ઠ રસ્તો છે.

"તારે મને કહેવાની જરૂર નથી કે મારા માટે શું શ્રેષ્ઠ છે અને શું નથી. હું સમજી શકું છું કે હવે તને મારામાંથી રસ ઊડી ગયો છે. આ સિકંદર તને બહુ ગમવા લાગ્યો છે, નહીં ?".

નિમ્મીએ એક ક્ષણ માટે શૈલ સામે જોયું અને પછી એની નજીક જઈને એની આંખોમાં આંખો પરોવીને એક તિરસ્કાર અને નફ્ફટાઈથી જાણે એને તકલીફ પહોંચાડવા જ કહેતી હોય એવી રીતે કહ્યું :

"હા, મને સિકંદર બહુ ગમે છે."

"ગમે જ ને...હવે એની પાસે પણ સંપત્તિ છે, મારા કરતાં દેખાવડો છે અને સૌથી અગત્યની વાત મારા કરતાં જુવાન છે. નવો સ્વાદ કોને ના ગમે ?"

નિમ્મીએ શૈલરાજના ચહેરા પર તમાચો મારવા હાથ ઉઠાવ્યો, પછી જાતને રોકી લીધી. કશું જ બોલ્યા વિના એણે હાથ નીચે મૂકી દીધો. પણ લગભગ તમાચો મારતી હોય એવી વેધકતા સાથે કહ્યું, "હોઈ શકે, આ તારાં કારણો હોઈ શકે...તને નવા સ્વાદનો શોખ હોય તો એમાં કંઈ ખોટું નથી. આમ તો તું પણ તારા ડેડનો જ દીકરો છે ને..." શૈલ હાડોહાડ સળગી ગયો. એનું ચાલ્યું હોય તો એણે નિમ્મીનું ગળું દબાવી દીધું હોત પણ આ આખીયે ચર્ચા અને કડવાશ એણે શરૂ કરી હતી એટલે હવે સાંભળી લીધા વિના એની પાસે છૂટકો નહોતો.

"મને સિકંદર ગમે છે એનાં કારણો જુદાં છે...મને એ ગમે છે કારણ કે..." નિમ્મીએ ઊંડો શ્વાસ લીધો, "કારણ કે એને સ્ત્રીનું સન્માન કઈ રીતે કરવું એ આવડે છે. એની પાસે કદાચ તારી જેમ રાજવંશી લોહી નહીં હોય.પણ એને એ ખબર છે કે સ્ત્રી મા હોય છે, સ્ત્રી બહેન હોય છે અને સ્ત્રી પત્ની પણ હોય છે. તું તો એક જ વાત શીખ્યો છે...અને એમાં તારો વાંક નથી..." નિમ્મી ઊંધી ફરીને વોર્ડરોબ તરફ ગઈ, એની ઉપર મૂકેલી ખાલી બેગ નીચે ઉતારીને એણે એમાં પોતાનાં કપડાં ભરવા માંડ્યાં.

"શું કરે છે ?" શૈલે ધમધમ કરતાં નજીક આવીને એને બાવડેથી પકડી.

"આઈ એમ શ્યોર, તું જોઈ શકે છે. મારો સામાન પેક કરું છું."

"કેમ ?" નિમ્મીએ જવાબ આપ્યા વિના બેગ ભરવાની ચાલુ રાખી. શૈલ સહેજ ઢીલો પડી ગયો. એના અને નિમ્મીના આટલા લાંબા કોર્ટશીપના સંબંધો દરમિયાન બંને વચ્ચે ક્યારેય ઊંચા અવાજે બોલવાનું પણ નહોતું થયું. શૈલ મોટા ભાગે સલૂકાઈથી વર્તતો અને નિમ્મી પણ સમજદારીથી, શાંત થઈને શૈલનાં કામનાં દબાણો અને એની મનોસ્થિતિ સમજીને વર્તન કરતી. બંને જણા વચ્ચે એક અજબ પ્રકારની સમજદારી હતી. આજ સુધી ક્યારેય એમની વચ્ચે નાની સરખી દલીલ પણ નહોતી થઈ. આજે બંને જે રીતે વર્ત્યાં હતાં એનાથી

શૈલને પોતાની જાત પર શરમ આવતી હતી અને નિમ્મીને પણ સહેજ અફસોસ થયો હતો.

પણ, એણે મનોમન નક્કી કર્યું હતું કે, 'શૈલના આ વર્તન માટે એને માફ તો ન જ કરી શકાય.' નિમ્મી ભણેલી-ગણેલી સ્ત્રીસન્માનમાં દૃઢ વિશ્વાસ ધરાવતી એક આધુનિક છોકરી હતી. એને પોતાના વિચારો હતા, પોતાના અભિપ્રાયો અને માન્યતાઓ હતી. સિકંદરને એ જેમ જેમ જાણતી જતી હતી એમ એમ એને એ વધુ ને વધુ દોસ્તી કરવા લાયક માણસ લાગતો. શૈલની એના પરત્વેની ઈર્ષા કે ક્રોધનું એને ખરેખર કોઈ કારણ દેખાતું જ નહોતું.

છેલ્લાં બે વર્ષમાં નિમ્મી શૈલમય થઈ ગઈ હતી. એ એને એટલું બધું ચાહતી હતી કે એણે લગ્ન વગર જ શૈલને પોતાનું સમગ્ર અસ્તિત્વ સોંપી દીધું હતું. કોઈ એક દિવસ શૈલ એની સાથે લગ્ન કરશે એ શ્રદ્ધાથી અને ધીરજથી એ શૈલના લગ્ન અંગેના વિચારો બદલાવાની રાહ જોઈ રહી હતી.

શૈલના પિતાના મૃત્યુ પછી નિમ્મી એની સાથે ભારત આવી જ એટલા માટે કે શૈલ આવી પરિસ્થિતિમાં એકલો ન પડી જાય. પોતાનું કામ છોડીને, પોતાનાં મા-બાપને મહામુશ્કેલીએ સમજાવીને એ જે રીતે ભારત આવી હતી એ પછી શૈલે જે આસાનીથી એને કહી દીધું, "જો નિમ્મી, તું મારા ઘરમાં રહે છે, હું કહીશ એમ કરવું પડશે..."

પછી નિમ્મીનું મગજ ફરી ગયું હતું. એણે નક્કી કર્યું કે એ આ વર્તન તો નહીં જ ચલાવી લે, એટલે જ એણે બેગ ભરવા માંડી હતી. શૈલે એને બાવડેથી પકડી રોકવાનો પ્રયાસ કર્યો. પણ નિમ્મીએ શાંતિથી બાવડું છોડાવીને પોતાનું કામ ચાલુ રાખ્યું. શૈલ માનતો હતો કે નિમ્મી લંડન પાછા જવાની વાત કરતી હતી...એને પોતાને પણ પોતે જે બોલ્યો હતો એની ગંભીરતા અને ભૂલ બંને સમજાઈ ગયાં હતાં.

એ નિમ્મીને મનાવવાના ઈરાદાથી નજીક આવ્યો હતો, પણ નિમ્મીએ એની સામે જોઈને કહ્યું, "તને શું લાગે છે ? હું લંડન પાછી જાઉં છું ?"

"હું તને જવા નહીં દઉં."

"હું જઈશ પણ નહીં..." નિમ્મીએ પોતાનું કામ ચાલુ રાખીને કહ્યું, "હું અહીં જ રહીશ આ જ ઘરમાં..."

"નિમ્મી ?" શૈલ સમજ્યો નહીં, "તો પછી બેગ શું કામ ભરે છે ?"

"આ ઘરમાં રહીશ, તારી સાથે રહીશ એવું મેં નથી કહ્યું." શૈલનો ચહેરો તમતમી ગયો, જડબાં ભીંસાયાં, આંખોમાં લોહી ઊતરી આવ્યું, એણે ફરી એક વાર નિમ્મીનું બાવડું પકડી લીધું, આ વખતની પકડ સખત હતી... નિમ્મીની આંખો એ પીડાથી સહેજ ભીની થઈ ગઈ. પણ એણે બાવડું છોડાવવાની કોશિશ ના કરી. એ માત્ર શૈલની તરફ જોતી રહી. એની આંખોમાં એક આગ હતી... શૈલે જે રીતે એનું અપમાન કર્યું હતું એ પછી ભડકી ઊઠેલી એવી આગ જે શૈલને બાળીને ભસ્મ કરી નાખવા માગતી હતી.

"તું કહેવા શું માગે છે ?" શૈલની પકડ સહેજ વધુ સખત થઈ.

"હું આ જ ઘરમાં રહીશ પણ તારી સાથે નહીં રહું, આટલી સાદી વાત તને ના સમજાય તો હું શું કહું ?"

"શું કરવાની છે તું ?" શૈલે નિમ્મીનું બાવડું પકડીને હચમચાવી નાખી.

"હું અહીં જ રહેવાની છું, આ જ ઘરમાં... તારી નજર સામે... "

"નિમ્મી..."

"કેમ ? આમ પણ તું માને છે કે હું સિકંદરના રૂમમાં વધારે સમય રહું છું. હવે રાત્રે પણ ત્યાં જ સૂઈ જાઉં તો તને સહેલું પડે ને ?"

"હું તારું ખૂન કરી નાખીશ."

"તો તું જેલમાં જઈશ, શક્તિ પેલેસ સિકંદરને મળી જશે." નિમ્મી હસી પડી, "સારું...બહુ જ સરસ..જે તું નથી ઇચ્છતો એ જ થશે...ગુડ..."

"નિમ્મી..હું...હું...હું..." શું કહેવું એ શૈલને સૂઝ્યું નહીં એટલે એ શબ્દો માટે ફાંફાં મારતો રહ્યો.

નિમ્મી હસતી રહી. એના હાસ્યથી શૈલને વધુ ગુસ્સો આવતો રહ્યો, "આ હુંકાર કાઢી નાખ શૈલ...આ હુંકાર તને તોડી નાખશે..." નિમ્મીએ સહેજ ગંભીર થઈને કહ્યું, "તને ચાહતા કોઈ માણસને સ્વીકારવાનો પ્રયાસ કર..તારી સાથે જે કંઈ થયું એમાં હું ક્યાંય નહોતી, કદીયે જવાબદાર નહોતી. એક વાર જે થયું એ ફરી થાય જ એવો ભય શું કામ રાખે છે ? હવે સમય બદલાયો છે,

વ્યક્તિ બદલાઈ છે અને પરિસ્થિતિ પણ બદલાઈ ગઈ છે.'' એણે ધીમેથી પોતાનું બાવડું છોડાવીને શૈલના ગાલ પર હાથ મૂક્યો, ''શૈલ, તું ખરેખર મને ચાહતો હોય અને પામવા માગતો હોય તો સૌથી પહેલાં મને સન્માન કરવાનું શીખ. જેટલું માન તને તારી મા માટે છે એટલું માન મારા માટે પણ હોવું જોઈએ તને...''

''હું તને એની સાથે વાત કરતો સાંખી નથી શકતો. હું ધિક્કારું છું એને, એનું ખૂન કરી નાખવા માગું છું અને તું એની સાથે હસી હસીને...'' શૈલના જડબાં ફરી ભીંસાઈ ગયાં.

''એ તારો ધિક્કાર છે શૈલ... ખોટો છે એ હું જાણું છું પણ એવું કહીશ નહીં અને કહીશ તો તું માનીશ નહીં.''

''ખોટો છે ? એક માણસનું આખેઆખું બાળપણ છીનવાઈ જાય અને તું કહે છે કે મારો ધિક્કાર ખોટો છે ? મારી માનાં આંસુ ખોટાં છે ? એની પીડા, એનો પરિતાપ ખોટો છે ? તને નહીં સમજાય નિમ્મી... એ માણસે મારી જિંદગીમાં શું કર્યું છે તે...''

''એણે ? એણે શું કર્યું ? એણે ક્યાં જન્મ લેવો એ એને કોઈએ પૂછ્યું નહોતું. એની માનો અને તારા પિતાનો સંબંધ થયો એ પહેલાં એને કોઈએ પૂછ્યું નહોતું. અરે ખરેખર તો મને એવું લાગે છે કે તારાં મોમે જ અમુક પ્રકારની કચકચ કરી, શંકાઓ કરી અને તારા ડેડને દૂર ધકેલ્યા હશે...''

''નિમ્મી...'' શૈલને સમજાય તે પહેલાં એનો હાથ ઊંચકાયો અને નિમ્મીના ગાલ પર વીંઝાયો. નિમ્મીનો ચહેરો ફરી ગયો, એના ગોરા ગાલ પર શૈલનાં ચાર આંગળાંની છાપ ઊપસી આવી. નિમ્મી એક ક્ષણ શૈલ સામે જોઈ રહી પછી એણે પણ હાથ ઉઠાવીને શૈલને એક થપ્પડ મારી દીધી.

શૈલ માટે આ પરિસ્થિતિ અસહ્ય હતી. એનું રજપૂતી લોહી ઊકળી આવ્યું. એણે બંને હાથે નિમ્મીનું ગળું પકડીને એને હચમચાવી નાખી...

નાજુકડી નિમ્મી શૈલની પક્કડનું દબાણ સહી શકી નહીં...

એ શૈલના હાથમાં જ ઢળી પડી...

શૈલનો ગુસ્સો હવે એના કાબૂની બહાર નીકળી ગયો હતો. એ હજીયે

જોરથી નિમ્મીનું ગળું દબાવી રહ્યો હતો. એની આંખોમાં લોહી ઊતરી આવ્યું હતું. અર્ધબેહોશ નિમ્મી તરફડિયાં મારતી હતી... પણ, શૈલને કંઈ જ સમજાતું નહોતું. એનો ગુસ્સો એટલો તો કાબૂ બહાર નીકળી ગયો હતો કે એ પોતાની જાતને જ રોકી શકતો નહોતો.

નિમ્મીએ જે રીતે કહ્યું કે, "તારી મોમે જ કચકચ કરીને તારા ડેડને દૂર ધકેલ્યા હશે" એ પછી શૈલની બીજુ કશું જ સાંભળવાની તૈયારી નહોતી. પોતાની મા વિશે એક પણ ઘસાતો શબ્દ શૈલ સાંભળી શકે એમ જ નહોતો. જિંદગી આખી એ જે માની આરાધના કરતો રહ્યો એ મા વિશે નિમ્મીએ જે કહ્યું એ વાત એણે એના પિતાના મોઢે પણ ઘણી વાર સાંભળી હતી.

કદાચ નિમ્મી ઉપર આટલો બધો ગુસ્સો આવવાનું કારણ એ પણ હોઈ શકે કે નિમ્મીની આ વાત સાંભળતાં જ એને એના પિતા યાદ આવી ગયા. અને, પિતા યાદ આવતાંની સાથે જ આ ઘરમાં બનેલી બધી જ ઘટનાઓ, બધા જ પ્રસંગો અને બધી જ કડવી યાદો ફરી એક વાર જાગી ગઈ.

શૈલને આ જ ઘરના ડ્રોઇંગરૂમમાં બનેલો એક પ્રસંગ નજર સામે તરવરી ઊઠ્યો.

✳

સાંજે શૈલ, શક્તિદેવી અને રઘુનંદનસિંહ બહાર ડિનર પર ગયાં હતાં. રાત્રે પાછા આવીને રઘુનંદનસિંહ હજી બેડરૂમમાં આડા જ પડ્યા હતા કે ટેલિફોનની રિંગ વાગી હતી. રઘુનંદનસિંહે ફોન ઉપાડ્યો હતો, માતા-પિતાને ઘણા દિવસે આટલાં ખુશ જોઈને આનંદમાં આવી ગયેલો શૈલ પિતાના ગળામાં હાથ નાખીને સૂતો હતો અને રઘુનંદનસિંહ ફોન પર વાત કરી રહ્યા હતા.

"હા..." એમણે જેવું કહ્યું કે તરત શક્તિદેવીની નજર બદલાઈ ગઈ.

"પેલીનો ફોન છે ?" એમણે જોરથી પૂછ્યું, "એક દિવસ પણ શાંતિથી રહેવા નથી દેતી."

"શક્તિ..." રઘુનંદને ફોનના માઉથપીસ પર હાથ રાખીને શક્તિદેવીને રોક્યાં હતાં, "હા, બોલ" એ ફોનમાં વાત કરવા લાગ્યા હતા, "કેટલો તાવ છે ? ઓહ..." રઘુનંદનસિંહ થોડી વાર વાત સાંભળતા રહ્યા હતા અને પછી ફોન મૂકીને ઊભા થવા જતા હતા કે, શક્તિબાએ રઘુનંદનસિંહના લખનવી

ઝભ્ભાને બટન પાસેથી પકડી લીધો હતો, "હું આજે તમને નહીં જવા દઉં."

"શક્તિદેવી, સિકંદર માંદો છે."

"એ જુઠ્ઠી છે... કોઈ ને કોઈ બહાને તમને બોલાવે છે. પણ આજે નહીં જવા દઉં."

"સિકંદરને તાવ છે, એને હૉસ્પિટલમાં દાખલ કરવો પડે એવું છે."

"એ જુઠ્ઠું બોલે છે."

"કોઈ મા પોતાના સંતાનની માંદગી વિશે જુઠ્ઠું બોલે ?" રઘુનંદનસિંહે શક્તિદેવી સામે વેધકતાથી જોયું, "તમે પણ મા છો... એની પરિસ્થિતિ સમજવાનો પ્રયત્ન કરો."

"કઈ પરિસ્થિતિ ? એ તમને દીકરાના બહાને ત્યાં બોલાવે છે." શક્તિદેવીનો અવાજ ઊંચો થઈ ગયો હતો. સમજણો થઈ ગયેલો શૈલ માંડ માંડ સારી પસાર થયેલી એક સાંજનું સુખ પૂરેપૂરું માણી શકે એ પહેલાં તો ઘરમાં ફરી એક વાર વાતાવરણ તંગ થઈ ગયું હતું.

"શક્તિ... એણે મને કોઈ બહાને ત્યાં બોલાવવાની જરૂર નથી, એ પણ મારું જ ઘર છે" રઘુનંદનસિંહે શૈલના માથા પર હાથ ફેરવ્યો, "અને, સિકંદર પણ મારો જ દીકરો છે."

"હા, એટલે જ એ વધારે વ્હાલો છે..." શક્તિદેવીનું મગજ ફાટફાટ થતું હતું. એમણે રઘુનંદનસિંહને એટલા જોરથી ખેંચ્યા કે એમનો ઝભ્ભો ફાટી ગયો, "શૈલ તો ઉધાર માગેલો છે, તમારો પોતાનો તો એ જ છે."

"જીભ પર કાબૂ રાખો." રઘુનંદનસિંહ ઝંખવાઈ ગયા, "શૈલરાજ સાંભળે છે."

"કાબૂ? શું કામ કાબૂ રાખું? કોઈ એક દિવસ તો એને ખબર પડશે જ..." શક્તિદેવીનું રૂપ ફરી ગયું હતું. એ જે અવાજે અને જે રીતે બોલી રહ્યાં હતાં એનાથી શૈલ ડરી ગયો હતો...

એણે રઘુનંદનસિંહની આજુબાજુ હાથ લપેટી દીધા, "બાપુ... ના જાવ પ્લીઝ..."

“બેટા, ખરેખર સિકંદર માંદો છે, એને હૉસ્પિટલમાં લઈ જવાનો છે. નિલોફર એકલી આ બધું નહીં કરી શકે.”

“નહીં કરી શકે તો કંઈ નહીં.. મરી જશે તો ઓછો થશે.” શક્તિદેવીનું વાક્ય પૂરું થાય એ પહેલા રઘુનંદનસિંહે એમને એક થપ્પડ મારી હતી. ગુસ્સામાં આવી ગયેલા શૈલે પલંગ પર ઊભા થઈને પિતાનો હાથ પકડી મચકોડી નાખ્યો હતો.

શૈલનો આ પહેલો વિદ્રોહ હતો...

“નબળો માટી બૈયર પર શૂરો.” શક્તિદેવીએ ગાલ પંપાળતાં કહ્યું હતું, “શી ખબર એવું શું છે એનામાં જેને માટે તમે આવા ગાંડા કાઢો છો.”

“બીજું કંઈ પણ હશે પણ આવો કકળાટ નથી ત્યાં... નાની નાની વાતમાં આવી શંકા નથી... જે મળે છે એનાથી વધારેની માંગ નથી... ઊલટાનું જે મળે છે એનો આનંદથી સ્વીકાર છે... ત્યાં સમર્પણ છે, ત્યાગ છે, સ્નેહ છે...જે અહીંયાં કોઈ દિવસ નહોતો. આજે પણ નથી.” રઘુનંદનસિંહે શૈલના દેખતાં કદાચ પહેલી વાર શક્તિદેવી સાથે આવી વાત કરી હતી. શૈલ પિતાની સામે જોઈ રહ્યો હતો. એને સખત ગુસ્સો આવતો હતો, કોઈ પણ એક કારણસર એને લાગતું હતું કે એની મા જ સાચી છે. એ અત્યારે રઘુનંદનસિંહને બે-ચાર-આઠ-દસ તમાચા જડી દેવા માગતો હતો. એનું ચાલે તો એ ઘરના ઉંબરાની વચ્ચોવચ ઊભો રહીને રઘુનંદનસિંહને બહાર જતા રોકવા માગતો હતો, પરંતુ, એ એવી ઉંમરમાં હતો કે કશું જ કરી શકે એમ નહોતો.

એને પોતાની અસહાયતા પર અને માને થઈ રહેલા અન્યાય પર ભયાનક ક્રોધ આવતો હતો.

“ખરું પૂછો તો તમે જ ધકેલ્યો છે મને... આ ઘરની બહાર...” રઘુનંદનસિંહનો અવાજ ભીનો થઈ ગયો, “ હજીયે ધકેલી રહ્યાં છો.” આગળ કશું બોલ્યા વિના એમણે છત્રપલંગના સાઈડ ટેબલના ડ્રોઅરમાં પડેલું પોતાનું વૉલેટ લીધું. અડધો ફાટેલો ઝભ્ભો બે હાથે પકડીને પૂરો ફાડી નાખ્યો અને પછી કાઢીને ખૂણામાં ફેંકી દીધો...

વૉર્ડરોબમાંથી નવો ઝભ્ભો કાઢીને પહેર્યો.

ફરી એક વાર શૈલરાજ પાસે આવીને એના માથે હાથ ફેરવ્યો, “બેટા, તેં

જે કંઈ કર્યું એનાથી મને ગુસ્સો નથી આવ્યો. હા, દુઃખ જરૂર થયું છે.” એમની આંખો ભીની થઈ ગઈ હતી, “હું તારો વાંક નથી કાઢતો, ક્યારેય નહીં કાઢું, કારણ કે તું એવી ઉંમરમાં છે કે આ બધું ક્યારેય સમજી નહીં શકે. તારા મનમાં અત્યારે જે બીજ રોપાઈ રહ્યાં છે એ ઝેરનું ઝાડ થઈને વિસ્તરવાનાં છે. જાણું છું હું, છતાં કંઈ કરી નથી શકતો.” એમણે આંખોના ખૂણા લૂછી કાઢ્યા. શૈલના વિરોધ છતાં  એને નજીક ખેંચીને એના કપોલ પર ચુંબન કર્યું, “બની શકે તો મને માફ કરજે બેટા... હું તને ખૂબ પ્રેમ કરું છું...” એટલું કહીને આંખો લૂછતા રઘુનંદનસિંહ ઓરડાની બહાર નીકળી ગયા હતા.

એમના ગયા પછી શક્તિદેવી રીતસર પોક મૂકીને રડ્યાં હતાં અને બંનેની વચ્ચે ખરેખર કઈ બાબતની લડાઈ હતી એ સ્પષ્ટ રીતે નહીં સમજી શકતો, કોણ સાચું હતું એનો નિર્ણય નહીં કરી શકતો શૈલ આખી રાત તરફડિયાં મારીને જાગતો રહ્યો હતો.

✱

આજે નિમ્મીએ જ્યારે લગભગ એ જ મતલબની વાત કહી ત્યારે શૈલના અચેતન મનમાં જતી રહેલી એ વાત ફરી એક વાર સપાટી પર આવી ગઈ હતી. એ દિવસે પિતાને જે ન કરી શક્યો એ અત્યારે એણે નિમ્મી પર કરી નાખ્યું હતું.

નિમ્મી તરફડિયાં મારતી જિંદગી અને મોતની વચ્ચે શૈલની પકડમાંથી બચવા ઝઝૂમી રહી હતી. બરાબર એ જ વખતે મહેરુ શૈલના ઓરડામાં એના ઈસ્ત્રીમાંથી આવેલાં કપડાં મૂકવા દાખલ થયો. એણે આ દૃશ્ય જોયું અને હેબતાઈ ગયો.

“બાબા...બાબા શું કરે છે ?” એમણે શૈલની પક્કડ છોડાવવાનો પ્રયત્ન કર્યો. પણ પોતાની જાત પરથી કાબૂ ગુમાવી બેઠેલા માણસ મટીને પશુ થઈ ગયેલા ઝનૂનમાં અંધ શૈલની પકડ છોડાવવી અશક્ય હતી. મહેરુએ ગભરાઈને જોર જોરથી બૂમો પાડી, “અરે કોઈ દોડો... સિકંદર...બેટા સિકંદર...”

રઘુનંદનસિંહના રૂમમાં આડા પડીને વાંચી રહેલા સિકંદરને મહેરુની ગભરાયેલી બૂમ સંભળાઈ હતી અને એ પુસ્તક ફેંકીને શૈલના ઓરડા સુધી આવી ગયો હતો.

"બેટા... જો આ શું કરે છે ?" હવે નિમ્મીનાં તરફડિયાં શાંત થઈ ગયાં હતા. એ તદ્દન બેહોશ થઈને નિઃચેષ્ટ થઈ ગઈ હતી, પરંતુ શૈલની પકડ હજી એટલી જ મજબૂત હતી.

સિકંદરે આવીને શૈલનો હાથ છોડાવવાનો પ્રયત્ન કર્યો, પણ એમાં સફળતા ન મળતાં એણે શૈલના જડબા પર એક મુક્કો જડી દીધો. અચાનક પડેલા મુક્કાએ શૈલને અડધો ફૂટ પાછળ ફેંકી દીધો. શૈલ જેવો પછડાયો કે તરત એનું ઝનૂન ઓસરી ગયું. એને અચાનક સમજાયું કે એ શું કરી રહ્યો હતો.

"શું ? શું થયું ?" શૈલે લગભગ વિક્ષિપ્ત મનોદશાનો માણસ પૂછે એવી રીતે પૂછ્યું. એને જાણે આ આખીયે ઘટનાની ગંભીરતાની જાણ જ નહોતી.

"તું શું કરતો હતો બાબા ?" મહેરુએ શૈલને હચમચાવ્યો, "આ છોકરી મરી જાત તો ?"

"પણ, હું તો..." શૈલને પોતાના જ વર્તન પર નવાઈ લાગી અને સાથે જ શરમ આવી. નિમ્મી હજી બેહોશ હતી. સિકંદરે શૈલના ઓરડામાં ભરેલા જગમાંથી પાણી કાઢી નિમ્મીના ચહેરા પર છાંટ્યું, પછી એના નાક આગળ હાથ રાખી શ્વાસ ચાલે છે કે નહીં એની તપાસ કરી.

"કોઈ કારણ વગર તમે પોલીસ સ્ટેશનના ચક્કર કાપતા થઈ ગયા હોત." સિકંદરે શૈલની સામે જોયું, "ગુસ્સો તમને મારા પર છે, કોઈ પર શું કામ ઉતારો છો ? આ બિચારી છોકરી..."

"તું એક અક્ષર નહીં બોલતો," શૈલનો અવાજ ફરી ઊંચો થઈ ગયો, "એ તને બિચારો કહે છે અને તું એને બિચારી બિચારી કરે છે ? એમ નહીં માનતો કે તમારા બે વચ્ચે શું ચાલે છે એની મને ખબર નથી."

"તમને તમારી શંકા લઈ ડૂબશે. જે છોકરી પોતાનો દેશ, પોતાનાં મા-બાપ છોડીને સાવ અજાણી ધરતી પર વગર કારણે તમારી સાથે તમારા સુખ-દુઃખમાં ભાગ લેવા આવી છે એના પર શંકા કરીને તમે એનું નહીં તમારા પ્રેમનું અપમાન કરો છો "

"ભાષણ બંધ કર અને જા અહીંથી..."

"જાઉં છું... નિમ્મી ભાનમાં આવશે પછી જઈશ."

"તારે એની ચિંતા કરવાની જરૂર નથી, હું એનું ધ્યાન રાખીશ."

"એ તો અમે બધાએ જોઈ લીધું કે તમે એનું કેવું ધ્યાન રાખો છો..." સિકંદર વેધક દૃષ્ટિએ શૈલ સામે જોઈ રહ્યો, "એ મરી ગઈ હોત તો એનાં મા-બાપને શું જવાબ આપત ? હું શું જવાબ આપત બાપુના આત્માને અને મારી અમ્મીને ? તમે... તમે આવું કરી જ કેવી રીતે શકો ?"

"તું જાય છે કે નહીં ?" શૈલે બરાડો પાડ્યો, મહેરુએ સિકંદરના ખભે હાથ મૂકીને એને ત્યાંથી જવાનો ઈશારો કર્યો. પણ સિકંદર ત્યાં જ બેસી ગયો, એણે બાજુમાં પડેલા ગ્લાસમાંથી ફરી નિમ્મીના ચહેરા પર પાણી છાંટ્યું અને એના જાગવાની રાહ જોવા લાગ્યો.

"સંભળાતું નથી ? મેં તને જવાનું કહ્યું..." સિકંદર જાણે બહેરો હોય એમ વર્તી રહ્યો હતો. હવે શૈલનું મગજ ફરી છટક્યું, એણે સિકંદરની નજીક આવીને એને ખભેથી પકડીને ઊભો કરવાનો પ્રયત્ન કર્યો, "ઊભો થા..."

સિકંદરે બહુ જ સ્વાભાવિકતાથી ખભો છોડાવ્યો, એ નિમ્મી સામે જોઈ રહ્યો.

"એટલી જ સહાનુભૂતિ હોય તો ઉઠાવ એને અને લઈ જા તારા રૂમમાં..."

સિકંદરે પાછળ ફરીને એક વાર શૈલની આંખોમાં જોયું પછી નિમ્મીની ગરદન અને ઘૂંટણ નીચે હાથ નાખીને બેહોશ નિમ્મીને ઉપાડી લીધી. કોઈ કંઈ સમજે એ પહેલાં એ નિમ્મીને લઈને શૈલરાજના રૂમની બહાર નીકળવા માટે દરવાજા તરફ જવા લાગ્યો...

શૈલરાજ એની પાછળ દોડ્યો. દોડીને એને કોલરમાંથી પકડી લીધો, "ક્યાં લઈ જાય છે ?"

"મારા રૂમમાં. તમે જ કહ્યુંને..." સિકંદરનો ચહેરો એકદમ શાંત હતો. એ ખૂબ સ્વસ્થતાપૂર્વક વર્તી રહ્યો હતો, પણ એની સ્વસ્થતા શૈલરાજને વધુ ગુસ્સે કરતી હતી.

"હું કહીશ તો કૂવામાં પડીશ ?"

"જુઓ, તમે અત્યારે ગુસ્સામાં છો. મારે તમારી સાથે દલીલો નથી કરવી." સિકંદર નિમ્મીને લઈને બહારની તરફ ચાલવા લાગ્યો. શૈલરાજે એની

પીઠમાં એટલા જોરથી મુક્કો માર્યો કે સિકંદર બેવડ વળી ગયો. નિમ્મીને સાચવતાં સાચવતાં એને આંખે લગભગ તમ્મર આવી ગયા છતાંય કંઈ બોલ્યા વિના એ સ્વસ્થતાથી ઓરડાની બહાર નીકળવા લાગ્યો.

"મારી નાખીશ તને ! તું ઓળખતો નથી મને." શૈલરાજનો ગુસ્સો એના પોતાના કાબૂની બહાર નીકળી રહ્યો હતો.

"ઓળખું છું. તમને માત્ર એટલું સમજાવવા માગું છું કે તમે પણ મને ઓળખવાનો પ્રયત્ન કરો. હું તમને ચાહતો નથી, ચાહી શકું એમ પણ નથી પણ એથી દરેક વાતમાં આટલા બધા ઉશ્કેરાઈને કે મગજ ગુમાવીને વર્તવાનો કોઈ અર્થ નથી. તમને મારા પર વિશ્વાસ ના હોય એ સમજી શકું છું, પણ નિમ્મી તો..."

"શટ અપ... નિમ્મીની વકીલાત કરવાની તારે કોઈ જરૂર નથી. હું એને તારી પહેલાંથી ઓળખું છું."

"કમ ઓન..." સિકંદરને હસવું આવી ગયું, "હું જન્મ્યો ત્યારથી તમે મને ઓળખો છો..."

"હું જોક્સના મૂડમાં નથી, નિમ્મીને પલંગ પર સુવાડી દે અને ફૂટ અહીંથી..." શૈલરાજનો અવાજ ફરી એક વાર ઊંચો થઈ ગયો.

"શ્યોર !" બેભાન નિમ્મી હજી સિકંદરના હાથમાં જ હતી, "પણ હવે પછી એની સાથે આવું કશું નહીં કરો એવું મને વચન..."

"ચલ એય... મારી પાસે વચન માગનાર તું કોણ ? આ મારો અને નિમ્મીનો અંગત પ્રશ્ન છે."

"કોઈનું ખૂન કે કોઈને મારી નાખવાનો પ્રયત્ન અંગત પ્રશ્ન હોઈ શકે, પણ રહેશે નહીં." સિકંદરને સહેજ હસવું આવી ગયું, "આ મરી ગઈ હોત તો હું આપોઆપ બધી સંપત્તિનો વારસ થઈ ગયો હોત. તમારો પ્રિય શક્તિ પેલેસ પણ..."

"હું બુલડોઝર લઈને આવીશ અને આ મકાન પાડી નાખીશ, પણ તારા હાથમાં તો નહીં જ આવવા દઉં."

"બિલકુલ શક્તિબા જેવી વાત છે. ન પોતે શાંતિથી પોતાના લગ્નમાં રહી

શક્યાં, ન મારી માને એનાં લગ્નનું સુખ લેવા દીધું. ડિવોર્સ આપી દીધા હોત તો કમ-સે-કમ..."

"કમ-સે-કમ બાસ્ટર્ડ તો ના હોત, કેમ ?" શૈલરાજે કહ્યું, સિકંદરનું લોહી ઊકળી આવ્યું. એણે હાથમાં નિમ્મીને ન પકડી હોત તો કદાચ શૈલરાજના કોલર પકડી લીધા હોત. એ ચૂપચાપ નિમ્મીને ઊંચકીને ફરી બહાર નીકળવા લાગ્યો.

"મેં તને કહ્યું એ તેં સાંભળ્યું નથી લાગતું. એને અહીં પલંગ પર સુવાડી દે. એન્ડ યુ ગેટ આઉટ..."

"એટલી આસાનીથી નહીં. તમે ગુસ્સામાં છો, નિમ્મીને કંઈક થઈ જાય તો..."

"શટ અપ.. નિમ્મી સાથે તારે કોઈ લેવાદેવા નથી. આજ પછી જો તને એની સાથે વાત કરતો પણ જોયોને તો ઉડાડી દઈશ, એટલું યાદ રાખજે."

"મને ઉડાડી દેશો ?" સિકંદરના અવાજમાં રીતસર મજાક હતી, "તમે એગ્રિમેન્ટની શરતો ભૂલી ગયા છો. મને કંઈક થઈ ગયું તો..." સિકંદર જેમ જેમ સ્મિત કરીને વાત કરતો હતો એમ એમ શૈલરાજનો પારો ચડતો જતો હતો. એણે સિકંદરના કોલર પકડી લીધા અને એને આખો હચમચાવી નાખ્યો. હાથમાં પકડેલી નિમ્મીને સાચવતાં સિકંદરને ખાસ્સી તકલીફ પડી.

"હું ખૂન કરી નાખીશ તારું."

"કોનાં કોનાં ખૂન કરશો ? નિમ્મીનું ? સિકંદરનું... અને તેમ છતાં ગુસ્સો શાંત નહીં થાય તો મહેરુકાકાનું... એ પછી ?" સિકંદરે ધારદાર નજરે શૈલ સામે જોયું અને પછી જઈને નિમ્મીને પલંગ પર સુવાડવા લાગ્યો. દરમિયાનમાં નિમ્મીની આંખો ખૂલી ગઈ.

"સિકંદર..." નિમ્મી સાચે જ ડરી ગઈ હતી. એણે સિકંદરના કોલર પકડી લીધા, "મારે... મારા ઘેર જવું છે, લંડન..."

સિકંદરે કશું જ બોલ્યા વિના શૈલ સામે જોયું. હળવેથી કોલર છોડાવીને શર્ટ સરખું કરીને બહાર જવા લાગ્યો. નિમ્મી ઊઠીને એની પાછળ દોડી, "પ્લીઝ, મને અહીંયાં એકલી નહીં છોડ. આ મને મારી નાખશે."

"હા, હા, મારી જ નાખીશ. મારા સિવાય કોઈનો વિચાર પણ કરીશ તો

મારી નાખીશ તને." શૈલે નિમ્મીનો હાથ પકડીને એનું કાંડું મરડી નાખ્યું, "આની સાથે હવે પછી જો વાત કરતી જોઈ છે ને તો ગળું દબાવી દઈશ."

"હું વાત કરીશ, મારે જે કરવું હશે તે કરીશ. હું તારી નોકર નથી શૈલ..." નિમ્મીને ડૂમો ભરાઈ આવ્યો, "હું આ બધું સહન કરવા નહોતી આવી તારી સાથે. મને હવે ખબર પડી કે તારું સાચું રૂપ કયું છે."

"ચૂપ રહે." શૈલે બૂમ પાડી, નિમ્મીના ગાલ પર તમાચો મારવા હાથ ઉઠાવ્યો, પણ એ હાથ નિમ્મીના ગાલ પર પડે એ પહેલાં અધ્ધર જ અટકી ગયો. સિકંદરે એનું કાંડું પકડી લીધું હતું. બંને ભાઈઓ વચ્ચે એકબીજાની આંખોમાં જોતાં જે આગ ઝરતી હતી એનાથી જાણે ઓરડાનું વાતાવરણ ગરમ ગરમ થઈ ગયું હતું.

બેમાંથી જેને પણ છૂટ આપવામાં આવે એ બીજાને એક ક્ષણની પણ રાહ જોયા વિના મારી નાખે એમાં શંકા નહોતી. સિકંદરે પકડેલું શૈલનું કાંડું એટલા જોરથી દબાવ્યું હતું કે શૈલની હથેળી સુધી લોહી પહોંચતું બંધ થઈ ગયું હતું. એની હથેળી સફેદ થઈ ગઈ હતી. એણે જે રીતે હાથ પકડ્યો હતો એનાથી સિકંદરના પણ દાંત પીસાઈ ગયા હતા અને લમણાની નસો ઊપસી આવી હતી.

"બાબા, તું શાના માટે આ બધા ઉધામા કરે છે ?" મહેરુએ શૈલરાજનો હાથ છોડાવ્યો, "શાંતિથી એક વર્ષ રહીને છૂટા પડી જાવ બે જણા... પોતપોતાની સંપત્તિ લઈ લો અને..." મહેરુનું ગળું ભરાઈ આવ્યું, "પછી હુંય મારા ગામભેગો થઈ જઈશ... આમેય હવે મારું કામ પૂરું થયું છે. ભાઈ રહ્યા નથી..." મહેરુની આંખો ભરાઈ આવી, "તમે બે જણા કંઈ સમજતા નથી. નાની-નાની વાતમાં બાખડી પડો છો. હજી તો પખવાડિયું માંડ થયું છે. આમ ને આમ કરશો તો વર્ષ કેમ પૂરું થશે ?"

"એક વર્ષનો સમય બહુ લાંબો છે. મને તો પહેલેથી જ ખબર હતી અને એટલે જ મેં ના પાડી હતી. તમે બધા સમજાવવા આવેલા."

"મારે નથી જોઈતી આ સંપત્તિ. રોજ રોજ આટલું બધું સાંભળીને હું નહીં જીવી શકું. આ માણસ ગાળ દીધા વિના વાત નથી કરી શકતો મહેરુકાકા..." હવે સિકંદર પણ ઉશ્કેરાઈ ગયો હતો. પોતાની જાતને સ્વસ્થ રાખવાના એના પ્રયત્નો પર પાણી ફરી વળ્યું હતું, "મને બાસ્ટર્ડ કહે છે, મારા લોહીને, મારી

અમ્મીને ગાળો બોલે છે... પણ તારા સંસ્કારની વાત કરને... તારી માએ તને આ જ શીખવાડ્યું છે ? સ્ત્રી પર હાથ ઉપાડવો, ગાળ બોલવી અને દિવસભર બેસીને બાપના પૈસે દારૂ ઢીંચવો..."

"સાલ્લા..." શૈલરાજ હવે કોઈનાય કાબૂમાં રહે એમ નહોતો. એણે જઈને સિકંદરને પકડીને જમીન પર પાડી દીધો અને છાતી પર બેસીને મુક્કા મારવા માંડ્યો. એનું ઝનૂન એટલી હદે વકરી ગયું હતું કે એને પોતાને જ ખબર નહોતી કે એ શું કરી રહ્યો હતો. સિકંદરના જડબા પર, કાનની નીચે, છાતી પર, ગાલ પર એણે મુક્કાઓનો વરસાદ વરસાવ્યો. એના વાળ પકડીને, એનું માથું જમીન પર અફાળ્યું. સિકંદરના નાકમાંથી લોહી નીકળી આવ્યું, પણ પ્રતિકાર કર્યા વિના એ માર ખાતો રહ્યો. એને સતત રોકવાનો પ્રયાસ કરતા મહેરુને પણ શૈલે ધક્કો મારીને પાડી નાખ્યો. મહેરુથી આખરે આ સહન ના થયું એટલે એણે શૈલરાજને એક તમાચો ઠોકી દીધો.

શૈલરાજનું ઝનૂન અચાનક ઊતરી ગયું. એણે ચોંકીને મહેરુ સામે જોયું. પછી પોતાની નીચે પડેલા સિકંદર સામે અને ભીંતને અઢેલીને ઊભેલી ભયગ્રસ્ત મોટી મોટી આંખોએ એને ડઘાઈને જોઈ રહેલી નિમ્મી સામે...

એણે પોતાની જાતને એક ક્ષણ માટે જોઈ પછી ઊભો થઈ ગયો. એના આખા વર્તાવ પરથી સમજાતું હતું કે જે કંઈ થયું એનો એને હવે પારાવાર અફસોસ થઈ રહ્યો હતો. છેલ્લા બે કલાકથી પોતે એક અભણ, અણઘડ, જંગલીની જેમ વર્તી રહ્યો હતો એ એને પોતાને પણ સમજાઈ ગયું હતું.

એ માથું પકડીને પલંગ પર બેસી ગયો. એણે હાથના ઈશારાથી જ સિકંદર અને મહેરુને બહાર નીકળી જવાનું કહી દીધું...

મહેરુ અને સિકંદર રૂમની બહાર નીકળી ગયા.

બહાર નીકળતાંની સાથે જ મહેરુએ પોતાના ખભા પર લટકાવેલા ગમછાથી સિકંદરના નાકમાંથી વહેતું લોહી લૂછ્યું, "બેટા, શું કામ માર ખાતો રહ્યો એનો ?"

"એનું ઝનૂન નીકળી જાય એ બહુ જરૂરી હતું."

મહેરુ સિકંદરની સામે નવાઈથી જોઈ રહ્યો, "એટલે ? તું જાણીજોઈને..."

એણે સિકંદરના વાળમાં હાથ ફેરવ્યો. ફરી એક વાર નાકમાંથી હોઠ સુધી વહી આવેલું લોહી લૂછ્યું.

"કાકા, જો હું એને એમ જ છોડીને નીકળી જાત તો આ ગુસ્સો ફરી એક વાર નિમ્મીને ભોગ બનાવત..." સિકંદર દૂર શૂન્યમાં જોઈ રહ્યો, "એ મને ગમે તેટલો ધિક્કારે, પણ ભાઈ છે મારો. એના હાથે કોઈનું ખૂન થઈ જાય તો રઘુનંદનસિંહ ઝાલાનું નામ પણ બદનામ થાય... મારી અમ્મીને મારે જવાબ આપવો પડે."

"સિકંદર ! તું ખરેખર નીલોફરનો દીકરો છે." મહેરુની આંખોમાં પાણી છલકાઈ ગયાં, "એ સ્ત્રીએ મોટામાં મોટું બલિદાન આપીને પણ ઉફ નથી કર્યું... એક સ્ત્રી ક્યારેય ના આપી શકે એવી ભેટ એણે આ ખાનદાનને આપી છે." મહેરુથી બોલતાં તો બોલાઈ ગયું, પછી એણે વાતને વાળી લીધી. "એણે ક્યારેય રઘુનંદનસિંહને આ ઘરમાંથી બહાર ખેંચી જવાનો પ્રયત્ન નથી કર્યો કે નથી પોતે આ ઘરનો ઊંબરો ઓળંગ્યો. આંગણાની તુલસી બનીને રહી તારી મા..."

સિકંદર થોડી વાર મહેરુની સામે જોઈ રહ્યો, પછી એણે મહેરુની આંખોમાં આંખો પરોવી અને તાગ લેતો હોય એમ સીધો જ સવાલ પૂછી નાખ્યો, "તમે કોઈ ભેટની વાત કરી... મારી મા પણ મને હંમેશાં કહેતી, એ ઘરમાં કોઈ પારકું નથી. જે છે તે બધું મારું જ છે..." સિકંદર જાણે મહેરુને આરપાર વીંધી રહ્યો હતો, "મહેરુકાકા, સાચું કહેજો, મારી માએ એવું શું કર્યું છે આ ખાનદાન માટે કે તમે મારા બાપની રખાતને આટલું બધું માન આપો છો. તમે તો શક્તિબાની સાથે આવેલા, એમના વફાદાર હોવા જોઈએ. પણ તમે હંમેશાં મારી માનો પક્ષ લો છો. કેમ, મહેરુકાકા કેમ ?"

મહેરુ સિકંદરના સવાલ સામે નિરુત્તર થઈ ગયો.

એ ચૂપચાપ સિકંદર સામે જોતો રહ્યો. શું જવાબ આપવો એ એને સૂઝતું નહોતું અને સિકંદર હવે જવાબ લીધા વિના ઝંપવાનો નહોતો.

---

# ૯

મહેરુ સિકંદરના સવાલ સામે નિરુત્તર થઈ ગયો.

મહેરુ કંઈ જવાબ આપ્યા વિના ચાલવા લાગ્યો, પણ છેલ્લા થોડા દિવસથી જે કંઈ થઈ રહ્યું હતું, એણે સિકંદરના મગજમાં સેંકડો સવાલો ઊભા કર્યા હતા અને એ સવાલોના ઉત્તર મેળવ્યા વિના જીવવું, આ ઘરમાં જીવી શકવું સિકંદર માટે લગભગ અસંભવ હતું. એણે દોડીને મહેરુનો હાથ પકડી લીધો, "મને કહો મહેરુકાકા, મને જવાબ આપો."

"નથી મારી પાસે આનો જવાબ."

"હું નથી માનતો. આનો જવાબ જો કોઈ પાસે હોય તો એ માત્ર તમારી પાસે છે એ મને ખબર છે."

"જો બેટા, અત્યારના સંજોગોમાં મારે તારી સાથે સવાલો-જવાબોની આપ-લે નથી કરવી. હજી તો તમને સાથે રહેતાં મહિનો પણ નથી થયો. હજી તો કંઈ કેટલાય પ્રશ્નો આવશે. કેટલીય સમસ્યાઓ ઊભી થશે. દરેક વખતે તું મને આમ સવાલો પૂછીને ગૂંચવીશ તો હું કેમ જીવી શકીશ ?"

"તમારે તો જવાબ આપીને છૂટી જવાનું છે. ઊલટાનો તમારા મનનો ભાર હળવો થશે."

"મનનો ભાર ?" મહેરુના ચહેરા પર સ્મિત આવી ગયું. એણે સિકંદરના હાથમાં મજબૂતીથી પકડાયેલો પોતાનો હાથ છોડાવ્યો, "મનનો ભાર તો હવે ચિતાની અગ્નિમાં હળવો થશે બેટા... આ માટીની કાયાને કંચન જેવી અગ્નિશિખાઓ લપેટી લેશે ત્યારે જ શાંતિ થશે."

"આવું શું કામ બોલો છો મહેરુકાકા ?"

"કારણ કે આ જ સત્ય છે બેટા." મહેરુ ફરી એક વાર પોતાના ઓરડા તરફ જવા લાગ્યો. સિકંદરે એને ફરી એક વાર પકડી લીધો, "હું જાણું છું મહેરુકાકા કે તમારી પાસે કોઈ રહસ્ય છે."

"રહસ્ય ?" મહેરુ હસવા લાગ્યો, "તું ભૂલી ગયો દીકરા કે હું આ ઘરનો

નોકર છું. નોકર સાથે રહસ્ય વહેંચે એટલા નબળા આ ઘરના લોકો નહોતા જ..."

"તમે કંઈ પણ કહો, મારી મા તમને જે રીતે પત્ર આપી ગઈ. જે રીતે તમે શક્તિબાને ક્યારેક મારી સાથે ખરાબ વર્તન કરતાં રોકતા અને એ તમારી વાત માનતાં... બાપુએ તમને એમના વિલના સાક્ષી બનાવ્યા અને એવો આગ્રહ રાખ્યો કે આ વિલનો અમલ થાય એ તમારે જોવું. શક્તિબાના વફાદાર હોવા છતાં તમે ક્યારેય મારી માને ધિક્કારી નથી, બલકે જે રીતે મારી મા તમારા માટે અને તમે મારી મા માટે આદર રાખતા એ બધું જોતાં મને..."

"આ કોઈ નવલકથા છે કે પછી ફિલ્મ ? શું લાગે છે તને ? જડબેસલાક પ્રકરણો લખાયાં હશે આ ઘરમાં ? આપણે સાચેસાચું જીવી ગયેલા ત્રણ માણસોની વાત કરીએ છીએ બેટા... "

"એટલે જ આ વાત વધુ રસપ્રદ, વધુ રહસ્યમય લાગે છે મને. આમાંનું એક પાત્ર હું છું મહેરુકાકા... હું... જાતે... પોતે..."

"બેટા, આ બધી ખણખોદ કરવાની મૂકી દે. તને એમ લાગતું હોય કે વાતમાં કોઈ રહસ્ય છે તો એને સમજી-વિચારીને જ રહસ્ય રાખવામાં આવ્યું હશે એવું તને નથી લાગતું ? તને જણાવવા જેવી દરેક વાત તને જણાવી દેવાઈ છે. તો પછી કોઈ વાત તને નહીં જણાવવા પાછળ તારાં માતા-પિતાનો કંઈક હેતુ હશે એવું માનીને મૂકી દે એને..."

"એમ નહીં મૂકું. આજે મારા મનમાં આ સવાલ ઊભો થયો છે અને મને આ સવાલનો જવાબ જોઈએ છે."

"પહેલાં તારો સવાલ નક્કી કર." મહેરુએ સિકંદરને ગૂંચવવાનો પ્રયાસ કર્યો, " તને એવું લાગે છે કે રહસ્ય છે એટલે રહસ્ય હોવું જ જોઈએ એવું જરૂરી નથી." બોલતાં બોલતાં મહેરુ હસી પડ્યો, "હવે પેલા ભૂખ્યા સિંહને જમવા બોલાવું. પેલી છોકરીની હાલત શું છે એ પણ જરા જોતો આવું."

"મહેરુકાકા, મારો સવાલ બહુ સ્પષ્ટ અને ખુલ્લો છે. મારી માએ એવું શું કર્યું હતું આ ઘર માટે કે એક રખાતને આટલું બધું માન અપાતું રહ્યું ? પોતાના રોમેરોમથી એને ધિક્કારતા હોવા છતાં શા માટે આ ઘર અને દેશ છોડતા પહેલાં

શક્તિબા એને મળવા આવ્યાં હતાં ?''

"અરે, આ તે કંઈ સવાલ થયો ? રાજપૂતી ખાનદાની બેટા...''

"જો રાજપૂતી ખાનદાની એટલી જ મહત્ત્વની હતી તો અમને બેને અમારા ભાગ આપીને છૂટા કરી દેત રઘુનંદનસિંહ... અમે બે જણા એક વર્ષ ભેગા રહીએ એવો આગ્રહ શું કામ રાખ્યો એમણે ?''

"તું કસ્યા કર ભેજું આવી બધી વાતોમાં. આમેય હવે અહીંયાં રહીને તારે કશું કરવું તો છે નહીં. તું જ શોધી કાઢ આ સવાલોના જવાબ અને જડે તો મનેય કહેજે.'' મહેરુએ જવાબ ઉડાવ્યો અને શૈલરાજસિંહના ઓરડા તરફ ચાલવા લાગ્યો. થોડી વાર પહેલાં ત્યાં થયેલા તાંડવ પછી શૈલરાજનો ગુસ્સો સહેજ નરમ પડ્યો હશે એમ માનીને મહેરુએ એ તરફ જવાનું નક્કી કર્યું. શૈલરાજ જો થોડો શાંત પડ્યો હોય તો એને શિખામણના બે બોલ કહી શકાય એવી પણ એને ઇચ્છા હતી. વળી, આ છોકરી નિમ્મી, આમ તો સમજદાર લાગતી હતી, પરંતુ બે ભાઈ વચ્ચેના ઝઘડાનું કારણ ન બની જાય એ માટે એને પણ થોડી સમજ આપવી મહેરુને જરૂરી લાગી, એટલે એ સિકંદરની વાતને ટાળીને શૈલના કમરા તરફ ઊપડ્યો.

પોતાનું માથું પકડીને પલંગ પર બેસી ગયેલા શૈલરાજે હાથના ઇશારાથી જ સિકંદર અને મહેરુને બહાર જવાનું કહી દીધું હતું. એ પછી એ ખાસ્સી વાર સુધી એમ જ, માથું પકડીને બેસી રહ્યો. એને આ રૂપમાં જોઈને ડઘાઈ ગયેલી નિમ્મીમાં હિંમત નહોતી કે એને સમજાવે, મનાવે કે એની સાથે વાત કરે. નિમ્મીને સમજ નહોતી પડતી કે એ શૈલરાજ જોડે વાત કરવા જાય તો શૈલરાજ કઈ રીતે વર્તશે અને એટલે જ એ હજુ પણ એવી જ રીતે, ભીંતને અઢેલીને, ત્યાં જ ઊભી રહીને શૈલરાજ સામે જોઈ રહી હતી. એની આંખોમાં હજી ભય હતો.

બંને વચ્ચે થોડી ક્ષણોનું ભયાનક વજનદાર મૌન તોળાતું રહ્યું.

થોડી વાર પછી શૈલરાજે ધીમેથી માથું ઊંચકીને નિમ્મી સામે જોયું, હાથ લંબાવીને એને પોતાની પાસે બોલાવી. નિમ્મીએ ડોકું હલાવીને ના પાડી. સાથે સાથે એને ડૂમો ભરાઈ આવ્યો. ઇંગ્લૅન્ડમાં જન્મેલી, ખૂબ જ અમીર ઘરમાં લાડકોડથી ઊછરેલી નિમ્મીએ બ્રિટિશ તેહઝીબ અને સંસ્કાર જોયાં હતાં. એને આવું વર્તન છેક ભીતર સુધી હચમચાવી ગયું હતું.

એની આંખો છલકાઈ આવી. એ હજી પણ એવી જ રીતે હાથ પાછળ કરીને, ભીંતને અઢેલીને ઊભી હતી. શૈલરાજ ઊભો થઈને એની પાસે આવ્યો. કાચબાની જેમ જો નિમ્મી પાસે ઢાલ હોત તો એણે પોતાનાં બધાં અંગો સંકોરીને એ ઢાલની અંદર નાખી દીધાં હોત... શૈલરાજ જેમ જેમ નજીક આવતો ગયો એમ એમ નિમ્મી પોતાનાં અંગો સંકોરતી ભીંત સાથે એવી રીતે દબાતી ગઈ કે જાણે ભીંતમાં ઊતરી જવા માગતી હોય !

શૈલરાજ એની નજીક આવ્યો. એણે હળવેથી નિમ્મીના માથે હાથ ફેરવ્યો. અત્યાર સુધીનો બધો ક્રોધ, બધો ભય, બધી પીડા અને ફરિયાદ જાણે નિમ્મીનાં ડૂસકાંઓમાં વહી નીકળ્યાં. એણે પાછળ સંતાડી રાખેલા બંને હાથ આગળ લાવીને ચહેરા પર ઢાંકી દીધા અને જોરજોરથી ડૂસકાં ભરીને રડતી રહી. શૈલરાજને પારાવાર પસ્તાવો થઈ રહ્યો હતો. એણે જે કંઈ કર્યું તે ખોટું હતું એ એને સમજાઈ ગયું હતું. એ ક્યાંય સુધી હળવે હળવે નિમ્મીના માથા પર હાથ ફેરવતો રહ્યો.

પછી એણે હળવેથી એના ગાલ હાથ ફેરવ્યો અને મૃદુ અવાજે કહ્યું, "આઈ એમ સૉરી... આઈ એમ રિયલી સૉરી !" એ સાંભળ્યા પછી નિમ્મી વધુ જોરથી ડૂસકાં ભરવા લાગી અને શૈલે એને ખેંચીને એના તમામ વિરોધો છતાં બાહુપાશમાં ભીંસી લીધી. નિમ્મી છૂટવા માટે તરફડિયાં મારતી હતી, પણ આ તરફડિયાં થોડીક ક્ષણો પહેલાંનાં તરફડિયાં કરતાં જુદાં હતાં !

એને ક્યાંય સુધી બાહુપાશમાં ભીંસી રાખ્યા પછી નિમ્મી શાંત પડવા લાગી. એણે બંને હાથે શૈલરાજના કોલર પકડીને માથું ઊંચું કરી એની આંખોમાં જોયું, "તેં તો મને ડરાવી દીધી."

"આવો જ હોય અમારા રાજપૂતોનો પ્રેમ. રીઝી જઈએ તો રાજપાટ આપી દઈએ ને ખિજાઈએ તો જીવ લઈ લઈએ."

"જંગલી..." નિમ્મીએ કહ્યું અને શૈલરાજના ખૂલી ગયેલા બટનમાંથી એની છાતીના વાળમાં નાક ઘસ્યું.

"હવે આ જંગલી સાથે જિંદગી જીવવાની છે." કહેતાં કહેતાં શૈલરાજનો અવાજ અનાયાસે જ ભીનો થઈ આવ્યો, "હું તારા વિના નહીં જીવી શકું

નિમ્મી... તું કોઈ બીજાને ચાહે એ વિચારમાત્રથી જો હું આવો રાક્ષસ થઈ જાઉં તો..."

"પણ હું કોઈ બીજાને શું કામ ચાહું શૈલ ? મેં મારી મરજીથી તારી સાથે જીવવાનું નક્કી કર્યું છે. તને મારા માટે પ્રેમ થાય એ માટે બે વર્ષ રાહ જોઈ છે. એ પછી અચાનક... શા માટે શૈલ, શા માટે ?"

"નથી ખબર." શૈલે નિમ્મીને ખભેથી પકડીને થોડી દૂર કરી. એની આંખોમાં ડૂબકી મારતો હોય, એના મનનો તાગ લેતો હોય એવી રીતે થોડી વાર વેધક નજરે જોઈ રહ્યો. પછી એણે ધારદાર અવાજે નિમ્મીને કહ્યું, "મને એ નથી ખબર કે તું બીજાને શું કામ ચાહે, પણ મને આજે જે વાતની શંકા પડી છે એ વાતના કોઈ પણ પુરાવા ક્યારેય પણ મળ્યા કે મને એવું લાગ્યું કે તું મને છેતરે છે તો આજે જે જોયું એ માત્ર ટ્રેલર હતું, એટલું યાદ રાખજે."

"શૈલ !"

"હા નિમ્મી, તું મને મારા વાંકે કે આપણા બંનેના ઝઘડાને કારણે છોડી જાય તો હું હરફ પણ નહીં ઉચ્ચારું... પણ જો કોઈ બીજા માટે મને છોડ્યો તો હું તને જીવવા નહીં દઉં." શૈલની પકડ નિમ્મીના ખભા પર મજબૂત થઈ ગઈ હતી. નિમ્મીને લાગ્યું કે જે ભીંસ એણે ગળા પર અનુભવી હતી, લગભગ એવી જ ભીંસ શૈલની હથેળીઓમાં અત્યારે પણ હતી, "સિકંદરની માને કારણે મારા બાપે મારી માને છોડી, હવે જો ઈતિહાસ ફરી લખાશે તો હું શક્તિદેવીની જેમ આ ઘર નહીં છોડું. તને દુનિયા છોડાવી દઈશ... હું દીકરો મારી માનો છું, પણ એના જેટલા નબળો નથી. મને એની જેમ ત્યાગ કરવાનો કે મહાન થવાનો શોખ નથી... હું જેલમાં જિંદગી ગુજારવાનું પસંદ કરીશ, પણ મારી પ્રેમિકાને બીજા કોઈની બાંહોમાં નહીં જ જવા દઉં..."

✱

"સાહેબ, અમારી માસ્ટરી છે, આજ સુધી અમે પકવેલા વીમામાં એક પણ કેસ રિજેક્ટ થયો નથી, ના આત્મહત્યા કે ના ખૂન... સીધોસાદો અકસ્માત લાગે એવું મર્ડર અમારી સ્પેશ્યાલિટી " શૈલરાજસિંહની સામે બેઠેલો માણસ પોતાની આંગળીમાં પહેરેલી જાડી વીંટી ઘુમાવતાં બોલી રહ્યો હતો, "કાનોકાન ગંધ ન આવે સાહેબ, વીમા કંપની તો શું સીબીઆઈ પણ એક વાર શોધવા

નીકળે તો પુરાવાના નામે હાથ ખંખેરી નાખવા પડે એવી પાકી વ્યવસ્થા છે આપણી."

શૈલરાજ એક અક્ષર બોલ્યા વિના એની સામે જોઈ રહ્યો હતો, એની આંખોમાં ખુન્નસ હતું, લોહી ઓકતી હતી એની આંખો...

એ વિચારી રહ્યો હતો કે પોતે અહીં આવીને કોઈ ભૂલ તો નથી કરીને ? સાથે સાથે એનું મગજ ત્રણગણી ઝડપે આ માણસ સાથે સિકંદરના મોતનો સોદો કરવો કે નહીં એ વિશે વિચારી રહ્યું હતું...

સિકંદર અને એની વચ્ચે બે જ દિવસ પહેલાં નિમ્મીની બાબતે જે કંઈ થયું એ પછીના ૪૮ કલાક શૈલરાજસિંહ ઝાલાએ અજંપા અને ઉજાગરામાં ગાળ્યા હતા. સિકંદર જે આરામથી આ ઘરમાં પોતાની જિંદગી જીવી રહ્યો હતો એ શૈલરાજ માટે પળેપળ વધુ ને વધુ અસહ્ય બનતું જતું હતું. પોતે ચેતવણી આપવા છતાં નિમ્મીના સિકંદર સાથેના વર્તનમાં દેખીતો કહી શકાય એવો કોઈ ફેરફાર નહોતો થયો....

આ ૪૮ કલાક દરમિયાન શૈલરાજસિંહે શું કરવું એ વિશે ઘણું મનોમંથન કર્યું હતું.

વેર ભૂલવાનો પણ પ્રયાસ તો કર્યો જ, એવો પણ પ્રયત્ન કર્યો કે કોઈક રીતે એ આ ઘરમાં પોતાની જિંદગી પોતાની રીતે જીવી શકે. ભૂલી જાય આ સિકંદર નામના માણસને અને આજ ઘરમાં સાવ અલગથી જીવી શકે. પરંતુ, એવું થઈ શક્યું નહીં. સિકંદર નામનો એ માણસ જાણે-અજાણ્યે સતત શૈલરાજસિંહ ઝાલાના મગજમાં અને એની નજર સામે મંડરાતો રહ્યો. શૈલરાજ માટે અઘરું થઈ ગયું આ પરિસ્થિતિમાં અહીં જીવવું. ગઈ કાલ સુધી કદાચ એને આટલો બધો ગુસ્સો નહોતો આવતો સિકંદર ઉપર, પરંતુ નિમ્મી સાથે જે કાંઈ થયું એ પછી સિકંદરને જોઈને જ એને ગુસ્સો આવી જતો. એક વખત સાથે જમવાની શર્ત શૈલરાજ માટે અભિશાપ બની ગઈ. સિકંદરને જોતાં જ એના ગળે કોળિયો નહોતો ઊતરતો. શું કરવું એ સમજી નહીં શકાતાં શૈલરાજે આખરે એના એક જૂના મિત્રનો સંપર્ક કર્યો. અંડરવર્લ્ડમાં ખૂબ મોટું નામ ધરાવતો એ માણસ કોઈ એક જમાનામાં શૈલરાજના ક્લાસમાં ભણતો હતો. શૈલરાજે એને સંપર્ક કરીને કોઈ એવા માણસને શોધી આપવા કહ્યું જે એને સિકંદરના ત્રાસમાંથી છોડાવી શકે.

પરિણામસ્વરૂપ શૈલરાજસિંહ ઝાલા અત્યારે રઘુ રેડ્ડીની સામે બેઠા હતા, એની સામે જોઈ રહ્યા હતા અને વિચારતા હતા કે "આ માણસને ખરેખર કામ અપાય કે નહીં?" મોટી મોટી વાતો કરતો રેડ્ડી અત્યારે શૈલરાજને થોડું ડરાવતો હતો પરંતુ હવે આ બાબતે ઢીલા પડવાથી નહીં ચાલે એ વાત શૈલરાજસિંહ ઝાલાને બરાબર સમજાઈ ગઈ હતી.

"જો પકડાઈ ગયા તો?" એણે રઘુ રેડ્ડીને પૂછ્યું.

"શું વાત કરો છો સાહેબ? તમને ખબર છે મેં કેટલાં મર્ડર કર્યાં છે?"

શૈલરાજસિંહે જવાબ આપ્યા વિના માત્ર રઘુની સામે જોયા કર્યું, "૧૭ મર્ડર સાહેબ... અને આજ સુધી કોઈએ મારી સામે આંગળી નથી ચીંધી. સિંહની જેમ છુટ્ટો ફરું છું સાહેબ... કોઈની તાકાત નથી કે મારી સામે આંગળી ચીંધે. સાહેબ, તમે બેફીકર થઈ જાવ, તમે રઘુ રેડ્ડીને કામ સોંપ્યું છે અને સાહેબ. એક બીજી વાત. તમે જ્યાંથી આવો છો એ અમારા સૌના ગુરુ છે. અમને આ ધંધામાં લાવનાર એ માણસ છે. એ કહી દે પછી જીવના જોખમે અમારે આ કામ કરવું પડે સાહેબ... તમે નિશ્ચિંત થઈને ઘરે જાવ." એ હસી પડ્યો, "અકસ્માતના સમાચાર મળે ત્યારે થોડી એક્ટિંગ કરી લેજો..."

શૈલરાજે એક પણ શબ્દ બોલ્યા વિના મોબાઈલમાં પાડેલો સિકંદરનો ફોટો આગળ કર્યો. રઘુએ ફોટો હાથમાં ઉપાડીને થોડીક ક્ષણો એને જોયા કર્યું પછી ધીમેથી લગભગ સ્વગત બોલતો હોય એમ કહ્યું, "સિકંદર !? આની સાથે તમારો શું પ્રોબ્લેમ છે સાહેબ?"

શૈલરાજ ચોંક્યો, એ ધ્યાનથી રઘુના ચહેરા સામે જોઈ રહ્યો, "તું ઓળખે છે આને?"

છુપાવવાનો અર્થ નથી એવું સમજાઈ જતાં રઘુએ શૈલરાજની સામે જોઈને આંખોમાં આંખો પરોવી, "મારો બાળપણનો મિત્ર છે સાહેબ... અમે સાથે રમ્યા છીએ. હું વરસોવાની ઝૂંપડપટ્ટીમાં મોટો થયો છું અને આ..." એણે એક ક્ષણ શ્વાસ લીધો પછી શું બોલવા જતો હતો કોણ જાણે, પણ ગળી ગયો અને ધીમેથી બોલ્યો, "એની મા સાથે વરસોવામાં એક બંગલામાં રહેતો..."

"એટલે હવે મારે શું સમજવાનું?"

"જુઓ સાહેબ, વાતચીતથી પતતું હોય તો હું પતાવી આપવા તૈયાર છું."

રઘુએ જરા ધીમેથી વાત સંભાળી લેવાના ઈરાદાથી કહ્યું, "માણસ સારો છે, સીધો... તમને ક્યાં નડ્યો એ મને ખબર નથી. પણ તમને એક વાત કહી દઉં કે આમ કોઈને નડે એવો છે નહીં."

"મારી ગર્લફ્રેન્ડ સાથે ઈશ્ક લડાવે છે" શૈલરાજ રઘુ સામે જોઈ રહ્યો, "સાલો...સાધુ બનવા જાય છે પણ એની માનો દીકરો છે એ ! હરામી...ગંદું લોહી..."

"બસ સાહેબ..." રઘુ ટેબલ પર હાથ પછાડીને ઊભો થઈ ગયો, "બોલી ચૂક્યા તમે... એની મા વિશે એક અક્ષર નહીં બોલતા સાહેબ..."

"એટલે ?"

"આ રઘુ આજે તમારી સામે ઊભો છે એનું કારણ એની માઈ છે સાહેબ... તમે મારા ગુરુના કહ્યાથી ના આવ્યા હોત તો તમને અત્યાર સુધીમાં બહાર ફેંકાવી દીધા હોત. એની માઈના હાથનું નમક ખાધું છે મેં...તમે સિકંદર વિશે કંઈ પણ બોલો સાહેબ... એની માઈ વિશે એક અક્ષર નહીં બોલતા." રઘુનો ચહેરો બદલાઈ ગયો, "તમે કહો તો હું એની સાથે વાત કરવા તૈયાર છું."

"તું એને મારી નાખવાનો છે કે એની વકીલાત કરવા માગે છે ? નક્કી કર... ધંધો કરવો છે કે દોસ્તી રાખવી છે ?"

"સાહેબ, ખરાબ નહીં લગાડતા. પણ અમારા ધંધામાં દોસ્તી જીવથીયે વધારે હોય છે."

"ટૂંકમાં આ કામ તું કરીશ કે નહીં કરે ?"

"સાહેબ, તમને સમજાવવાનો પ્રયત્ન કરું છું. જો સમજી શકાય તો સમજવાનો પ્રયત્ન કરો."

"ઓહ હો... હવે તને એની દયા આવે છે."

"દયા ?" રઘુ હસી પડ્યો, "દયા એની નથી આવતી, તમારી આવે છે."

"શટ અપ..." શૈલરાજસિંહ બરાડ્યો, "સીધી વાત કર, તું કામ કરીશ કે નહીં ?"

"સાહેબ, તમને મારામાં હવે વિશ્વાસ પડશે ?" રઘુએ મુદ્દાનો સવાલ પૂછી

નાખ્યો. એ જાણે શૈલરાજના મનમાં ચાલતી વાત સમજી ગયો હોય એમ એણે આ સવાલ પૂછ્યો હતો, "કામ તો કોઈ પણ કરી આપશે સાહેબ, સમાધાન બીજું કોઈ નહીં કરાવી શકે."

"પણ, તને કહ્યું કોણે કે મારે સમાધાન કરવું છે ?"

"કરી લો સાહેબ... કારણ કે જો આને ખબર પડશે કે તમે એના નામની સોપારી આપી છે તો એ તમને જીવતા નહીં છોડે. તમે ઓળખતા નથી એને...બહુ ખૂંખાર માણસ છે. અમારા વરસોવામાં ભલભલા એનાથી ડરે છે. બહુ બેરહેમીથી મારે છે સાહેબ... એક વાર એનું મગજ છટકે પછી સંભાળવો મુશ્કેલ.."

"મને ડરાવે છે ?" શૈલરાજે પૂછ્યું. એને પોતાનો માર ખાતો સિકંદર યાદ આવ્યો અને એ વિચારમાં પડી ગયો, 'આ રઘુ મને ડરાવતો હશે કે ખરેખર સાચું બોલતો હશે !'

"સવાલ ડરાવવાનો નથી તમને સમજાવવાનો છે. હું તમને માત્ર એટલું જ કહેવા માગું છું કે સમાધાન થઈ શકતું હોય તો વાત પતાવવાનો પ્રયત્ન કરો. કારણ કે આમાં કોઈનુંય ભલું નહીં થાય."

શૈલરાજે ટેબલ પર પડેલો મોબાઈલ ઉઠાવી લીધો, "મને લાગે છે કે તારાથી આ કામ નહીં થાય." એણે બહારની તરફ જવા માંડ્યું.

"મારાથી શું કોઈથીયે આ કામ નહીં થાય સાહેબ..." રઘુએ કહ્યું અને શૈલરાજ બહાર જતો અટકી ગયો.

"એટલે ?"

"એટલે.." રઘુ એક ક્ષણ ચૂપ રહ્યો, શૈલરાજ સામે જોતો રહ્યો પછી ધીમેથી પણ ખૂબ મક્કમતાથી કહ્યું, "સાહેબ, સમાધાન કરવું હોય તો હું હજીયે વચ્ચે પડવા તૈયાર છું, તમને ક્યાંય નડ્યો હોય તો માફી મંગાવી લઉં સાહેબ... બાકી હવે એના જીવની રક્ષા તો હું કરીશ."

"હમણાં તો કહેતો હતો કે જબાન આપી છે."

"હું નહોતો જાણતો કે તમે ખોટી વાતમાં એને ફસાવો છો."

"એટલે ?"

"સાહેબ, ચડ્ડી નહોતા પહેરતા ત્યારથી એકબીજાને ઓળખીએ છીએ અમે..." રઘુ ઝીણી આંખો કરીને શૈલરાજ સામે જોઈ રહ્યો, "છોકરી નામની ચીજ જ નથી આ માણસના જીવનમાં... ઇશ્ક ?" રઘુ હસવા લાગ્યો, "તમે શું જાણો છો એના વિશે મને નથી ખબર... પણ એના જીવનમાં ઈશ્ક થઈ ચૂક્યું, ફિલ્મોમાં આવે એવું... સ્ટોરીબુકમાં લખાય ને ? એવું... એણે દિલ ફાડીને પ્રેમ કરી લીધો સાહેબ... એક છોકરીને... એની જિંદગીમાં હવે કોઈના માટે જગા નથી. હું તમારી બધી વાત માની લઉં સાહેબ..." રઘુ ફરીથી હસવા લાગ્યો, "પણ સિકંદર અને ઇશ્ક ? સવાલ જ પેદા નથી થતો..."

"છોકરી ? કોણ છે એ છોકરી ?"

"એ જાણીને તમારે શું કરવું છે સાહેબ ? વાત પુરાની થઈ ગઈ.."

"એ છોકરીનું નામ શું છે ?"

"એનું નામ તો સિકંદર પણ નથી લેતો પોતાની જુબાનથી...એટલી અદબ જાળવે છે. છોકરીએ એક વાર એને ના પાડી પછી ફરીને એની તરફ જોયું નથી..."

"નામ બોલ !"

"સાહેબ..."

"નામ બોલ !" શૈલરાજે જે અવાજે ત્રાડ પાડી એ સાંભળીને રઘુએ એક સેકન્ડ એની સામે જોયું અને પછી ધીમેથી જવાબ આપ્યો, "તમારી બૂમોથી ડરીને નથી કહેતો, પણ નામ એટલા માટે કહું છું જેથી તમારા મનની ગલતફહેમી દૂર થઈ જાય..." એણે ઊંડો શ્વાસ લીધો અને ઉમેર્યું, "છોકરીનું નામ છે આરતી..."

"આરતી...દેશ..." શૈલરાજે અચાનક જ બોલવાનું બંધ કરી દીધું અને વિચારમાં પડી ગયો.

"હા, આરતી દેશમુખ... એ જ ! તમે ઓળખો છો એને ?"

રઘુની સામે બેઠેલો શૈલરાજસિંહ ઝાલા મોઢું પહોળું કરીને એની સામે જોઈ રહ્યો હતો. આરતી દેશમુખ ?

"હા."

"આ... સિકંદર... આરતી દેશમુખના પ્રેમમાં હતો?"

"પ્રેમમાં નહીં, ગાંડા પ્રેમમાં..." રઘુએ સ્મિત કર્યું.

"આ મૉડેલ આરતી દેશમુખની વાત કરો છો તમે?" શૈલરાજને હજીયે વિશ્વાસ નહોતો આવતો. દેશની ટોપ મૉડેલ, કરોડો રૂપિયા કમાતી, જેનો ફોટો લગભગ દરેક અખબારમાં, દરેક મેગેઝિનમાં છપાતો રહે એવી છોકરીને આ સિકંદર પ્રેમ કરતો હતો. એ વાત હજી એના મગજમાં નહોતી ઊતરતી.

"માત્ર સિકંદર જ નહીં આરતી પણ સિકંદરને બહુ પ્રેમ કરતી હતી."

"વૉટ?" શૈલરાજ માટે આ બીજો આઘાત હતો.

"હા, એટલી હદ સુધી કે એ છોકરી પોતાની મૉડેલિંગની કરિયર - પોતાનું કામ - ઘર અને મા-બાપ સુધ્ધાં છોડીને સિકંદર સાથે રહેવા તૈયાર હતી. બેગ લઈને આવી ગઈ હતી સિકંદરના ઘરે... પાગલ હતી સિકંદર પાછળ..."

"મને હજી નથી સમજાતું કે આ ગાંડામાં એ છોકરીએ શું જોયું?"

"આ સિકંદર તો ગાંડો જ છે. એ છોકરી સાવ નાની હતી ત્યારથી એને પ્રેમ કરતો." રઘુ જાણે ભૂતકાળમાં સરી પડ્યો હતો, "અમે ત્રણે જણા જોડે રમતાં... તમે તો વાંચ્યું જ હશે કે આરતી દેશમુખ સાવ ઝૂંપડપટ્ટીમાંથી ઉપર આવેલી છોકરી છે..."

"હા, એ બધું તો બરાબર પણ..."

"સિકંદરે ક્યારેય આરતીને કહ્યું નહીં કે એ એને ચાહે છે... પણ સાહેબ, આગ અને ચાહત એની ગરમી બતાડ્યા વિના રહી શકે ખરાં?" રઘુ રેડ્ડી એક ફિલોસોફરની અદાથી બોલી રહ્યો હતો, એણે પોતાનો એક પગ વાળીને ખુરશી પર ગોઠવી દીધો હતો. ઘૂંટણ ઉપર કોણી ટેકવીને કોઈ રાજાની અદામાં બેઠો હતો. મોટી રિવોલ્વિંગ ચૅર ઉપર આમથી આમ ફરતો રઘુ સિકંદરની પ્રેમકથા કહી રહ્યો હતો અને શૈલરાજ સાવ નવાઈથી એક નવા જ સિકંદરને પોતાની સામે ઊઘડતો જોઈ રહ્યો હતો, "પેલી છોકરીએ એનાથી થઈ શક્યું એ બધું જ કર્યું સાહેબ. આને સમજાવ્યો, મનાવ્યો, પટાવ્યો...એણે જે કહ્યું તે કર્યું પણ આનામાં બુદ્ધિ જ નથી."

"કેમ?" શૈલરાજને નહોતું પૂછવું પણ એને જાણે આ કથામાં રસ પડી ગયો હતો.

"સાહેબ, તમે આને ઓળખતા નથી. તદ્દન છટક મગજ છે."

"એટલે ?" નખશિખ બ્રિટિશ શૈલને છટક શબ્દ સમજાયો નહીં.

મગજ પાસે આંગળી ગોળ ગોળ ફેરવીને હસતાં હસતાં રઘુએ કહ્યું, "ચકરમ..." એ જોરજોરથી હસવા લાગ્યો, "આરતીને કહે છે, હું પ્રેમમાં માનતો જ નથી. પ્રેમ માણસનો જીવ લે છે ! મારી મા પ્રેમને કારણે તડપી તડપીને મરી ગઈ."

"શું વાત કરો છો ?"

"ખરું કહું છું સાહેબ... બધું છોડીને આવેલી એ બિચારી છોકરીને આપણા બુદ્ધુરામે પાછી મોકલી આપી." રઘુ ઝીણી આંખ કરી શૈલરાજ સામે જોઈ રહ્યો હતો, "હવે તમે જ કહો સાહેબ, આવી છોકરી ક્યાં મળે ? અને તમને કહું સાહેબ, એ છોકરી તો આજે પણ એને પ્રેમ કરે છે."

"પણ તમે હમણાં તો કહ્યું કે, એણે ના પાડી..."

રઘુ શૈલરાજની સામે જોઈ રહ્યો, "ચા પીશો સાહેબ ?"

"હેં ? હા..." શૈલરાજ જાણે એકધ્યાન થઈ ગયો હતો. સિકંદરની આ પ્રેમકથામાં એને એક પછી એક એવી કડીઓ જડતી હતી જેનો ઉપયોગ એ જબરજસ્ત ચાલાકીથી સિકંદરની સામે જ કરી શકે એમ હતો. નિમ્મીને સિકંદરથી દૂર રાખવામાં આરતી મદદરૂપ નીવડી શકે એમ હતી એવો ખ્યાલ એને આવતો જતો હતો. એણે વધુ રસ લઈને રઘુને પૂછ્યું, "કેમ ના પાડી આ છોકરીએ ? આરતીએ..."

"સાહેબ, માઈ ગુજરી ગઈ પછી આ ભાઈ એકલા પડ્યા...ઘુવડની જેમ રાત આખી જાગે ને દિવસ આખો ઊંઘે...એક નંબરનો બેવડો થઈ ગયેલો સાહેબ...મને તો લાગ્યું કે બચશે જ નહીં... એટલે મેં સમજાવ્યો કે લગન કરી લે..."

"એટલે એ આરતીને પૂછવા ગયો ?"

"ના, સાહેબ ના... આ તો વટનો કટકો.. જતો હશે ?"

શૈલરાજની ધીરજ ખૂટતી જતી હતી. રઘુ જે રીતે વાત કરતો હતો એમાં

એ મૂળ મુદ્દા પર નહોતો આવતો. હવે શૈલરાજને મૂળ મુદ્દો જાણવો હતો, "શું થયું એ કહોને ?"

"કહું છું...કહું છું..." રઘુ શૈલરાજની ઉતાવળ સમજતો હતો અને કદાચ એટલે જ જાણી જોઈને વાર કરતો હતો, "એક દિવસ ચિક્કાર પીને આપણા ભાઈ બેહોશની જેમ પડ્યા હતા ત્યારે મેં આરતીને ત્યાં જવાનું કહ્યું..." રઘુ શૂન્યમાં જોઈ રહ્યો હતો. આખો પ્રસંગ એની નજર સામે ભજવાતો હતો. "હજી ગયા વરસની જ વાત છે...શુક્રવારની સાંજ હતી. આપણા ભાઈ ચિક્કાર પીને વરસોવાના બંગલામાં બહાર હિંચકા ઉપર ઝૂલતા પડ્યા હતા અને આરતી ઝાંપો ખોલીને અંદર દાખલ થઈ..."

✱

રાતનો અંધકાર વરસોવાની એ બંગલીને પોતાના બાહુપાશમાં લપેટીને જાણે હાલરડાં ગાઈ રહ્યો હતો. મોડી રાતની ભરતીનો અવાજ ઘેરો થઈને વાતાવરણમાં પડઘાતો હતો. મેઈન રોડ પરથી પસાર થતાં વાહનોના હોર્નનો અવાજ શાંતિને ચીરી જતો. એ સિવાય ખાસ કોઈ બીજો અવાજ નહોતો. કાટ ખાઈ ગયેલા હિંચકાનો લયબદ્ધ એકધારો કીચુડ કીચુડ અવાજ આવતો હતો જેમાં ઝાંપો ખૂલવાનો અવાજ જાણે એના લયને તોડીને એક લાંબા કિચુડાટ સાથે ભળી ગયો.

"કોણ છે ?" સિકંદરનો અવાજ લસરી પડતો હતો. એની આંખો મીંચેલી હતી. એક પગ ઘૂંટણમાંથી વાળેલો અને બીજો લસ્ત થઈને લટકતો હતો. એનો એક હાથ છાતી પર હતો અને બીજો હિંચકાની નીચે રેતીને અડી અડીને ઝૂલતો હતો.

"હું...આરતી..." સાવ ધીમા અવાજે એણે કહ્યું. એ કંપાઉન્ડમાં પાથરેલા છીપલાને કચરતી એ સિકંદરની નજીક પહોંચી.

"આરતી..." સિકંદર હસ્યો, "જો કભી નહીં હારતી ! કેમ આવી છે ?"

"આ શું હાલત કરી છે ?" આરતીએ સિકંદરના સવાલનો જવાબ આપ્યા વિના સામો સવાલ કર્યો, "દારૂ પચતો નથી તો પીવે છે શું કામ ?"

"તું તારું કામ કર..."

"એ કરવા જ આવી છું." આરતીએ નજીક આવીને સિકંદરને સીધો કર્યો,

એનો લટકતો પગ સરખો હિંચકા પર ગોઠવ્યો. હિંચકો ઊભો રાખ્યો. પોતે એની બાજુમાં ગોઠવાઈ અને એનો લટકતો હાથ પોતાના હાથમાં લીધો, "જાનુ... આ શું કરે છે ? માઈ તને આવી હાલતમાં જુએ તો તને ક્યારેય માફ કરે ? એક તમાચો મારી દે.."

"તો તું પણ માર..." સિકંદર હસતો હતો પણ એની આંખોના બંને ખૂણેથી આંસુ સરકી ગયાં.

"હું તને સમજાવવા આવી છું, છેલ્લી વાર..."

"આરતી, હું તને પ્રેમ નથી કરતો." સિકંદરે આગળ કોઈ વાત થાય એ પહેલાં જ કહી દીધું.

"મેં પૂછ્યું તને ?" આરતીનો અવાજ બિલકુલ સ્વસ્થ અને મક્કમ હતો, "હું પ્રેમ કરું છું તને...કરતી રહીશ..."

"હું તારી સાથે પરણવાનો નથી."

"મેં કહ્યું તને ?" આરતીએ એના વાળમાં આંગળીઓ પરોવી અને હળવે હળવે એના વાળ સહેલાવવા માંડ્યા, "સિકંદર, તું મને પ્રેમ કરે કે નહીં, મને પરણે કે નહીં એ બધી વાત થઈ ચૂકી છે આપણી વચ્ચે... હું વારે વારે તને કરગરું, તારા પગે પડું કે તને મારી સાથે પરણવા માટે મનાવ્યા કરું એટલી બધી નબળી તો નથી જ..." એણે ઝૂકીને સિકંદરના ગાલ પર એક ચૂમી ભરી લીધી, "હું તને ચાહું છું એ સત્ય છે અને આજે તને હું એ કહેવા આવી છું કે હું જે સિકંદરને ચાહું છું એ સિકંદર કદાચ હવે અહીંયાં નથી રહેતો..."

"ફિલોસોફી ઝાડે છે ?" સિકંદર ફરી હસવા લાગ્યો. એના હસવામાં-બોલવામાં નશો છલકાતો હતો, જબાન લસરી પડતી હતી, પણ એણે આરતીના હાથમાંથી પોતાનો હાથ છોડાવ્યો નહીં. એને પોતાના વાળમાં આંગળાં ફેરવતી રોકી પણ નહીં, બલકે ઝૂકેલી આરતીના ગળામાં હાથ નાખીને એને એમ જ ઝૂકેલી પકડી રાખી, "તને ખબર છે અહીંયાં કોઈ સિકંદર રહેતો જ નહોતો...કોઈ સિકંદર રહેતો જ નથી...તું જેને પ્રેમ કરતી હતી એ તો મરી ગયો ક્યારનોય...એની કબર પણ બતાવું તને...ચાલ, ફાતીહા પઢવા છે ?"

"સિકંદર..." આરતી એવી વિચિત્ર સ્થિતિમાં બેઠી હતી કે એની પીઠ દુખવા લાગી, "છોડ મને..."

"કેમ ?" સિકંદરે વધારે એને નજીક ખેંચી, એના કમ્મર સુધીના ખુલ્લા વાળમાં આંગળાં પરોવ્યાં અને એનો ચહેરો નજીક લાવી એની આંખોમાં જોયું, "મારો ડર લાગે છે તને ?"

"ડર ? મને શું કામ લાગે ? તને તારો ડર લાગવો જોઈએ સિકંદર.... આટલી બધી બુદ્ધિ, આટલી બધી શક્તિઓ અને આ આવડતને દારૂમાં ડુબાડીને તું શું સાબિત કરે છે ? કે તું તારા બાપનો દીકરો છે ? હકીકતથી ભાગવું, સત્યથી આંખો મીંચી લેવી અને દારૂમાં ડૂબીને પરિસ્થિતિનો સામનો ન કરવો એ જ તો રઘુનંદનસિંહ ઝાલાનું લોહી છે અને તેં એ સાબિત કરી દીધું કે તું એમનો દીકરો છે. સરસ સિકંદર... વેરી ગુડ..."

"ભાષણ પતી ગયું ? તું જઈ શકે છે...." સિકંદરે ઝટકો મારીને આરતીને છોડી દીધી.

"જઈશ... જવા માટે જ આવી છું. સિકંદર, મારે તને એક જ વાત કહેવી છે..." આરતીએ ઊંડો શ્વાસ લીધો, "તારે સાંભળવી હોય તો !"

"કાનમાં ડૂચા નથી માર્યા મેં એટલે તું બોલીશ તો મને સંભળાશે... બોલ....કહી દે તારે જે કહેવું હોય તે..." સિકંદરે ફરી એક વાર હાથથી ધક્કો મારીને હિંચકો ઝૂલાવવા માંડ્યો.

આરતી ઘડીભર ઝૂલતા હિંચકા સામે જોઈ રહી, કીચુડ કીચુડનો એકધાર્યો લયબદ્ધ અવાજ શાંત વાતાવરણને ચીરતો રહ્યો. પાછળ ગરજતો દરિયો ઘૂઘવતાં મોજાં લઈને આવતો અને ફીણ ફીણ થઈને વિખરાતો રહ્યો...

"હું આજે હમણાં તને મારું શરીર સોંપવા માગું છું...મારી પાસે જે કાંઈ છે, એક સ્ત્રી તરીકે એ બધું જ તું એક વાર માણી લે, ભોગવી લે એવું હું ઈચ્છું છું..." આરતીએ થોડીવાર ચૂપ રહીને કહ્યું, "હું તને મારા સ્ત્રીત્વની, મારા કૌમાર્યની, મારા સન્માનની આ ભેટ સ્વીકારવા વિનંતી કરું છું સિકંદર..."

હિંચકા પર ઝૂલતા સિકંદરે પોતાના લટકતા હાથથી અચાનક હિંચકો અટકાવી દીધો. એણે ચોંકીને આરતી સામે જોયું, એનો નશો ઊતરી ગયો હતો...

"આરતી....?!?!" એના અવાજમાં ઊંડો આઘાત હતો.

---

# ૧૦

"હા, સિકંદર...હું જાણું છું કે તું મને ચાહે છે."

"હું કોઈને ચાહતો નથી."

"એવું કહેવાથી તું મને છેતરી શકે, તારી જાતને કેવી રીતે છેતરીશ ?"

"જો આરતી, મને તારી સાથે દલીલો કરવામાં કોઈ રસ નથી. હું માત્ર એક જ વાત..."

આરતી હિંચકા પાસે જ રેતીમાં ઘૂંટણિયે બેસી ગઈ, એણે સિકંદરની છાતી પર માથું મૂકી દીધું. પોતાનો હાથ એના શરીરની આસપાસ લપેટી દીધો, "કહે, હવે જે વાત કહેવી હોય તે કહે."

"આરતી, તું મારી દોસ્ત છે... આપણે સાથે મોટાં થયાં.... એકબીજાને ઓળખતાં-સમજતાં થયાં પણ આપણા રસ્તા જુદા છે. આપણે જુદું વિચારીએ છીએ... આપણી જિંદગીઓ જુદી છે."

"નદીના બે સમાંતર કિનારા આખરે તો એક થઈને સમુદ્રમાં જ ભળે છે. રેલના બે પાટા ભલે ભેગા ન થાય પણ એમની મંઝિલ તો એક જ હોય છે." આરતીએ સિકંદરના હોઠ પર ચુંબન કર્યું.

સિકંદરે આરતીના વાળ પકડ્યા અને એનો ચહેરો સરખી રીતે ફોકસ થાય એમ પોતાના ચહેરાથી દૂર કર્યો. એની આંખોમાં આંખો નાખી.

"માત્ર શરીર જોઈએ છે તને ? ચાલ અંદર... તારી ભૂખ શાંત કરી દઉં... પણ સિકંદરનો આત્મા, સિકંદરનું મન જે તું ઝંખે છે એ તને ક્યારેય નહીં મળે."

"દરેક વખતે સંબંધો મનથી શરીર તરફ જાય એ જરૂરી નથી સિકંદર..." એના ચહેરા પર સ્મિત આવી ગયું. તારા જેવા માણસ સાથે ક્યારેક પ્રવાસ ઊંધો થઈ જાય, હું તારા શરીરથી તારા મન સુધી પહોંચીશ."

"એવું ક્યારેય ન બને." સિકંદર આરતીને ધક્કો મારીને બેઠો થઈ ગયો, "શરીરથી મનનો પ્રવાસ ?" એ કડવું હસ્યો, "સાંભળ્યો છે ક્યારેય ?"

"સિકંદર, તું સ્ટુપીડ છે" આરતીએ લાડમાં કહ્યું, "જે સીડી નીચેથી ઉપર જાય એ જ સીડીનો ઉપયોગ ઉપરથી નીચે આવવા માટે પણ કરી જ શકાય, સમજ્યો ?" એણે બેઠા થઈ ગયેલા સિકંદરના પગ ઉપર હાથ મૂક્યા, એ હજી રેતીમાં જ બેઠી હતી, "તને આ વાત નહીં સમજાય પણ છતાં સમજવાનો પ્રયત્ન કર સિકંદર... એકલા હોવું અને એકલા રહેવું એ બહુ ગૌરવની વાત નથી. જે પરિસ્થિતિ તારા માથે આવી પડી છે એ તું બદલી શકે એમ નથી."

"કઈ પરિસ્થિતિ ?" સિકંદરે આરતીના હાથ પોતાના પગ પરથી ખસેડી નાખ્યા.

"આ એકલતા... માઈ વગરનું આ ઘર... અને તારી જાત સાથે સતત ચાલતો ઝઘડો..."

"બકવાસ છે આ... એવું કંઈ થતું નથી."

"અચ્છા !" આરતીએ ઊભા થઈને સિકંદરનો ચહેરો બંને હાથે પકડી લીધો, આછા અજવાળામાં ચમકી રહેલી આરતીની આંખોમાં આંખો પરોવતાં સિકંદરને તકલીફ પડી, "તને એકલતા ગમે છે અને આ તેં જાતે ઊભી કરી છે એવો સધિયારો તું તારા મનને આપી શકે પણ હું નહીં માનું... હું જાણું છું તને સિકંદર... તને માણસો ગમે છે. તને તારી આસપાસ જીવતા લોકો ગમે છે. તને એ બધું જ ગમે છે જે કોઈ પણ સામાન્ય માણસને ગમે. તું ચાહે છે મને... પણ એ સ્વીકારતાં તને તકલીફ પડે છે..."

"કમ ઓન આરતી... જો હું ખરેખર ચાહતો હોઉં તો શું કામ ન સ્વીકારું ?"

"કારણ કે તેં તારી જાતને એવું સમજાવ્યું છે કે તું કોઈને પ્રેમ નથી કરતો." આરતીએ ફરી એક વાર એના હોઠ ચૂમી લીધા, "કરી શકે જ નહીં !" એ હસી પડી.

"અચ્છા ! તો તું મને મારા કરતાં પણ સારી રીતે ઓળખે છે ?"

"અફકોર્સ..." આરતીએ એનો ચહેરો છોડી દીધો અને હિંચકાને ધક્કો માર્યો, હિંચકા ઉપર બેઠેલો સિકંદર આછું આછું ઝૂલવા લાગ્યો.

"આરતી... હું તારી વાતમાં નથી આવવાનો, હું એકલો જ જીવવા માગું

છું... અને એકલો જ જીવીશ.''

આરતી હસવા લાગી, ''કારણ કે તારી સાથે કોઈ જીવી શકશે એવો તને વિશ્વાસ જ નથી. તારે કોઈના પર શ્રદ્ધા જ નથી મૂકવી સિકંદર... કોઈને ચાહીએ અથવા પ્રેમ કરીએ તો આપણા કંટ્રોલ્સ એમને આપવા પડે. આપણાં સુખ અને દુઃખ બહુ નહીં, પણ થોડા ઘણા અંશે એ માણસ પર આધારિત થઈ જાય અને પછી..''

''બકવાસ બંધ કર..'' સિકંદર ઊભો થઈ ગયો, એ અંદર જવા લાગ્યો.

આરતી એની પાછળ દોડી. સિકંદર હંમેશની જેમ ખુલ્લી સ્લાઇડિંગ વિન્ડો કૂદીને સીધો બેડરૂમમાં દાખલ થયો. આરતી પણ એની પાછળ એવી જ રીતે દાખલ થઈ, અંદર દાખલ થઈને સિકંદર કશું સમજે-વિચારે એ પહેલાં આરતી એને વેલની જેમ વિંટળાઈ વળી. એ સિકંદરને ચૂમવા લાગી, હોઠ પર.. ગાલ પર... ગળા પર... છાતી પર... એના હાથ સિકંદરની પીઠ પર જાણે સિતાર વગાડી રહ્યા હતા...

''છોડ...'' સિકંદરે આરતીને રોકવાનો પ્રયાસ કર્યો.

''શું કામ ?'' આરતીએ સિકંદરનાં શર્ટનાં બટન ખોલીને એની છાતીના વાળમાં નાક ઘસતાં પૂછ્યું, ''શું કામ છોડું ? તારામાં તાકાત હોય તો છોડાવ તારી જાતને...''

''જો આરતી...'' સિકંદરના અવાજમાં ફરી એકવાર નશો છલકાવા લાગ્યો હતો પણ અત્યારનો નશો જુદો હતો. એનો અવાજ એના કાબૂ બહાર જાણે ઊંઘરેટો થઈ ગયો હતો. એના હાથ અને હથેળીઓ એના કાબૂમાંથી નીકળીને એના મગજ તરફથી અપાતી સૂચનાઓને અવગણીને આરતીની પીઠ પર, એના વાળમાં, એના ગળા પર અને ત્યાંથી નીચે સરકવા લાગ્યા હતા...

બંને જણાં એક અજબ જેવા સુખમય અભાનની સ્થિતિમાં હતાં.

એ રાત્રે આરતી ત્યાં જ રોકાઈ ગઈ. સવાર સુધી સિકંદરના બાવડા પર માથું મૂકીને પોતાનો હાથ સિકંદરની છાતી પર વિંટાળીને આરતી એમ જ નિર્વસ્ત્ર ઊંઘતી રહી.

સિકંદરની જ્યારે આંખ ખૂલી ત્યારે બેડરૂમની ખુલ્લી સ્લાઇડિંગ વિન્ડોમાંથી તડકો એના ચહેરા સુધી આવી ગયો હતો...

એણે આરતીને પોતાની બાજુમાં સૂતેલી જોઈ, એ ચોંક્યો... રાત્રે બનેલી આખી ઘટના એના માનસપટ પરથી ફિલ્મની જેમ પસાર થઈ ગઈ. એણે બાજુમાં ઘસઘસાટ ઊંઘતી આરતીને થોડી ક્ષણો જોયા કરી પછી એના ગાલ પર વ્હાલથી ચૂમી ભરી.

"ગુડમોર્નિંગ..." આરતીની આંખો બંધ હતી. એનો અવાજ હજી અલસ હતો.

"ગુડમોર્નિંગ...ચલ જલદી ઊઠીને તૈયાર થા..." સિકંદરની આંગળીઓ એના વાળમાં ફરવા લાગી.

"ક્યાં જવું છે? આજે તો મારે શૂટ પણ નથી અને સન્ડે છે..." એ બંધ આંખે જ હસી રહી હતી, "જો કે તારે તો રોજ જ સન્ડે હોય છે."

"આપણે મંદિર જઈશું, લગ્ન કરવા..." સિકંદરે કહ્યું અને આરતી છાતી પર સફેદ ચાદર સંભાળતી વીજળીનો કરંટ લાગ્યો હોય એમ બેઠી થઈ ગઈ.

"લગ્ન?" આરતીના અવાજમાં નવાઈ જ નહીં, આઘાત હતો, "લગ્નની વાત ક્યાં આવી?"

"તને શું લાગે છે? એક છોકરી સાથે શરીરસંબંધ બાંધ્યા પછી એને હું એમ જ છોડી દઈશ? હું રઘુનંદનસિંહ નથી." સિકંદરે પથારીમાં પડ્યાં પડ્યાં જ આરતીના ગાલને સ્પર્શ કરવા હાથ લંબાવ્યો. આરતીએ ચહેરો ફેરવી લીધો, "તું રઘુનંદનસિંહ નથી એટલું સાબિત કરવા પૂરતું લગ્ન કરવા માગે છે?"

"એવું નથી આરતી" સિકંદર પણ બેઠો થઈ ગયો. એને પોતાની ભૂલ સમજાઈ ગઈ હતી, "હું... આઈ મીન... એટલે કે..."

"પ્રેમ કરે છે મને?"

"જો આરતી...." સિકંદરને શું જવાબ આપવો એ સૂઝ્યું નહીં.

"હા કે ના..." આરતી તલવાર જેવી નજરોએ સિકંદરને જોઈ રહી હતી.

"મારી પાસે આવ... અહીં માથું મૂક..." સિકંદરે પોતાના હૃદય તરફ ઈશારો કર્યો, " શું જવાબ મળે છે તને?"

"મારે તારા મોઢે જવાબ જોઈએ, સીધો અને સ્પષ્ટ... તું મને પ્રેમ કરે છે કે નહીં?"

બંને વચ્ચે ખાસ્સી વાર સુધી મૌન તોળાતું રહ્યું...

પછી સિકંદરે કોણ જાણે શું વિચારીને આરતીની આંખોમાં આંખો પરોવ્યા વિના જવાબ આપ્યો, "ના... પ્રેમ તો નથી કરતો." આરતી ક્ષણેક સિકંદર સામે જોઈ રહી. એને હજી વધુ તકલીફ પહોંચાડવા માગતો હોય એમ સિકંદરે ઉમેર્યું, "અને, કદાચ ક્યારેય નહીં કરી શકું.." આરતીએ બંને હોઠ ભીંસી દીધા, આંખમાં ધસી આવેલાં આંસુને રોક્યાં અને ઓઢેલી ચાદર ખેંચીને પોતાની આસપાસ લપેટી લીધી. એ ઊભી થઈને બાથરૂમ તરફ ચાલી ગઈ.

લગભગ નિર્વસ્ત્ર હાલતમાં બેઠેલો સિકંદર એને બાથરૂમ તરફ જતી જોઈ રહ્યો. આંખો એની પણ ભરાઈ આવી હતી પણ એણે જાતને રોકી લીધી. દસ-બાર મિનિટ પછી આરતી જ્યારે બાથરૂમમાંથી બહાર આવી ત્યારે એણે જાતને સંભાળી લીધી હતી. ગઈ કાલે જે પહેરીને આવી હતી એ જ વસ્ત્રો પહેરી લીધાં હતાં. એક શાવર લીધો હતો અને ખાસ્સી ફ્રેશ-તાજી દેખાતી હતી. બહાર આવીને એણે પોતાની બેગ ઉપાડતાં સિકંદર સામે જોયા વિના કહ્યું, "હું જાઉં છું..."

સિકંદર ચૂપચાપ બેસી રહ્યો.

"હવે પછી ક્યારેય મને મળવાની કોશિશ નહીં કરતો... આપણે ક્યારેય એકબીજાને પ્રેમ નહોતાં કરતાં અને લગ્નનો સવાલ તો આવતો જ નથી." આટલું કહીને આરતી સડસડાટ બેડરૂમની બહાર નીકળીને ડ્રોઇંગરૂમ વટાવીને, બારણું ખોલીને પથ્થરની પગથી પરથી ચાલીને બંગલાનો મુખ્ય ગેટ ઉઘાડીને ચાલી ગઈ.

ગેટ ઊઘડ્યો અને બંધ થયો, એનો અવાજ સિકંદર પલંગમાં બેઠો બેઠો સાંભળતો રહ્યો... પછી ધબ દઈને ફરી એક વાર પલંગમાં પછડાયો...

✳

આ વિચિત્ર છતાં અદ્‌ભુત અને અધૂરી પ્રેમકથા શૈલરાજ પહોળી આંખે અને ઉઘાડા મોઢે સાંભળી રહ્યો હતો. રઘુએ વાત પૂરી કરી ત્યાં સુધીમાં શૈલરાજ લગભગ ડઘાઈ ગયો હતો.

શૈલરાજ જ્યારે ઘરે પહોંચ્યો ત્યારે કેલેન્ડરમાં દિવસ બદલાઈ ચૂક્યો હતો. ઘડિયાળ દોઢ વાગ્યાનો સમય બતાવતી હતી.

નિમ્મી અને સિકંદર ઓટલા પર બેસીને શૈલરાજની રાહ જોઈ રહ્યાં હતાં. ગાડી જે રીતે ગેટમાંથી દાખલ થઈ અને જે રીતે પાર્ક થઈ એનાથી સિકંદરને ખ્યાલ આવી ગયો કે શૈલરાજ નશામાં છે. એ ઊભો થવા જતો હતો કે નિમ્મીએ એનો હાથ પકડી લીધો, "રહેવા દે.. એને જાતે આવવા દે."

શૈલરાજ ગાડી બંધ કરીને લથડિયાં ખાતો પોર્ચ સુધી આવ્યો... "ઓહ હો...મારી રાહ જોવાય છે ?" નિમ્મીએ જવાબ આપ્યા વિના આગ ઝરતી નજરે એની સામે જોયું.

"ભાઈ, ક્યાં હતા તમે ?"

"તારા નામની સોપારી આપવા ગયો હતો."

"શૈલ.." નિમ્મી ઊભી થઈ ગઈ.

શૈલ નજીક આવ્યો, નિમ્મીના ગળામાં હાથ નાખ્યા, "તું જ કહે છે સ્વીટહાર્ટ કે માણસે સાચું બોલવાનું... હું સાચું બોલું છું.. હું આની..." એણે સિકંદર સામે આંગળી ચીંધી, "આના નામની સોપારી આપવા ગયો હતો, આને ખલાસ કરી નાખવા, ફિનિશ કરી નાખવા ગયો હતો." એણે સિકંદર તરફ હાથ જોડ્યા, "સૉરી દોસ્ત...પણ હવે તારી લાઇફની દોરી ટૂંકી છે..." એ હસવા લાગ્યો.

સિકંદર કશું બોલ્યા વિના પોતાના રૂમ તરફ જવા લાગ્યો.

"તું દિવસે દિવસે વધુ ને વધુ પીવા લાગ્યો છે. આટલું પીને ગાડી ચલાવે અને તને કંઈ થઈ જાય તો..." નિમ્મીનો અવાજ ભરાઈ આવ્યો.

"તો બધી મિલકત આને મળી જશે. લકી બૉય... " શૈલરાજ હસ્યો, "લકી નહીં, વેરી અનલકી... એણે એની ગર્લફ્રેન્ડને છોડી દીધી." સિકંદર અંદર જતાં અટકી ગયો. એ શૈલરાજની વાત સાંભળવા લાગ્યો...

નિમ્મીને ગુસ્સો આવી ગયો, એણે શૈલરાજને ત્યાં જ છોડી દીધો અને પગ પછાડતી બેડરૂમ તરફ જતી રહી.

"જોયું ? તેં તારી ગર્લફ્રેન્ડને છોડી દીધી, મને મારી ગર્લફ્રેન્ડ છોડી ગઈ..."એ ત્યાં જ બેસવા જતો હતો પણ સિકદંરે દોડીને એને પકડી લીધો.

શૈલરાજે પોતાની જાતને છોડાવી, અને અંદરની તરફ જવા લાગ્યો... એણે દાખલ થઈને પોતાના ઓરડા તરફ જવા માંડ્યું. એના પગ લથડિયાં ખાતા હતા, એ સોફા સાથે અથડાયો અને ત્યાં જ ઢગલો થઈ ગયો. બારણું ખોલવાનો, સોફા સાથે અથડાવાનો અવાજ સાંભળીને જાગી ગયેલો મહેરુ ડ્રોઈંગરૂમમાં આવી પહોંચ્યો...

"ભાઈ... " એણે નજીક જઈને શૈલરાજને ઊભો કર્યો, લગભગ સિકંદરના જ આધારે ઊભા થતા શૈલરાજના પગ લસરી જતા હતા. એ ગમે તેટલો ઊભા થવાનો પ્રયત્ન કરે પણ ફર્શ પર જાણે સાબુ ઢોળાયો હોય એમ એના પગ સરકી જતા હતા. આખરે સિકંદરે એને સાચવીને ઊભો કરીને સોફામાં બેસાડ્યો.

શૈલરાજે સિકંદરના ગળામાં હાથ નાખી દીધા, "હું તને ધક્કા મારું છું અને તું મને ઊભો કરે છે ?"

"આટલો બધો ક્યાં પીને આવ્યા છો ?" મહેરુ ચિંતામાં હતો.

"એ છોડ... મને આજે ખબર પડી... તું જેટલો દેખાય છે એટલો પથ્થરનો નથી."

"ભાઈ... સૂઈ જાવ... ચલો તમારા રૂમ સુધી મૂકી જાઉં." સિકંદરે ફરી શૈલરાજને ઊભો કરવાની કોશિશ કરી, શૈલરાજે ખેંચીને સિકંદરને ફરી ગળે લગાવી દીધો... સિકંદર વિચિત્ર રીતે ઝૂકીને ઊભો હતો. પરંતુ શૈલરાજ એને છોડવા તૈયાર નહોતો...

"તું સારો માણસ છે યાર... મેં કારણ વગર તારી સામે આટલાં વરસ વેર સંઘરી રાખ્યું..."

ડ્રોઈંગરૂમમાં આવી પહોંચેલા મહેરુએ બંને ભાઈઓને આવી રીતે ગળે વળગેલા જોયા એટલે કશું જ બોલ્યા વિના ત્યાં ઊભો રહીને એ એમને જોવા લાગ્યો.

"સારું ભાઈ... હવે તમે સૂઈ જાવ."

"અરે હજી હમણાં તો જાગ્યો છું." શૈલરાજ હસવા લાગ્યો, "ગઈ કાલ સુધી તો હું તને રઘુનંદનસિંહનું પાપ સમજતો હતો, ગુનેગાર સમજતો હતો...

પણ મને આજે સમજાયું કે તું પણ મારી જેમ એના પાપનું ફળ ભોગવતો રહ્યો. સાલો બુઢ્ઢો ! રંગીલો માણસ હતો ... પોતાના આનંદ ખાતર બે બે જિંદગી બરબાદ કરી સાલાએ..."

"ભાઈ, આ શું બોલો છો ?"

"હા, બે નહીં ચાર જિંદગી બરબાદ કરી... એમની પત્નીની અને એમની રખાતની તો ખરી જ... સાથે સાથે આપણી પણ. એની મજા માટે આપણું સત્યાનાશ કર્યું સાલાએ... હવે આપણને બેને આ વસિયતના લફરામાં નાખી ગયો છે... જો હું તને એક વાત કહું, બુઢ્ઢો ગયો તેલ પીવા...એ તો મરી ગયો, એ ક્યાં જોવા આવવાનો છે, આપણે અંદર અંદર સમજી જઈએ, સંપી જઈએ અને બુઢ્ઢાને ચકમો આપી દઈએ." એ હસવા લાગ્યો.

"ભાઈ, આપણે સવારે વાત કરીશું." સિકંદરે પોતાની જાતને છોડાવવાનો પ્રયત્ન કર્યો, "તમે અત્યારે હોશમાં નથી..."

"હવે તો હોશમાં આવ્યો છું... ગઈ કાલ સુધી તો હું તને એ બુઢ્ઢાની જોડે જ ગણી લેતો હતો. મને આજે ખબર પડી કે બુઢ્ઢાએ તને પણ સતાવ્યો છે, તારી જિંદગી પણ એ બુઢ્ઢાને લીધે જ બરબાદ થઈ છે." એણે સિકંદરના ગળામાંથી હાથ કાઢીને જાતને સોફા પર ઢાળી દીધી, પગ પહોળા કરીને સહેજ વધુ લસરી ગયો, "બિચારી આરતી...."

"આરતી ?" સિકંદર ચોંક્યો, "એ ક્યાં મળી તમને ?"

"મળી નથી પણ હવે મળવાનો છું." શૈલરાજની આંખો બંધ હતી, "એ બુઢ્ઢાને લીધે તારી જિંદગી બરબાદ નહીં થવા દઉં, એ તો સાલો પહોંચી ગયો ઉપર પણ આપણને ફસાવી ગયો. તારે મારી સાથે અને મારે તારી સાથે રહેવું પડે છે... એની મિલકત માટે... થૂ છે આવી મિલકત પર..." એ ડ્રોઇંગરૂમમાં થૂંક્યો. સિકંદર સહેજ પાછળ ખસી ગયો. મહેરુ અંદર આવવા માગતો હતો પણ ફરી એક વાર અટકી ગયો.

"ભાઈ, આ ઘર છે."

"ઘર નથી મહેલ છે..." એ જોરજોરથી હસતો હતો, "મહેલ નથી, મકબરો છે... તારા અને મારા બાપનો...." સિકંદર ફરી એક વાર એને ઊભો

કરવાની કોશિશ કરવા લાગ્યો પણ શૈલરાજે હાથ છોડાવી દીધો અને બંને હાથ એના ગાલ પર મૂકીને ભીની આંખે એના તરફ જોવા લાગ્યો, "તને યાદ છે મેં તને એક વાર અગિયારમા માળની અગાસી પરથી નીચે લટકાવેલો ? તું ત્યારે ખૂબ નાનો હતો... તારી આંખોમાં એ દિવસે જે અસહાયતા જોઈ હતી એટલી જ અસહાયતા મને હમણાં દેખાય છે."

"છોડો... " સિકંદર અંદર જવા લાગ્યો.

"પણ, હતો હિંમતવાળો... ન ચીસ પાડી, ન રડ્યો... પાંચ વર્ષનું છોકરું અગિયારમા માળથી લટકતું હોય પણ રડે નહીં ! ચીસ પાડે નહીં ! એમ પણ કહે નહીં કે મને બચાવી લો... હું થાકી ગયો, મારા હાથ દુખવા લાગ્યા પણ તું બોલે નહીં..."

"આજે બોલી નાખું ?" સિકંદરે એની સામે જોયું.

"શું બોલીશ ? તને યાદ છે ?"

"મોતનો આવો ખોફ કોઈ ભૂલી શકે ભાઈ ? તમે મને એ દિવસે લટકાવ્યો હતો અને એક જ વાત કહી રહ્યા હતા..."

"બોલ... બોલ કે હું બાસ્ટર્ડ છું ! બોલ... કે હું નાજાયઝ ઓલાદ છું મારા બાપની ! બોલ... કે મારી મા રખાત છે !"

"અને હું અડધો કલાક લટકતો રહ્યો પણ બોલ્યો નહોતો. યાદ છે મને..." સિકંદર અદબ વાળીને શૈલની સામે જોઈ રહ્યો હતો, "આજે બોલવા તૈયાર છું..." એણે આંખો મીંચી દીધી અને આખા ઘરમાં સંભળાય અને આવી નિરવ શાંતિમાં બહાર રસ્તે જતા માણસને પણ સંભળાય એવા અવાજે જોર જોરથી કહેવા માંડ્યું, "હું બાસ્ટર્ડ છું... " નિમ્મી એના રૂમમાંથી દોડતી પાછી આવી. અત્યાર સુધી ખૂણામાં ચૂપચાપ ઊભો રહેલો મહેરુ પણ સામે આવી ગયો. સિકંદરે ફરી ત્રાડ પાડી, "હું નાજાયઝ ઓલાદ છું મારા બાપની..." અત્યાર સુધીમાં એનું ગળું ભરાઈ આવ્યું હતું. આંખો ભીની થઈ ગઈ હતી. "પણ એવું નહીં કહું કે મારી મા રખાત હતી...મારી મા મૂરખ હતી, બેવકૂફ સ્ત્રી હતી જેને પોતાના સર્વસ્વના બદલામાં અપમાન, દુઃખ અને તકલીફ સિવાય કંઈ નથી મળ્યું... શૈલરાજસિંહ રઘુનંદનસિંહ ઝાલા તમે જે કંઈ જાણતા હો મારા વિશે

એ તમારી પાસે રાખજો. મને કોઈની દયાની, સહાનુભૂતિની કે સ્વીકારની જરૂર નથી. તમે તમારી જિંદગી જીવો અને મને મારી જીવવા દો."

શૈલરાજનો નશો ઊતરી ગયો હતો... સિકંદરની આવી ત્રાડ સાંભળીને એ અંદરથી ધ્રૂજી ઊઠ્યો હતો...

નિમ્મી અને મહેરુ પણ ડઘાયેલી હાલતમાં અહીં જે કંઈ ચાલી રહ્યું હતું તે જોઈ રહ્યાં હતાં.

"હું સાચા હૃદયથી ઇચ્છું છું કે તમે મારી સોપારી આપી દો. આપઘાત કરવાની તાકાત નથી મારામાં..." સિકંદર ઊંધો ફરી ગયો હતો. દીવાલ પર લાગેલી રઘુનંદનસિંહની તસવીર જોઈને બોલી રહ્યો હતો, "એક વાર તાકાત આવી પણ જાય અને આપઘાત કરી પણ લઉં તો તમારી મહેનત બેકાર જશે. તમને આ રૂપિયા નહીં મળે, આ શક્તિ પેલેસ જશે તમારા હાથમાંથી... એટલે નથી મરતો... "

ઓરડામાં સોપો પડી ગયો હતો. આટલું કહીને સિકંદર સડસડાટ પોતાના રૂમ તરફ ચાલી ગયો.

જે કંઈ બન્યું એનાથી સ્તબ્ધ થઈ ગયેલાં મહેરુ, નિમ્મી અને શૈલરાજ એકબીજા તરફ જોઈ રહ્યાં.

❋

"શૈલરાજ આવ્યો હતો ?"

"ડરી ગયો સાલો !" રઘુ હસવા લાગ્યો, "એને એમ કે હું તને કહી દઈશ. એટલે જાતે જ ભસી મર્યો."

"દારૂ તેં પીવડાવેલો ?"

"બાટલી ટેબલ પર હતી અને ગ્લાસ પણ... મેં કંઈ પરાણે ગળામાં નહોતી ખોસી..." એ હજીયે હસી રહ્યો હતો.

"આરતીની વાત તેં કરી ?"

"તો એ પણ સાલાના પેટમાં ના રહ્યું ?" રઘુ અચાનક ગંભીર થઈ ગયો, "જો સિકંદર... મેં બીજું કંઈ નથી કહ્યું."

સિકંદરે એક તમાચો મારી દીધો. રઘુ એક પણ અક્ષર બોલ્યા વિના નીચું જોઈને બેસી રહ્યો. સિકંદરે બીજો તમાચો માર્યો, રઘુ હજી પણ શાંત હતો.

સિકંદર ધબ દઈને ખુરશીમાં પછડાયો... "શું કામ? શું કામ એ છોકરીને બદનામ કરે છે? મારું તો ઠીક છે. બદનામી મારા કપાળ પર લખેલી છે પણ એ છોકરીનો શું વાંક છે?"

"તને પ્રેમ કરે છે એ વાંક છે એનો, એની સજા ભોગવશે આખી જિંદગી...પણ તને શું ફરક પડે છે? તું તારે મજા કર, કરોડોની મિલકત મળવાની છે... હવે તારે કોઈની શું ચિંતા?"

"રઘુ, સોપારી લઈશ?" સિકંદરે રઘુની આંખોમાં આંખો નાખીને પૂછ્યું.

"સોપારી? એ તો ધંધો છે મારો...પણ કોની?" રઘુએ સિકંદરની આંખોમાં ધ્યાનથી જોયું, "શૈલરાજની?"

સિકંદર જવાબ આપ્યા વિના એની સામે જોઈ રહ્યો. પછી થોડી વારે રઘુએ ફરી પૂછ્યું, "સિકંદર, કોની સોપારી આપવા આવ્યો છે?"

"મારી..." રઘુની આંખો પહોળી થઈ ગઈ, "હું મારી પોતાની સોપારી આપવા આવ્યો છું."

"તારું મગજ ફરી ગયું છે. હવે દિવસે પણ પીવા લાગ્યો છે કે શું?"

"હું તને ફરી એક વાર પૂછું છું રઘુ, મારી પોતાની સોપારી આપું છું તને, લઈશ?"

"મારા હાથે શું કામ મરવું છે? આવડો મોટો વરસોવાનો દરિયો પડ્યો છે, જા ડૂબી જા..." રઘુ ઊભો થઈ ગયો.

"આપઘાત કરું તો શૈલરાજને કશું નહીં મળે."

"એનાથી તને શું?"

"ભાઈ છે મારો."

"તારાથી મૂરખ માણસ મેં બીજો નથી જોયો." રઘુ ગંદી ગાળ બોલી ગયો, "એ તારી સોપારી આપવા અહીં આવ્યો હતા. એ જાણે છે તું, અને તેમ છતાં એને બધું મળે એટલા માટે જાતે મરવા માગે છે? મારે તો પૈસાય નથી જોઈતા.

એક વાર તું હા પાડ, શૈલરાજને એવો ઉડાવીશ કે સી.બી.આઇ. પણ નહીં શોધી શકે... ખૂન હતું કે અકસ્માત..."

"એ પછી ?" સિકંદર સ્થિર આંખે રઘુની સામે જોઈ રહ્યો, "એ પછી શું ?"

"એ પછી આ કરોડોની મિલકત તારી મૂરખ... વર્સોવાનો બંગલો, શક્તિ પેલેસ, મર્સીડીસ.... માણસને જીવવા માટે બીજું શું જોઈએ ?"

"માણસને ?" સિકંદરના ચહેરા પર સ્મિત આવી ગયું, "માણસને જીવવા માટે થોડા શ્વાસ જોઈએ, સ્વીકાર જોઈએ, સમજદારી જોઈએ." એણે ઊંડો શ્વાસ લીધો, "અને શક્ય હોય તો કોઈનો સાથ જોઈએ. મારી મા પાસે વર્સોવાનો બંગલો હતો, પણ આ બધું નહોતું. નામ હતું, શોહરત હતી, પણ શૌહર નહોતો એટલે જ એના શ્વાસ ખૂટી ગયા. મારે નથી મરવું મારી માની જેમ. હું સુખેથી મરવા માગું છું. મારે લડી-ઝઘડીને કશું જ નથી જોઈતું રઘુ. એના કરતાં આપી દઉં અને ચેનથી મરું એ મને વધારે યોગ્ય લાગે છે."

"દીકરો તારી માનો ને... એટલે તું એ જ કરવાનો."

"તું મારી સોપારી લઈશ કે નહીં ? સીધી વાત કર."

"તારે મરવું જ છે ?"

"હા." સિકંદરના અવાજમાં દૃઢતા હતી. જાણે નક્કી કરીને આવ્યો હતો કે હવે આ વાતનો ફેંસલો થઈ જાય.

"તો મર તારી જાતે. મને કાયર માણસોથી નફરત છે. સામી છાતીએ મરદ થઈને ખોટું કામ કરનારા માણસની સાથે હું રહી શકું... પણ તારી જેમ સાચા હોવા છતાં ભાગી છૂટનારા માણસને મારો દોસ્ત કહેતાં પણ શરમ આવે છે."

"જો, શૈલરાજ મારો ભાઈ છે. એને જે જોઈએ તે હું આપીશ. એ મારું મૃત્યુ હોય તો પણ... તું મારી મદદ કરવા માગે તો કર. ના કરવા માગે તો ભાડમાં જા." સિકંદર ત્યાંથી બહાર નીકળવા જતો હતો કે રઘુ એની પાછળ દોડ્યો, એનો હાથ પકડી લીધો.

"હું કરીશ... હું તારી મદદ કરીશ, પણ મારી એક શર્ત છે..."

"શું શર્ત છે ?"

"તું એક વાર આરતીને મળીશ."

"મને મંજૂર નથી."

"એક વાર... હું તારા માટે આટલું મોટું રિસ્ક લઉં છું. જેની સાથે રમ્યો છું, જેને છાતી ફાડીને ચાહું છું એવા માણસનું ખૂન મારા માથે લઉં છું અને તું એક વાર મારા કહેવા પર એ છોકરીને મળવા તૈયાર નથી ?"

"શું ફાયદો ?"

"ફાયદો ? તને જો ફાયદા-નુકસાનની ભાષા સમજાતી હોત તો તું આવી વાહિયાત વાત લઈને મારી પાસે આવ્યો જ ના હોત... એટલે ફાયદા-નુકસાનની વાત તો તું કર નહીં. છતાં તેં પૂછ્યું જ છે તો કહી દઉં. તને આ મુલાકાતથી ફાયદો થાય કે નહીં, મારું એક વચન પૂરું થઈ જશે."

"વચન ?"

"હા વચન. તે દિવસે તેં જે રીતે આરતીને તારા ઘરમાંથી કાઢી મૂકી એ પછી મેં એને વચન આપ્યું હતું કે હું એક વાર તમારી મુલાકાત કરાવી દઈશ... તું મરવાનો જ હોય તો તારે મારું વચન પૂરું કરીને મરવું પડે ને ?" રઘુ હસવા લાગ્યો.

"પછી તું ફરી તો નહીં જાય ને ?"

રઘુએ સિકંદરની આંખમાં આંખ નાખી, "હું તો નહીં ફરી જાઉં, પણ એ છોકરીની હાલત જોઈને કદાચ તું ફરી જાય. મરવાનો આઇડિયા કેન્સલ કરી નાખે એવું બને."

"એટલે ?" સિકંદરનું હૃદય ધક્ ધક્ કરવા લાગ્યું. રઘુએ એના ચહેરાના હાવભાવ જોયા. એને સમજાઈ ગયું કે સિકંદર વધુ જાણવા ઉત્સુક થઈ ગયો છે. એટલે એણે વાતને ત્યાં જ બંધ કરી દીધી.

"તું એને જોજે, પછી તને સમજાશે."

"રઘુ, એ ઠીક તો છે ને ?" સિકંદરે રઘુનો હાથ પકડીને એને હચમચાવી નાખ્યો.

"જીવે છે... જોઈ લેજે તારી આંખે જ... સમજાઈ જશે તને, કે તેં શું કર્યું

છે એની સાથે... ઈશ્વર તને ક્યારેય માફ નહીં કરે સિકંદર..." રઘુની આંખો છલકાઈ આવી, પણ એણે જાત પર કાબૂ મેળવી લીધો. બીજી તરફ જોઈ ગયો. આંખો લૂછી નાખી.

❋

જે કંઈ બન્યું એનાથી સ્તબ્ધ થઈ ગયેલાં મહેરુ, નિમ્મી અને શૈલરાજ એકબીજા તરફ જોઈ રહ્યાં.

"શૈલ, મને તો સમજાતું નથી કે તું શું ઇચ્છે છે..." નિમ્મીએ શૈલરાજને પૂછ્યું.

"મને પણ નથી સમજાતું..." શૈલરાજે નિઃશ્વાસ નાખ્યો, "ક્યારેક મને થાય છે કે આ માણસના રાઈ રાઈ જેવડા ટુકડા કરી નાખું. શિકારી કૂતરાં છુટ્ટાં મૂકું એના પર, તડપાવી તડપાવીને મારી નાખું. પણ એક વાર એની આંખમાં જોઉં છું અને કોણ જાણે મને શું થઈ જાય છે... મારી બધી હિંમત, મારી બધી નફરત કોણ જાણે ક્યાં જતી રહે છે."

અત્યાર સુધી આખું નાટક ચૂપચાપ જોઈ રહેલો મહેરુ શૈલરાજની નજીક આવ્યો, એણે શૈલના ખભે હાથ મૂક્યો, "તને સમજાય છે આવું કેમ થાય છે ?"

"નથી સમજાતું એટલે તો અટકી જાઉં છું."

"એ લોહી છે તારું... ભાઈ છે તારો."

"મહેરુકાકા, તમે કહો છો એ વાત ખોટી નથી." આજે પહેલી વાર શૈલનો અવાજ સહેજ નરમ હતો. એની આંખોમાં પહેલાં ક્યારેય નહીં જોયેલી ઉદાસી નિમ્મીને દેખાતી હતી, "સાચું પૂછો તો હું પણ એવું જ વિચારવા માગું છું. કેટલું રહેવું છે મારે અહીંયાં ? જેટલા દિવસ વીતી ગયા એ તો ગયા... બીજા થોડા દિવસ ? થોડા મહિના ? પછી એ એના રસ્તે, હું મારા રસ્તે... પણ નથી સહેવાતું મહેરુકાકા, મારી માનો વિચાર કરું છું અને મારું લોહી ગરમ થઈ જાય છે. આની મા અને આને કારણે મારી મા તડપી તડપીને મરી છે. એ વિચારમાત્ર મને વેર લેવા ઉશ્કેરી મૂકે છે. રઘુનંદનસિંહ ઝાલાને બરબાદ કરી નાખ્યો... એનો વંશવેલો કચડી નાખ્યો..."

"વંશવેલો ? એની માએ કચડ્યો ?" મહેરુના ચહેરા પર કડવું સ્મિત આવી

ગયું, "જે વાત જાણતા ના હોઈએ એના વિશે બને ત્યાં સુધી બોલવું નહીં..."

"મહેરુકાકા ! હું પરણ્યો નથી." એનાથી અનાયાસે નિમ્મી સામે જોવાઈ ગયું, "પરણીશ કે નહીં મને ખબર નથી. લગ્ન શબ્દથી નફરત થઈ ગઈ છે મને... અને આ તો બચશે નહીં." શૈલરાજના ચહેરા પર ફરી એક વાર તિરસ્કાર છલકાયો, "એ જીવે તો પણ રઘુનંદનસિંહ ઝાલાનો વંશ એનાથી નહીં ચાલે..."

"મારી જબાન બંધ છે બેટા. આ ઘરનું નમક ખાધું છે. હું તને કંઈ નહીં શકું, પણ એક વાત જરૂર કહીશ કે બની શકે તો આ વેરમાંથી, આ ઝેરમાંથી બહાર નીકળ. જે તું જાણતો નથી એ તને પીડે છે અને જેનાથી તને સુખ થાય એ હું તને કહી શકતો નથી..." મહેરુની આંખો છલકાઈ આવી.

શૈલરાજે મહેરુને ખભેથી પકડી લીધો, "શું વાત છે મહેરુકાકા, કશુંક એવું છે જે મારાથી તમે છુપાવો છો. કોઈ એવી વાત, જે આ ખાનદાન માટે અગત્યની છે. એક એવો રાઝ, જેનાથી બધું બદલાઈ શકે છે... તમારી આંખોમાં લખેલો છે છતાં તમે મને કહેતા નથી.... કેમ મહેરુકાકા... કેમ ?"

"હું મજબૂર છું દીકરા, હું મજબૂર છું..."

"તો હું પણ મજબૂર છું...હવે કાં તો એ નહીં કાં તો હું નહીં. આવી રીતે હીંચકા ખાતા સંબંધોમાં મારાથી નહીં જીવી શકાય."

"તું શું બોલે છે એનું તને ભાન છે ?" નિમ્મીએ શૈલરાજને પૂછ્યું.

"મને બધું ભાન છે. હું તને કહી દઉં છું કે હવે પછી અમારા સંબંધોમાં કોઈ વચ્ચે નહીં પડે. મહેરુકાકા, તમે પણ નહીં."

"બેટા, થોડા દિવસનો સવાલ છે. પછી તારે એને ક્યાં મળવું છે ?"

"એ કંઈ હું નથી જાણતો. આ ઝઘડો મિલકત માટેનો નથી એ તમે પણ સમજો છો અને હું પણ... મારે મારી માનું તર્પણ કરવું છે. મારા બાપને જુઠ્ઠો પાડવો છે અને સિકંદરને સમજાવવું છે કે રઘુનંદનસિંહ ઝાલાનું લોહી, વારસ કે દીકરો એક જ છે જેનું નામ છે શૈલરાજસિંહ રઘુનંદનસિંહ ઝાલા..." એનો અવાજ ધીમે ધીમે મોટો થતો ગયો.

મહેરુ અને નિમ્મી એકબીજા સામે જોઈ રહ્યાં હતાં. શૈલરાજે ટેબલ પર

પડેલું પેપરવેટ ઉપાડીને જોરથી રઘુનંદનસિંહની તસવીર પર માર્યું, તસવીરનો કાચ ચૂર ચૂર થઈને વિખેરાઈ ગયો.

"એ મને ઓળખતો નથી. હું એને બધી રીતે બરબાદ કરીશ. ક્યાંયનો નહીં છોડું.."

"અને, તને એનાથી શું મળશે ?" નિમ્મીએ વેધક સવાલ પૂછ્યો.

"સંતોષ..." શૈલરાજ જોર જોરથી હસવા લાગ્યો, "આરતી ! આરતી દેશમુખ.. હવે મારો પહેલો શિકાર છે ! હું એ બધું જ કરીશ જે કરવાથી સિકંદરને દુઃખ પહોંચે, પીડા થાય, તકલીફ થાય અને એ તરફડી ઊઠે..." એ હસી રહ્યો હતો અને નિમ્મી એની સામે નવાઈથી જોઈ રહી હતી.

✻

શૈલરાજ બીજે દિવસે સવારે ફોન પર કોઈને કહી રહ્યો હતો, "મારે આરતી દેશમુખનો નંબર જોઈએ છે..." સામેના માણસે શું જવાબ આપ્યો કોણ જાણે પણ એ બરાડ્યો, "એની પંચાતમાં તારે પડવાની જરૂર નથી, મને બે કલાકની અંદર અંદર આરતી દેશમુખનો મોબાઈલ નંબર જોઈએ છે...હા..હા... એ જ આરતી દેશમુખ..." એણે ફોન મૂક્યો અને બંને હથેળી એકબીજા સાથે ઘસી, "સિકંદર.. હવે જો મારો ખેલ.. તારી આરતીને તારી જ સામે બગલમાં લઈને ગાડીમાંથી ઊતરું ત્યારે તને સમજાશે કે મારી માને કેટલી તકલીફ થઈ હતી !"

---

## ૧૧

શૈલરાજ આરતીની સામે બેઠો હતો. પણ જે આરતીની સામે બેઠો હતો એ આરતીને જોઈને કોઈ ભાગ્યે જ કહી શકે આ કોઈ એક જમાનાની ટોપ મૉડેલ હશે !

ઊંડી ઊતરી ગયેલી આંખો, એની નીચે પડેલાં કાળાં ચકામાં, સાવ નિસ્તેજ ચહેરો અને સૂકી-તતડી ગયેલી ત્વચા...

શૈલરાજ એની સામે ધ્યાનથી જોઈ રહ્યો. આરતીના સ્મિતમાં એક વિચિત્ર પ્રકારની ઘેલછા હતી.

શૈલરાજ એની સાથે વાત કરી રહ્યો હતો, પણ આરતીનું ધ્યાન ભાગ્યે જ એની વાતમાં હતું. એ થોડી થોડી વારે મૂળ વિષયથી ભટકી જતી અને અસંબદ્ધ બોલવા લાગતી.

છેલ્લી પંદર મિનિટથી શૈલરાજ અહીં બેઠો હતો, પરંતુ આરતી ભાગ્યે જ પાંચ વાક્ય વ્યવસ્થિત બોલી શકી હતી.

વિદેશમાં વર્ષો રહેલા શૈલરાજને ખ્યાલ આવી ગયો હતો કે આરતી ડ્રગ એડિક્ટ થઈ ગઈ હતી.

"હું... તમને એક શૉ માટે..." છેલ્લી પંદર મિનિટમાં શૈલરાજે આ વાત ત્રીજી વાર કહેવાનો પ્રયત્ન કર્યો હતો પણ આરતીએ વાત ટાળી નાખી હતી.

"હું હવે શૉ નથી કરતી." આરતીએ સ્મિત કર્યું. ફિક્કું, માંદલું અને ઘસાઈ ગયેલું, "તમે તો જુઓ છો, ઊભી પણ નથી થઈ શકતી."

"આરતી... આ શું હાલત કરી નાખી છે ?" શૈલરાજને સાચે જ દયા આવી ગઈ.

"જે છે તે આ છે." આરતી શૈલરાજ સામે જોઈ રહી, "હવે આમાંથી મને કોઈ બહાર નહીં કાઢી શકે. તમે..." આરતી ફરી હસી, "શું લેવા આવ્યા છો મને નથી ખબર. મારો નંબર કોણે આપ્યો અને મારા સુધી કોણે પહોંચાડ્યા એની પણ મને નથી ખબર. બાકી ફેશનની દુનિયામાંથી હું ભુલાઈ ચૂકી છું.

તમે કોઈને પણ પૂછ્યું હોત તો તમારો ધક્કો બચી જાત. હું શૉઝ નથી કરતી.'' એણે હોઠ પર જીભ ફેરવી અને સુધાર્યું, ''નથી કરી શકતી... એની હવે સૌને ખબર છે. પાંચ-છ મહિના પહેલાં અંગ્રેજી છાપાંઓએ મારા વિશે ઘણું લખ્યું હતું.''

''આરતી...'' શૈલરાજ આવ્યો હતો કોઈ જુદા કારણે, પણ આરતીની હાલત જોયા પછી એની અંદર કશુંક વલોવાઈ ગયું હતું. સામે બેઠેલી આ છોકરી કોઈ એક જમાનામાં આત્મવિશ્વાસથી રેમ્પ પર વૉક કરતી હશે એવું એ પોતે પણ કહે તો માની ના શકાય, ''તારી પોતાની જિંદગી કરતાં પણ વધારે અગત્યનો બની ગયો એ માણસ ?''

''કોણ માણસ ?'' આરતીની આંખો ભરાઈ આવી, એણે ફરી હોઠ પર જીભ ફેરવી. એના હોઠ સાવ સુક્કા થઈ ગયા હતા, તિરાડો પડી ગઈ હતી, ત્વચા સાવ ફિક્કી દેખાતી હતી, ''તમે કોની વાત કરો છો ? મારે કોઈ વિશે વાત નથી કરવી. તમે પ્લીઝ, અહીંથી જતા રહો. મેં ફોન પર જ કહ્યું હતું કે હું શૉઝ નથી કરતી... છતાં તમે અહીં ધસી આવ્યા. યૉર મિસ્ટેક...'' આરતી ઊભી થઈ ગઈ, ''થેન્ક યુ ઍન્ડ ગુડબાય...''

''આરતી, હું તને સિકંદર સુધી લઈ જઈ શકું એમ છું.''

''કોણ સિકંદર ? હું કોઈ સિકંદરને નથી ઓળખતી. મેં તમને કહ્યું ને કે તમે ખોટી જગ્યાએ આવ્યા છો.''

''આરતી, હું હજી એક વાર કહું છું. આવી રીતે તો તું મરી જઈશ.''

''હું તો ક્યારનીય મરી ગઈ છું... તમારી સામે મારી લાશ ઊભી છે. શ્વાસ લેતી લાશ.'' એ હસવા લાગી. હસતાં હસતાં એણે શૈલરાજને બહારની તરફનો રસ્તો બતાવ્યો, ''ગેટ આઉટ...'' એ હજી હસી રહી હતી.

શૈલરાજ થોડી વાર એની તરફ જોઈ રહ્યો પછી ઘરનો મુખ્ય દરવાજો ખોલીને બહાર નીકળી ગયો. પાછળ આરતીના હસવાનો અવાજ એને હજીયે સંભળાઈ રહ્યો હતો.

✻

''તું સમજતો નથી.'' નિમ્મી ઉશ્કેરાઈ ગઈ હતી પણ સામે બેઠેલો સિકંદર સાવ સ્વસ્થ હતો. એ સ્થિર આંખોએ ચહેરા પર સ્મિત સાથે નિમ્મીને જોઈ

રહ્યો હતો, "એ આરતીને મળવા ગયો છે."

"કોણ આરતી ?" સિકંદરના ચહેરા પર સ્થિતપ્રજ્ઞ જેવા ભાવ હતા.

"મને મૂરખ બનાવવાનો પ્રયત્ન નહીં કર. એણે ગઈ કાલે નશામાં બધું જ કહી નાખ્યું. એ માને છે કે તને તકલીફ પહોંચાડવા માટે એ આરતીને પોતાની..."

"એનાથી મને તકલીફ થાય કે નહીં, તને જરૂર થશે." સિકંદરે હાથ લંબાવીને નિમ્મીનો ગાલ થપથપાવ્યો, "તું શૈલને સમજાવ, થોડા દિવસનો સવાલ છે. આ બધા ધમપછાડા છોડીને ચૂપચાપ કાઢી નાખે..." પછી સ્વગત બોલતો હોય એમ કહ્યું, "હું પણ મારા તરફથી પ્રયત્ન કરું છું... મોત એટલી આસાનીથી નથી આવતું નિમ્મી, ખાસ કરીને જ્યારે તમારે મરવું હોય ત્યારે."

"તું વાતે વાતે મરવાની વાત શું કામ કરે છે ?"

"કારણ કે મારી પાસે જીવવાનું કોઈ કારણ નથી. મારા જીવવાથી કોઈને ફાયદો પણ નથી. જ્યારે મારા મરવાથી તારા શૈલરાજને ફાયદો થશે." સિકંદર અચાનક હસી પડ્યો, "પેલી કહેવત નથી ? હાથી જીવતો હોય ત્યારે લાખનો ને મરે ત્યારે સવા લાખનો."

"સિકંદર, સારા એવા મહિના પસાર થઈ ચૂક્યા છે. હવે તમારે છ મહિના ભેગા કાઢવાના છે. પછી બંને જણા પોતપોતાની દિશામાં નીકળી જશો. કદાચ ફરીને એકબીજાનું મોઢું પણ નહીં જુઓ. અને છતાંય આટલો ધિક્કાર, આટલું બધું વેર શા માટે ?"

"વેર ? મને કોઈ વેર નથી શૈલરાજ માટે. એણે મારું કંઈ નથી બગાડ્યું. બલકે એની તો મને દયા આવે છે ક્યારેક... વેર છે, રઘુનંદનસિંહ ઝાલા સામે."

"એ માણસ એના પોતાના ભાગની જિંદગી જીવી ગયો. એના દિલથી મજબૂર હતો. કોઈને ચાહવું એ ગુનો નથી સિકંદર. હું પણ ચાહું છું એક એવા માણસને, જેને માટે મારા પ્રેમથી વધારે અગત્યનું મારું વેર છે." નિમ્મીએ નિઃશ્વાસ નાખ્યો, "શું કરું ? ક્યાં જાઉં ?" એ સિકંદરની સામે જોઈ રહી, "મને સમજાય છે રઘુનંદનસિંહની મજબૂરી... એ શક્તિબાને છોડી નહીં શક્યા હોય, કારણ કે એમને ચાહતા હતા અને તમારી માને સ્વીકારી નહીં શક્યા હોય...

સામે એવી જ રીતે તમારી માને પણ નહીં છોડી શક્યા હોય, કારણ કે એમને પણ ચાહતા હતા...''

''હું આ વાત માનવા તૈયાર નથી. એક માણસ એક સ્ત્રીને પણ સાચા હૃદયથી પ્રેમ નથી કરી શકતો અને રઘુનંદન બબ્બે સ્ત્રીઓને ચાહતો હતો એમ કહેવા માગે છે તું ?'' સિકંદરનો ચહેરો લાલ થઈ ગયો. કોણ જાણે કેમ રઘુનંદનની વાત આવતાં જ એનું મગજ છટકી જતું. એ જાત પરનો કાબૂ ખોઈ બેસતો. સામાન્ય રીતે કોઈ પણ પ્રસંગે સ્વસ્થ રહેનારો સિકંદર રઘુનંદનસિંહ ઝાલાની વાત કરતાં કરતાં અનાયાસે ઉશ્કેરાઈ જતો, ''શક્તિ બા એની જવાબદારી હતાં. એની સામાજિક પ્રતિષ્ઠા, એનું ગૌરવ... એના સંતાનની મા, કાયદેસરની પત્ની.'' એની મુઠ્ઠીઓ વળી ગઈ, ''અને મારી મા એમની શારીરિક જરૂરિયાત હતી. પથારીમાં ચૂંથી નાખવા માટેનું એક રમકડું, મનોરંજનનું સાધન. એ માણસ બેમાંથી કોઈને નહોતો ચાહતો.''

''આવું તું કઈ રીતે કહી શકે ?''

''અમે પુરુષો આવા જ હોઈએ છીએ. જ્યાં સુધી અમારી સગવડ અને સ્વાર્થ સચવાય ત્યાં સુધી એને પ્રેમનું, લાગણીનું, ચાહતનું નામ આપવામાં અમને વાંધો નથી હોતો... અમારો અહમ્ અમને અમારી માલિકીની વસ્તુ બની ગયેલી સ્ત્રીને છોડવા પણ નથી દેતો...'' એ ઊભો થઈ ગયો, ''તું ચિંતા ના કર. ભાઈ કંઈ પણ કરશે, આરતીને હું ઓળખું છું... એ શૈલરાજની વાતમાં નહીં આવે.''

''બહુ વિશ્વાસ છે ?'' નિમ્મીના હોઠ સ્મિતમાં વંકાઈ ગયા.

''એવું મેં નથી કહ્યું. મેં કહ્યું કે હું એને ઓળખું છું...''

સિકંદર ઓરડાની બહાર નીકળવા જતો હતો કે નિમ્મીના અવાજે એને રોકી લીધો, ''જેની સાથે હું બે વર્ષથી મન અને શરીરથી જોડાયેલી છું એને વિશે આટલો વિશ્વાસ નથી મને... જેને તું બે વર્ષથી મળ્યો નથી એને વિશે આટલી ખાતરીપૂર્વક કહી શકે છે ?'' નિમ્મીએ દોડીને સિકંદરનો હાથ પકડ્યો, ''તને કેમ સમજાતું નથી કે તું એને ચાહે છે.''

''ગેટ લોસ્ટ...'' સિકંદર આવી રીતે નિમ્મી સાથે ક્યારેય નહોતો બોલ્યો. એણે તદ્દન તોછડાઈથી કહ્યું, ''તારા આ લાગણીવેડા તારી પાસે રાખ. હું પ્રેમમાં

માનતો નથી. કોઈને ચાહી શકતો નથી... આજ પછી મને આવી બધી ફાલતું વાતો ગળે ઉતારવાનો પ્રયત્ન નહીં કરતી. હું મારી દુનિયામાં સુખી છું અને એ એની દુનિયામાં સુખી છે." એ ઓરડાની બહાર નીકળતો હતો કે એની નજર શૈલરાજ પર પડી.

કોણ જાણે ક્યારનો આવીને ઊભો હતો એ.

"ખૂબ સુખી છે એ... આંખો ઊંડી ઊતરી ગઈ છે, આંખ નીચે કાળાં કુંડાળાં છે, પોતાના પગ પર ઊભી નથી રહી શકતી. ડ્રગ એડિક્ટ છે." શૈલરાજે સિકંદરની આંખમાં જોયું, "ખૂબ સુખી છે."

"મેં પૂછ્યું ?"

"છતાં કહું છું... માત્ર તારા માટે જીવે છે. ગઈ કાલ સુધી તને ધિક્કારવાનું મારી પાસે એક જ કારણ હતું. આજે બે છે..." શૈલરાજે કહ્યું, "જે રઘુનંદનસિંહે તારી અને મારી મા સાથે કર્યું એ જ તેં આરતી સાથે કર્યું... સરસ ! તેં સાબિત કરી દીધું કે મારા કરતા વધારે તું એમનો દીકરો છે."

"ભાઈ, તમે આરતીને મળવા ગયા. મેં તમને રોક્યા નથી. તમે રઘુને મળ્યા, મેં અટકાવ્યા નહીં. આપણે આ ઘરમાં સાથે રહેવું એટલી જ વિલની શરત છે. એકબીજાની જિંદગીમાં માથાં મારવા કે એકબીજાને જીવતાં શીખવાડવું એવી કોઈ શરત નથી ને હોય તો મને મંજૂર નથી." એ ઓરડાની બહાર નીકળી ગયો. શૈલરાજ એને જતો જોઈ રહ્યો. પછી એ ભાંગેલા પગલે ઓરડામાં દાખલ થયો અને પલંગ પર અન્યમનસ્ક જેવો બેસી ગયો.

નિમ્મી એની સામે જોઈ રહી, "શું થયું ?"

"મને કંઈ સમજાતું નથી. આ વિલની શરત સ્વીકારીને મેં મારી જિંદગીની મોટામાં મોટી ભૂલ કરી છે." શૈલરાજના ચહેરા પર સાચે જ વ્યથા હતી, "રઘુનંદનસિંહ ખરેખર કાબો માણસ હતો. જમાનાનો ખાધેલ, લુચ્ચો અને હરામખોર..."

"તમારા પિતા હતા."

"સાચા અર્થમાં મારો બાપ..." શૈલરાજે બંને હાથે કપાળ કૂટ્યું, "એને ખબર હતી કે સાથે રહેવાના આ દિવસો અમને કઈ દિશામાં લઈ જશે. હું જેમ

જેમ આ માણસથી દૂર જવાનો પ્રયત્ન કરું છું, જેમ જેમ એને ધિક્કારવાનો, એને બરબાદ કરવાનો પ્રયત્ન કરું છું તેમ તેમ મારી અંદર કશુંક પીગળતું જાય છે. મારી અંદર કશુંક એવું ઓગળે છે, જેને હું પથ્થર માનતો હતો, પણ એ બરફ નીકળ્યો."

"હું કંઈ સમજી નહીં."

"આ માણસ, આ હરામખોર, રાસ્કલ, બદમાશ સિકંદર ધીમે ધીમે મારી અંદર પેસવા માંડ્યો છે. મારે ના વિચારવું હોય તો પણ હું એના વિશે વિચારું છું. મારે ના ખાવી હોય તો પણ હું એની દયા ખાઉં છું." શૈલરાજે ઊંડો નિઃસાસો નાખ્યો, "જે જે દરવાજો એને બરબાદ કરવા માટે ખખડાવું છું એ ખૂલે છે અને અંદરથી નીકળે છે એક રહસ્ય. એક એવું રહસ્ય, જે મને એક ડગલું એની નજીક લઈ જાય છે... એ હરામખોરને હું ખલાસ કરી નાખવા માગું છું, પણ ધીમેધીમે જાણે એ મારી જિંદગીનો, મારા મગજનો, મારા મનનો એક ભાગ રોકવા માંડ્યો છે." નિમ્મી શૈલરાજની સામે જોઈ રહી હતી.

એણે મનોમન આંખો મીંચીને ઈશ્વરનો આભાર માન્યો.

✻

પોતાના ઓરડામાં જઈને સિકંદર અરીસામાં જોઈ રહ્યો.

આ ખરેખર રઘુનંદનસિંહનો ઓરડો હતો... વરસો સુધી આ ઓરડામાં રઘુનંદનસિંહે પોતાની બેચેન રાત્રીઓ ગાળી હતી. આ ઓરડામાં કેટલીયે વાર શક્તિબા અને રઘુનંદનસિંહના ઊના નિસાસા અને ઉકળાટ જન્માવનારી ચર્ચાઓ થતી રહી હતી.

આ ઓરડાની દીવાલો રઘુનંદનસિંહની પીડાની સાક્ષી હતી.

આજે આ દીવાલો તરફ જોઈ રહેલા સિકંદરને લાગ્યું કે, આ દીવાલો સિકંદરની તરફ જોઈને એની જાણે મશ્કરી કરી રહી હતી.

"ખૂબ સુખી છે એ... આંખો ઊંડી ઊતરી ગઈ છે, આંખ નીચે કાળાં કુંડાળાં છે, પોતાના પગ પર ઊભી નથી રહી શકતી, ડ્રગ એડિક્ટ છે..." સિકંદરને શૈલરાજનો અવાજ હજી સંભળાતો હતો, "ખૂબ સુખી છે તારી આરતી..."

સિકંદરનું મગજ સાચે જ ગૂંચવાડે ચડી ગયું.

આમ પણ સિકંદર નાની નાની વાત માટે જાતને જવાબદાર ઠેરવતો. શૈલરાજની વાત સાંભળ્યા પછી સિકંદરને લાગ્યું કે, આરતી જેવી છોકરીની જિંદગી બરબાદ કરવા માટે પોતે જવાબદાર છે...

રઘુ તો એને વારંવાર કહેતો રહ્યો પણ સિકંદરે ક્યારેય રઘુની વાતને બહુ ગંભીરતાથી નહોતી લીધી. આજે જ્યારે શૈલરાજે એને આરતીની હાલત વિશે કહ્યું ત્યારે સિકંદર છેક ઊંડે સુધી હચમચી ગયો.

એ થોડી વાર અરીસામાં જોતો રહ્યો... એને પોતાનો જ ચહેરો ગુનેગાર લાગ્યો. એને મા યાદ આવી ગઈ. 'મા જીવતી હોત તો એણે આરતીની આવી હાલત થવા દીધી હોત ?' એણે જાતને જ સવાલ પૂછ્યો...

એણે અરીસા ઉપર એવી રીતે હાથ ફેરવ્યો જાણે અરીસામાં પોતાનો ચહેરો એને લૂછી નાખવો હોય !

એ ચહેરો ફેરવીને સડસડાટ ઓરડાની બહાર નીકળી ગયો. ઓસરી વટાવીને પોર્ચમાં થઈને એ સડસડાટ પગથિયાં ઊતરતો હતો ત્યારે પોતાના ઓરડાની મોટી ફ્રેન્ચ વિન્ડોમાંથી એને જોઈને નિમ્મીએ શૈલરાજને કહ્યું, "સિકંદર આરતીને મળવા જાય છે."

"એ કંઈ જાય એવો નથી."

"શરત લગાવ ? એ અત્યારે આરતી પાસે જ જાય છે." નિમ્મીએ કહ્યું અને શૈલ સામે જોઈને સ્મિત કર્યું, "થેંક યુ."

"શેને માટે ?"

"તેં એક છોકરીની જિંદગી બરબાદ થતી બચાવી છે."

"બચાવી છે એવું કંઈ હજી નક્કી નથી." શૈલ ઉતાવળે ચાલતા સિકંદરની પહોળી પીઠ, એની ચાલમાં અચાનક જ આવી ગયેલી બેચેની જોઈ રહ્યો હતો, "આ મૂર્ખ છે અને ધૂની પણ..." શૈલ થોડા ઉદ્વેગ સાથે બોલી રહ્યો હતો, "તને શું લાગે છે એ ત્યાં પહોંચીને એની સાથે લગ્ન કરવા તૈયાર થઈ જશે ? તારી ભૂલ થાય છે નિમ્મી... એ કદાચ આરતીને એક ભાષણ આપશે. એને જિંદગી વિશે એ બધું સમજાવશે જે સાચું નથી, પણ એની સાથે સહાનુભૂતિથી કે પ્રેમથી નહીં વર્તે."

"ખરેખર ?"

"હા," શૈલરાજ થોડી વાર ચૂપ રહ્યો પછી ધીમેથી જાણે જાતને જ કહેતો હોય એમ બોલ્યો, "અમે બહુ સરખા છીએ."

"વ્હોટ ?" નિમ્મીને પોતાના કાન પર વિશ્વાસ ના બેઠો.

"યાહ !" શૈલરાજે ફ્રન્ટપોકેટના ખિસ્સામાં બંને હાથ નાખી દીધા અને ટહેલવા લાગ્યો, " અમે બંને પ્રેમથી એકસરખું ડરીએ છીએ અને નવાઈની વાત એ છે કે અમારા ડરવાનાં કારણો પણ સરખાં છે. કોઈને વચન આપવાથી અમે બંને ભાગીએ છીએ અને નવાઈની વાત એ છે કે અમારી ભાગવાની રીત પણ સરખી છે."

નિમ્મી નવાઈથી એની સામે જોઈ રહી હતી. શૈલ સાથેના આટલા લાંબા સમયના સંબંધોમાં એણે પહેલી વાર શૈલને આટલી સ્વાભાવિકતાથી શબ્દોમાં વ્યક્ત થતો સાંભળ્યો હતો.

"નિમ્મી, અમને બંનેને સ્ત્રી તો જોઈએ છે, પણ સ્ત્રી સાથે આવતી સંવેદનાઓ મંજૂર નથી. અમે બંને ઇચ્છીએ છીએ કે અમને કોઈ પ્રેમ કરે પણ અમને સામે પ્રેમ આપવાની શર્ત મંજૂર નથી. અમારા બંને માટે અમારી માના અનુભવ કડવાશ બન્યા છે." એ થોડી વાર શૂન્યમાં જોતો રહ્યો અને પછી એણે ઉમેર્યું, "અને નવાઈની વાત એ છે કે બંનેની મા જુદી છે પણ અનુભવ સરખા... અમે બંને એમ માનીએ છીએ કે એકબીજાની માને લીધે એકબીજાની માને દુઃખ પહોંચ્યું છે... બંનેની મા આજે હયાત નથી અને છતાં અમે બંને એમના નામે લડીને એકબીજાને ધિક્કારીએ છીએ."

"શૈલ !!"

"હા, નિમ્મી... હું ઘણા સમયથી વિચારું છું, પરિસ્થિતિએ કેવો અજબ વળાંક લીધો છે. અમારી તકલીફો અમારી પોતાની નથી રહી, હવે એકબીજાની બની ગઈ છે અને છતાંય અમે બંને એકબીજાને સહી નથી શકતા..." શૈલે નિઃશ્વાસ નાખ્યો.

એના મનમાં જાણે કશુંક વલોવાઈ રહ્યું હતું. નિમ્મી એની નજીક ગઈ અને એના ખભે હાથ મૂક્યો. શૈલે નિમ્મી સામે જોયું, "હજી કેટલા દિવસ બાકી છે આ સહવાસના ?"

❋

સિકંદર આરતીના ઘરમાં દાખલ થયો.

"આરતી..." એણે બૂમ પાડી,

"કોણ?" અંદરથી લથડતો અવાજ આવ્યો.

"હું છું..."

"ફરી એક વાર તારો અવાજ..." અંદરથી લથડતો અવાજ કહી રહ્યો હતો, "હું રોજ રોજ આ ભણકારા સાંભળી સાંભળીને થાકી ગઈ છું... તું આવતો નથી પણ તારો અવાજ, તારી યાદ, તારી સુગંધ..." અંદરથી આવતો અવાજ અચાનક ઉશ્કેરાઈ ગયો અને જાણે હમણાં રડી પડશે એટલા ડૂમા સાથે એક બૂમ પડી, "ગેટ આઉટ... કોઈએ અહીંયાં નથી આવવાનું... કોઈએ નહીં. મારે કોઈની જરૂર નથી. આઇ ડોન્ટ વોન્ટ એની બડી..." અંદર કોઈ ધ્રુસકે ધ્રુસકે રડી પડ્યું.

સિકંદરને જાણે કોઈએ બે-ચાર તમાચા ચોડી દીધા હોય એવી લાગણી થઈ. એણે જાત પર કાબૂ રાખ્યો અને ધીમેથી કહ્યું, "મારે પણ નહીં આવવાનું?"

"તારી જ તો રાહ જોઉં છું પણ તું આવતો નથી... રોજ છેતરે છે... આ ઘરમાં તારો અવાજ સંભળાયા કરે છે..." અંદરથી આરતીનો રડતો અવાજ કહી રહ્યો હતો.

"આજે હું સાચે જ આવ્યો છું આરતી..."

"સિકંદર..." આરતી દોડતી બહાર આવી ગઈ, પરંતુ એ જેટલી ઝડપે આવી હતી તે સહન કરવાની એના શરીરમાં તાકાત નહોતી. એ સિકંદર સુધી પહોંચે એ પહેલાં જ ફસડાઈ પડી. સિકંદરે દોડીને એના ખભા નીચે હાથ નાખ્યો અને એ પડે તે પહેલાં એને ઝીલી લીધી.

"આરતી..." સિકંદર લથડીને પડી ગયેલી આરતી સામે જોઈ રહ્યો. શૈલે સાચું જ કહ્યું હતું. એક જમાનામાં જે ચહેરો સુંદરતાની મિસાલ કહી શકાય એ ચહેરો સુકાઈને કૃષ થઈ ગયો હતો. આંખો નીચે કાળાં કુંડાળાં, ડાચાં બેસી ગયાં હતાં, એના વાળનો જથ્થો પણ ઘટી ગયો હતો...

"સિ....સિ....સિકંદર?" પડી ગયેલી આરતીના મ્લાન ચહેરા પર

સ્મિત આવ્યું. એણે આંખો મીંચી દીધી અને શરીર ઢીલું કરી નાખ્યું, "તું સાચે જ આવ્યો છે ?"

"હા... હું સાચે જ આવ્યો છું. એક વાર તું આવી હતી મારા સુધી... જયારે હું મારી જ જાતને નષ્ટ કરી રહ્યો હતો. આજે હું આવ્યો છું અને તું પણ એ જ કરી રહી છે. કેમ આરતી ? કેમ ?" સિકંદરની આંખમાં પાણી આવી ગયાં.

"સાથે આબાદ ના થઈ શકીએ તો જુદાં જુદાં બરબાદ થઈ જઈએ, બીજું શું ?" આરતી બંધ આંખે હસી રહી હતી પણ એનો અવાજ પલળી ગયો હતો.

"તું મને માફ નહીં કરે ?"

"માફ ? શેને માટે ? તેં મારું કંઈ બગાડ્યું નથી સિકંદર..." આરતીની બંધ આંખોમાંથી પાણી વહેવા લાગ્યું, "તું કંઈ પણ કરી શકે એમ હતો, કંઈ પણ... અનેછતાં...." આરતીની આંખોમાંથી ટપકતાં આંસુ સિકંદરની શર્ટની બાંય પલાળી રહ્યાં હતાં, "હું શું કરું સિકંદર ? મને તારા સિવાય કોઈ ગમતું નથી, કોઈનો વિચાર આવતો નથી, બીજું કંઈ જોઈતું નથી, તારા વિના ક્યાંય ઠરીને જીવી શકતી નથી અને મરવા માગું છું તો મરી પણ શકતી નથી..."

"આરતી..." સિકંદરને ઝૂકીને એના હોઠ પર ચુંબન કરી લીધું, "પ્લીઝ... મને માફ કરી દે."

"હવે મરી શકીશ." આરતીની આંખોમાંથી હજી પાણી વહી રહ્યું હતું પણ એના ચહેરા પર સ્મિત આવી ગયું, "તેં ચૂમી લીધીને, મને મરવાની પરમિશન મળી ગઈ."

સિકંદરનું હૃદય એકદમ ભીનું થઈ ગયું, કોઈ પોતાને આટલું ચાહી શકે એ વિચારે એની અંદર એક ધરતીકંપ આવ્યો. બધું જ ઊથલપાથલ થઈ ગયું, પળવારમાં એની તમામ માન્યતાઓ કડડભૂસ થઈને તૂટી પડી. પોતાના હાથમાં આંખો બંધ કરીને લસ્ત પડેલી આરતીની તરફ જોતાં એને લાગ્યું કે પોતે પ્રેમ વિશે જે કંઈ ધારતો હતો કે માનતો હતો એ બધું જ ખોટું હતું. માણસના માણસ સાથેના સંબંધોની વ્યાખ્યા ફરીથી લખવાની જરૂર છે એવું એનું મન એને કહી રહ્યું હતું. એના હાથમાં લસ્ત પડેલી આરતીની આંખોમાંથી હજીયે પાણી વહી

રહ્યું હતું. આરતીએ પોતાનો ઢીલો હાથ ઊંચો કરીને સિકંદરને નજીક બોલાવવા ઈશારો કર્યો, સિકંદર ઝૂક્યો અને આરતીએ પોતાના બંને હાથ એના ગળામાં નાખી દીધા.

એણે શરીરમાં હતી એટલી તાકાતથી સિકંદરને પોતાની નજીક ખેંચી લીધો. ઉભડક બેઠેલા સિકંદરનું બેલેન્સ ગયું અને એ લગભગ આરતીની ઉપર પછડાયો. આરતીએ સિકંદરને પ્રગાઢ ચુંબન કરવા માંડ્યું, એની આંગળીઓ સિકંદરના વાળમાં ફરતી હતી, આટલાં વરસોની તરસ જાણે એના હોઠ વાટે થઈને સિકંદરને આખેઆખો પી જવા માગતી હતી...

થોડીક ક્ષણો સિકંદરે પોતાની જાતને સંભાળવાનો પ્રયાસ કર્યો પણ આરતીની લગાતાર વહેતી બંધ આંખો અને એના શરીરમાં સમર્પણનો ઉન્માદ સિકંદરને પોતાની જાત પર કાબૂ ગુમાવવા મજબૂર કરી ગયો.

સિકંદર જાણે મીણની જેમ પીગળીને વહેવા માંડ્યો. આરતીની આ હાલત માટે પોતાની જાતને ઠેરવતો સિકંદર કદાચ આરતીના સ્નેહનો, સમર્પણનો અને સમજદારીનો અર્થ આજે એની ત્વચા ઉપર શોધી રહ્યો હતો. એની આંગળીઓ આરતીના આખા શરીર પર એવી રીતે ફરી રહી હતી જાણે અત્યાર સુધી પડેલાં બધા જ ઉઝરડાના ડાઘા ભૂંસીને આરતીની ત્વચાને નવેસરથી સજીવન કરવા માગતી હોય...

બંને જણાં જાણે એકબીજામાં પોતાની જાતને શોધી રહ્યાં હતાં.

સાવ લસ્ત થઈ ગયેલી બેહોશ આરતીના શરીરમાં સિકંદરના સ્પર્શથી ચેતનાનો સંચાર થતો જતો હતો, કોઈ લાશમાં જીવ આવતો હોય એમ આરતી પળેપળ વધુ ને વધુ સજીવ, વધુ ને વધુ ધબકતી, વધુ ને વધુ પ્રાણવાન થતી જતી હતી.

સિકંદરની નસોમાં વહેતું લોહી નસો ફાડીને બહાર ધસી આવવા મથતું હોય એટલી ઝડપથી ફરતું હતું. એની ઉપર એક અજબ જેવો નશો છવાઈ રહ્યો હતો...

એના મગજે વિચારવાનું છોડી દીધું હતું.

આ ઓરડામાં શ્વાસની એક એવી ગરમી અને સુગંધ રેલાઈ રહ્યાં હતાં, જેમાં બે આત્મા ધૂપસળીની જેમ સળગીને વિલીન થઈ રહ્યા હતા.

"મને પરણીશ આરતી ?" સિકંદરે ધીમેથી કહ્યું અને એના પડખામાં આંખ મીંચીને લગભગ સમાધિમાં હોય એવી તૃપ્તિથી વાળમાં હાથ ફેરવ્યો.

"મારે તારો કોઈ ઉપકાર નથી જોઈતો. તને મારી ચિંતા થઈ અને તું અહીં સુધી આવ્યો એટલું મારા માટે પૂરતું છે. મને કંઈ નથી જોઈતું..." એણે ઊંડો શ્વાસ લીધો અને પોતાનું નાક સિકંદરની છાતી પર ઘસ્યું, "તું લગ્નમાં નથી માનતો, જાણું છું. મારે ખાતર સમાધાન કરવાની જરૂર નથી."

"હું સમાધાન નથી કરતો." એણે શાંત અવાજે કહ્યું, "મને સાચે જ એવું લાગે છે આરતી કે મને તારી જરૂર છે. હું જિંદગીના એવા વળાંકે ઊભો છું, જ્યાંથી આગળ બે રસ્તા જાય છે. એક, પાગલ કરી નાખનારી એકલતા અને એક, તારી સાથેની જિંદગી."

"તો હવે તને તારી એકલતા દૂર કરવા મારી જરૂર છે." આરતીએ ડોકું સહેજ ઊંચું કરીને સિકંદરની આંખોમાં જોયું, "તને નથી લાગતું તું બહુ જ સ્વાર્થી છે ?"

"છું. તો ?"

"તો..." આરતીએ ફરી એની છાતી પર ડોકું ઢાળી દીધું, "તો હું એવા સ્વાર્થી માણસ સાથે લગ્ન શું કામ કરું ?"

"કારણ કે એ સ્વાર્થી માણસ તને ચાહે છે."

"આજે ? હવે ?"

"આરતી, પ્રેમ બહુ વિચિત્ર વસ્તુ છે. તમારી આસપાસ તમે હાથ લંબાવીને અડી શકો એટલો દૂર હોય ત્યારે તમને એની ઓળખાણ જ ના પડે ! તમારા શ્વાસમાં, તમારા લોહીમાં હોય ત્યારે તમને એની ખબર પણ ના પડે અને જ્યારે તમારાથી દૂર થઈ જાય ત્યારે અચાનક તમને એની કિંમત સમજાય."

"જો સિકંદર..." આરતીની આંખો સહેજ ભીની થઈ હતી. એણે આંસુ બહાર ના આવવા દીધાં, "તું મારી જિંદગીમાં એ સમયે આવ્યો છું, જ્યારે બધા જ રસ્તા પાછા વળી ગયા છે. આગળ જવા માટે દિશા પણ નથી અને કારણ પણ નહીં."

"સ્ટુપીડ..."

"આઈ એમ સિરિયસ..." આરતીનો અવાજ ગંભીર થઈ ગયો, "મારી એકલતા મને ડંખી ગઈ છે. તારા વિનાના દિવસો ધીમે ધીમે ઝેરની જેમ મારી નસોમાં ફેલાતા ગયા છે. એ ઝેર હવે બહુ દિવસ જીવવા નહીં દે મને, પણ એક વાતનો આનંદ છે કે હું તારા હાથમાં મરીશ... હવે એકલી રડતી-કકળતી નહીં મરું આ ઘરમાં." એના ચહેરા પર હળવું સ્મિત આવ્યું, "હવે તું રડીશ... મારા ગયા પછી." એણે ફરી એક વાર સિકંદર સામે જોયું, "રડીશ ને ?"

"મને રડાવવા માટે મરવા માગે છે ?"

"એમ જ માની લે."

"તો નહીં રડું." સિકંદરે એનો ચહેરો હડપચીથી પકડ્યો. સહેજ ઊંચા થઈને એના હોઠ ચૂમ્યા, "આરતી, એમ હું તને મરવા નહીં દઉં. મેં કરેલી ભૂલ સુધારવા માટે પણ તારે મારી સાથે જીવવું પડશે."

"સિકંદર, સામાન્ય રીતે સ્ત્રી બહુ ઝડપથી માફ કરતી હોય છે. એની પ્રકૃતિ છે માફ કરવાની, પણ એનું શરીર માફ નથી કરતું એને પોતાને ! બીજાને માફ કરી કરીને પોતાની અંદર ભરી રાખેલા બધા જ અન્યાયો, બધાં જ અપમાનો, બધા જ તિરસ્કાર ધીમે ધીમે એને ખાઈ જાય છે. હું પણ અડધી ખવાઈ ચૂકી છું. અડધી જ બાકી છું."

"આ બધા તારા મગજના ફિતૂર છે. તને કંઈ નથી થવાનું."

"તારા કહેવાથી જો બધું બદલાઈ શકતું હોત તો હું ભગવાનને કહેત કે તારું કહ્યું માને..." એણે ફરી એક વાર સિકંદરની છાતી પર માથું ઢાળી દીધું અને નજર મિલાવ્યા વિના કહ્યું, "મારા ડૉક્ટરે મને છ મહિનાનો સમય આપ્યો છે."

"ડૉક્ટરને શું સમજ પડે ? તારે મારી સાથે જીવવાનું છે. મારી સાથે ઘરડા થવાનું છે. મારાં બે-ત્રણ છોકરાંઓ વરસોવાની બંગલીના હીંચકા પર જોરજોરથી ઝૂલા ખાતા હોય ત્યારે લાકડી લઈને એમની પાછળ દોડવાનું છે. અમ્મીના દરેક જન્મદિવસે મારી સાથે એની કબર પર ફૂલ ચડાવવા આવવાનું છે."

"સિકંદર, તું બહુ મોડો પડ્યો. હવે મારા શરીરમાં વહેતું લોહી અટકી

જશે. હવે ઇન્જેક્શન વાટે મારા શરીરમાં દાખલ થતું ઝેર જ એને વહેતું રાખી શકે છે."

"ભૂલી જા એ ઝેરને, આજ પછી તારે એ વિશે વિચારવાનું પણ નથી."

"તો વહેલી મરીશ." આરતી હસી પડી, "આલ્કોહોલિક અને ડ્રગ એડિક્ટને શરૂઆતમાં આ ઝેર મૃત્યુ તરફ લઈ જાય છે અને ધીમે ધીમે આ ઝેર જ એની જિંદગી બની જાય છે. તારી મા માટે એનો પ્રેમ ઝેર હતું... શરૂઆતમાં તારી માને એ એના મૃત્યુ ભણી લઈ ગયું અને ધીરે ધીરે એ ઝેર જ એની જિંદગી થઈ ગયું."

"કદાચ !" ખાસ્સી વાર સુધી સિકંદર કશું જ બોલ્યો નહીં. એના બાવડા પર માથું મૂકીને સૂતેલી આરતીના વાળમાં હાથ ફેરવતો રહ્યો, "મેં તને કહ્યુંને, તને કંઈ નથી થવાનું. માન મારી વાત અને ચૂપચાપ મારી સાથે લગ્ન કરી લે."

"લગ્નની મને ખબર નથી સિકંદર, પણ મારી જિંદગીના આખરી દિવસો તારી સાથે જીવવા માગું છું." આરતીએ એની આસપાસ લપેટાયેલા પોતાના હાથની પકડ વધુ મજબૂત કરી, "હવે મને મૂકીને નહીં જતો રહે ને ?"

"હું ક્યાં જવાનો ? હું તો હજી હમણાં જ આવ્યો છું. જવાની વાત તો તું કરે છે."

"મારે જવું નથી સિકંદર..." આરતીનું ડૂસકું છૂટી ગયું, "આખી જિંદગી જે ઝંખતાં જીવી નાખી એ મળ્યું ત્યારે જિંદગી જ નથી રહી. અથવા જિંદગી પૂરી થાય એ પહેલાં મને જે જોઈતું હતું તે મળી ગયું ! આને શું કહેવાય સિકંદર ? નસીબે મારી સાથે કરેલી મજાક કે નસીબે મારી સાથે કરેલો ન્યાય ?"

"હું આટલું બધું નથી વિચારતો. હું ફક્ત એક જ વાત સમજું છું... હું મરી જાઉં એ પહેલાં તારી સાથે લગ્ન કરવા માગું છું."

"તને શું થવાનું છે ? તારે તો જીવવાનું છે. ઘણું લાંબુ, મારા વગર..." આરતી રડી રહી હતી. સિકંદરે એનાં આંસુ લૂછ્યાં. એને વહાલ કર્યું અને ઊભો થઈ ગયો, "શું થયું ?" આરતીએ એને અચાનક ઊભો થઈ ગયેલો જોઈને પૂછ્યું.

"આપણે હમણાં જ જઈએ છીએ. આર્યસમાજ મંદિર... મારે હમણાં જ તારી સાથે પરણવું છે."

"અરે પણ..."

"હમણાં એટલે હમણાં... ઊભી થા." એણે લગભગ હુકમ કરતો હોય એમ કહ્યું અને પછી પૂછ્યું, "અહીંયાં ફોન છે?" આરતીએ ડોકું ધુણાવીએ હા પાડી અને પોતાનો સેલ આગળ કર્યો. સિકંદરે શૈલરાજનો નંબર જોડ્યો.

"યેસ..." એક ઘેરો મર્દાના અને છતાં મધ જેવો મીઠો અવાજ સંભળાયો.

"ભાઈ... હું લગ્ન કરું છું. હમણાં જ..."

"સિકંદર..." શૈલના અવાજમાં ખાસ નવાઈ નહોતી. કદાચ એણે ધાર્યું હતું એમ જ થઈ રહ્યું હતું, "ક્યાં પહોંચ્યું?"

"તમે આવશો?"

"તેં મને બોલાવવા ફોન નથી કર્યો?"

"કર્યો છે તો એટલા જ માટે. પણ તમે આવશો એવું..."

"મૂરખ... ક્યાં છે તું? જલદી બોલ."

"હું... અત્યારે આરતીના ઘરે છું. અમે અહીંથી નીકળીશું. તમે પણ આર્યસમાજ મંદિર આવો."

"ઓ.કે." શૈલરાજે કહ્યું અને ફોન મૂક્યો, પછી જોરથી બૂમ પાડી, "નિમ્મી... મહેરુકાકા..." બંને જણા શૈલરાજની બૂમ સાંભળીને ત્યાં આવ્યાં, "સિકંદર લગ્ન કરે છે, આપણે ત્યાં જવાનું છે."

"વ્હોટ?" નિમ્મીના અવાજમાં ઉત્સાહ પણ હતો અને ઉત્તેજના પણ. ખુશીના ઉશ્કેરાટમાં એ મહેરુકાકાની હાજરી ભૂલીને શૈલરાજને ભેટી પડી. "શૈલ, મારે તારો આભાર માનવો જોઈએ. તેં જે કંઈ કર્યું એનાથી..."

"એનાથી શું?" શૈલરાજનો અવાજ ભાવવિહીન હતો. એણે નિમ્મીને ધીમે રહીને છૂટી પાડી, પછી એની આંખોમાં જોયું, "મને સિકંદરની જિંદગી સુધારવામાં કોઈ રસ નથી. એ પરણીને ઠરીઠામ થાય, ઘર માંડે એવા કોઈ વિચાર સાથે મેં એને આરતી તરફ નથી ધકેલ્યો..." એણે ઊંડો શ્વાસ લીધો, "એ તો મરી જશે, પછી મારા બાપની મિલકત કોઈ ખોટા હાથમાં ના પડે એટલા

માટે રઘુનંદનસિંહની મિલકત એક જરૂરતમંદ છોકરી સુધી પહોંચાડવાનો મેં પ્રયત્ન કર્યો છે."

"શૈલરાજ..."

"બાબા..."

"હા મહેરુકાકા, સિકંદર તો આ મિલકત નહીં ભોગવી શકે એની મને ખાતરી છે. એણે મરવાનું છે. હવે એના નામે થયેલી આ મિલકત મારે પણ જોઈતી નથી. તો એનું શું કરું ? એક એવી છોકરીના હાથમાં જાય, જેને આ પૈસાની અને આ મિલકતની જરૂર છે..."

"પણ તું એવું શું કામ કરે છે બાબા ? તને જે જોઈતું હતું એ તને મળી ગયું... હવે એને મારી નાખીને..."

"મને શું જોઈતું હતું ?" શૈલરાજે વચ્ચે જ કહ્યું, "રઘુનંદનસિંહનો બંગલો ? એના રૂપિયા ? ના... મને મારું વેર જોઈએ છે કાકા, મારું વેર... અને એ હું લઈને જ રહીશ."

✻

લથડતી આરતીને સિકંદરે ધીમે ધીમે તૈયાર કરી. એના વાળ ઓળ્યા, એને કપડાં પહેરાવ્યાં, આછો મેકઅપ કર્યો. એણે દેખાડ્યું ત્યાંથી કાઢીને દાગીના પહેરાવ્યા...

અરીસામાં જોઈને આરતી ઊભી રહી ત્યારે એની પોતાની જ આંખો ભરાઈ આવી.

આંખ નીચે કાળાં કુંડાળાં, બેસી ગયેલાં જડબાં... સૂકી, તતડી ગયેલી ત્વચા, અચાનક જ દેખાવા માંડેલી ઉંમર. આરતીએ અરીસામાં દેખાતા પોતાના પ્રતિબિંબને હાથ લગાવીને આંગળીઓથી સ્પર્શ કર્યો. એનો હાથ ધ્રૂજતો હતો.

"સિકંદર, એક લાશ સાથે લગ્ન કરી રહ્યો છે તું."

"કોને ખબર..." એણે સ્વગત કહ્યું, "તું પણ કદાચ એ જ કરી રહી છે."

બંને જણાં ઘરેથી નીકળ્યાં ત્યારે આરતીના મનમાં અજબ જેવી અસમંજસ હતી. એને એક તરફ સિકંદર સાથે જીવવાની લાલસા હતી તો બીજી તરફ હવે

જિંદગીનો જે નાનકડો ટુકડો બચ્યો હતો એની પાછળ સિકંદરને બરબાદ નહીં થવા દેવાનું ઝનૂન...

એને સંભાળતો, સાચવતો સિકંદર આર્યસમાજ મંદિર સુધી પહોંચ્યો ત્યારે નિમ્મી, શૈલ અને મહેરુચાચા મંદિરની બહાર જ ઊભાં હતાં.

સૌ સાથે અંદર દાખલ થયાં. સિકંદરે મંદિરના પૂજારી સાથે વાત કરી. પૂજારીએ લગ્નની તૈયારી કરી.

વીસ મિનિટમાં તો સિકંદર અને આરતી અગ્નિની સામે બેઠાં હતાં. મંદિરનો પૂજારી મંત્ર ભણી રહ્યો હતો. આરતીની આંખો લગાતાર વહી રહી હતી. એના માથા પરથી પડી જતી ચુંદડી નિમ્મી એને વારંવાર ઓઢાડતી હતી...

મંદિરના પૂજારીએ સિકંદરના હાથમાં પાણીની આચમની ભરાવી અને કહ્યું, "તારું નામ બોલ બેટા."

"સિકંદર." એણે કહ્યું. પૂજારીની આંખો ઝીણી થઈ.

"માનું નામ?"

"નીલોફર..." પૂજારીનો ચહેરો બદલાઈ ગયો...

"પિતાનું નામ?"

"રઘુનંદનસિંહ ઝાલા." સિકંદરે કહ્યું. પૂજારી ધ્યાનથી એની સામે જોઈ રહ્યો...

"તારી મા મુસલમાન હતી?" પૂજારીએ પૂછ્યું, સિકંદરનો ચહેરો બદલાઈ ગયો. મહેરુકાકા, શૈલરાજ, નિમ્મી અને આરતી સુધ્ધાં જાણતાં હતાં કે હવે શું થવાનું છે... બધાં ધડકતા હૃદયે સિકંદરની સામે જોઈ રહ્યા...

# ૧૨

"પણ એના પિતા તો હિન્દુ હતા ને ?" મહેરુએ કહ્યું. પૂજારીએ મહેરુ સામે જોયું. એની આંખોમાં એક પ્રકારનો ક્રોધ, એક પ્રકારનો તિરસ્કાર હતો, "એક રાજપૂત હિન્દુ એક મુસલમાન સ્ત્રીને પરણ્યો હતો એમ કહેવા માગો છો તમે ?"

"એટલે ?" નિમ્મીએ પૂછ્યું, પણ પૂજારીને બહુ ગમ્યું નહીં.

"બેટા, તું કદાચ નહીં સમજે પણ એ સ્ત્રીએ જો આના પિતાનું ધર્મપરિવર્તન કરાવ્યું હોય તો આ હિન્દુ ક્યાં રહ્યો ?"

"એવું કંઈ નથી થયું."

"તો આની માએ ધર્મપરિવર્તન કર્યું હોવું જોઈએ."

"એવું હોય કદાચ." મહેરુએ વાત પૂરી કરવાના ઈરાદાથી કહ્યું, "હવે તો બેમાંથી કોઈ જીવતું નથી. કોઈને પૂછી શકાય એમ પણ નથી."

"એવું તો કેવી રીતે ચાલે ? એક હિન્દુ મંદિરમાં લગ્ન કરવા આવ્યાં છો તમે. તમારા ધર્મની સાબિતી શું ?"

"અમે હિન્દુ મંદિરમાં લગ્ન કરવા આવ્યાં છીએ એનો અર્થ જ એ થાય કે અમે હિન્દુ ધર્મને માન આપીએ છીએ. અમે મસ્જિદમાં જઈ શક્યાં હોત, ચર્ચમાં - કોર્ટમાં જઈ શક્યાં હોત..." સિકંદરે ઉશ્કેરાઈ જતાં કહ્યું.

"જો ભાઈ, અવાજ ઊંચો કરવાથી કામ નહીં ચાલે. અમારે આમ પણ તારા જન્મનું પ્રમાણપત્ર જોઈશે. જન્મના પ્રમાણપત્રમાં તારો ધર્મ લખેલો જ હશે."

"એટલે જો હું હિન્દુ ના હોઉં..."

"ચૂપ રહે." મહેરુ વચ્ચે બોલ્યો એણે પૂજારી સામે જોયું, "બે છોકરાંઓ લગ્ન કરવા માગે છે. એક પવિત્ર બંધનમાં બંધાવા માગે છે. ધર્મના વિવાદમાં પડ્યા વિના તમે એમનાં લગ્ન ન કરાવી શકો ?"

"ના. મારે જાણવું તો પડે જ કે એની મા કયો ધર્મ પાળતી હતી."

"હિન્દુ." મહેરુએ કહ્યું, સિકંદરનો ચહેરો ફરી ગયો.

મારી મા મુસલમાન ધર્મ પાળતી હતી, પાંચ વાર નમાજ પઢતી હતી, આખું કુરઆન મોઢે હતું. ચાળીસ રોજા રાખતી. કાયમ ફકીર જમાડતી. ક્યારેય જુઠ્ઠું નહોતી બોલતી. શરાબ નહોતી પીતી, જુગાર નહોતી રમતી... એક સાચી પવિત્ર સ્ત્રી હતી."

"એમ ? તો પછી એક હિન્દુ સાથે શું કામ પરણી ?"

"પ્રેમ કરતી હતી એટલે."

"પ્રેમ ? છોકરા, તું મને મૂરખ સમજે છે ? અમારા ધર્મની છોકરીઓને તમારા ધર્મના લોકો તો ભગાડી જાય છે, પછી એમનો ધર્મ બદલાવી નાખે છે. નામ સુધ્ધાં બદલાવી નાખે છે, પણ જ્યારે તમારા ધર્મની છોકરીઓ અમારે ત્યાં આવીને પણ પોતાનો ધર્મ પાળે છે. એ ક્યાંનો ન્યાય ?"

"ન્યાય-અન્યાયની ચર્ચા કરવી હોય તો હું ક્યારેક પાછો આવીશ. અત્યારે હું લગ્ન કરવા આવ્યો છું. તમે અમારાં લગ્ન કરાવો છો કે નહીં ?"

"પૂરી વિગતો જાણ્યા વિના તો નહીં જ કરાવું. મારે પણ ઉપરવાળાને જવાબ આપવાનો છે. પહેલાં તો તારી માએ અમારો ધર્મ ભ્રષ્ટ કર્યો, હવે તું આ એક હિન્દુ છોકરીને પરણીને ફરી ધર્મ ભ્રષ્ટ કરીશ. મારે એ પાપમાં નથી પડવું."

"હું તમને હાથ જોડું છું." મહેરુ કરગરી પડ્યો, "માંડ માંડ બધું ઠેકાણે પડ્યું છે. હું તમને વિનંતી કરું છું. બંને છોકરાંઓ પુખ્ત વયનાં છે. પોતાની સમજદારીથી એકબીજાની સાથે લગ્ન કરે છે. પછી ધર્મનો વાદ-વિવાદ કરવાનો શો અર્થ છે ?"

"તમે કહેવા શું માગો છો ? હું અહીંયાં ધર્મનો ઉદ્ધાર કરવા બેઠો છું, ધર્મને ડુબાડવા નહીં."

"એક વિધર્મીનાં લગ્ન હિન્દુ સંસ્કાર પ્રમાણે કરાવવાથી જો તમારો ધર્મ ડૂબી જતો હોય તો મને આ લગ્ન કરવામાં જ રસ નથી." સિકંદર ઊભો થઈ ગયો, એણે આરતીનો હાથ પકડીને ખેંચ્યો.

નિમ્મીએ સિકંદરનો હાથ પકડી લીધો, "શું કરો છો ? આનો તો વિચાર કરો."

"દુનિયાની કોઈ પણ કોર્ટ સહી-સિક્કા કરીને અમારાં લગ્નને માન્ય ગણશે. અમારું લગ્ન કોઈ ધર્મનું મોહતાજ નથી. હું આખી જિંદગી જે સવાલ સાંભળીને દુઃખી થતો રહ્યો એ સવાલ આજે ફરી મને પુછાયો છે. હું જેનું બીજ છું અને જેના ઉદરમાં ઊછર્યો એ બેનો ધર્મ જુદો હોય તો એમાં મારો શો વાંક?"

"વાંક? વાંક તારા બાપનો." પૂજારીએ સિકંદરને તોછડાઈથી કહ્યું, "હિન્દુ રાજપૂતોએ આ દેશને મુસલમાનોના હાથમાં જતો બચાવવા પોતાનું લોહી રેડી દીધું. પદ્મિની જેવી સ્ત્રીઓએ જૌહર કર્યા. મહારાણા પ્રતાપ અને પૃથ્વીરાજ ચૌહાણ જેવા રાજપૂતોએ મુસલમાનોની સામે પોતાનું બલિદાન આપી દીધું અને તારો બાપ, જેણે એક મુસલમાન સ્ત્રી સાથે... છી!" એણે હાથ જોડ્યા, "ભગવાને મને પાપમાંથી બચાવી લીધો, તમે અહીંથી જઈ શકો છો."

"શરૂ કરેલાં લગ્ન અધૂરાં છૂટે તો અપશુકન થાય." શૈલરાજે કહ્યું, "મારી મા કહેતી કે ઘરમાં કોઈનું મૃત્યુ પણ થઈ જાય તોય એકવાર ઘરમાં ગણેશ બેસાડ્યા પછી લગ્ન તો કરવાં જ પડે. તમારે વિધિ તો કરાવવી જ પડશે."

પૂજારીએ શૈલરાજ તરફ જોયું, "તમે કોણ છો ભાઈ?"

"હું?" શૈલરાજ ગૂંચવાયો, એ ભાઈ શબ્દ વાપરવા નહોતો માગતો અને એ સિવાયની બીજી શી ઓળખાણ આપી શકાય એની એને ખબર નહોતી પડતી, "હું... હું પણ રઘુનંદનસિંહ ઝાલાનો દીકરો છું."

"અચ્છા... તો તું પણ મુસલમાન છે."

"મારી માનું નામ શક્તિદેવી હતું." શૈલરાજનું રાજપૂતી લોહી ઊછળી આવ્યું, "શક્તિદેવી રઘુનંદનસિંહ ઝાલા..."

"તો ક્યારના કહેતા કેમ નથી કે આની મા રખાત હતી... નાજાયઝ ઓલાદ છે તારા બાપની..."

"મહારાજ..." સિકંદરનો અવાજ ફાટી ગયો.

"બૂમો પાડવાથી કંઈ નહીં થાય. જ્યારે માણસ એક હિન્દુ સ્ત્રીને પરણેલો હોય ત્યારે ધર્મપરિવર્તન કર્યા સિવાયની બાકીની બધી જ સ્ત્રીઓ એની રખાત કહેવાય." સિકંદરનાં જડબાં ભીડાઈ ગયાં. એનો ચહેરો લાલ થવા માંડ્યો હતો, પણ પૂજારી એ તરફ જોયા વિના બોલ્યે જતો હતો, "મને હવે સમજાયું... કે

તારી મા પોતાનો ધર્મ શું કામ પાળતી હતી... એણે લગ્ન કર્યાં જ નહોતાં. તું એક હરામી સંતાન છે... હવે તો હું આ છોકરી સાથે તારાં લગ્ન ક્યારેય નહીં કરાવું." એણે શૈલરાજ તરફ જોયું, "તમે શું કામ આ બધામાં ભાગીદાર થાવ છો? તમને શી તકલીફ છે? લાત મારીને કાઢી મૂકો આ હરામની ઓલાદને." પૂજારીના અવાજમાં કડવાશ અને તિરસ્કાર ઊભરાઈ રહ્યાં હતાં, "આ આપણા સંસ્કાર છે, આ આપણો ધર્મ છે કે તમે આટલી સહિષ્ણુતાથી તમારા પિતાના હરામી દીકરાનાં લગ્ન કરાવવા અહીં હાજર રહ્યા છો. એક સાચા મોટા ભાઈની જેમ." એણે આગ ઓકતી નજરે સિકંદર સામે જોયું, "પૂછો એને... એના ધર્મમાં સગોભાઈ સગાભાઈને મારી નાખે છે. ગાદી માટે ઔરંગઝેબે પોતાના ચાર સગા ભાઈઓને મારી નાખીને એમનાં માથાં કિલ્લાના દરવાજા પર ટાંગી દીધાં હતાં. એ એમનું લોહી છે. એમના સંસ્કાર છે. તમે કંઈ પણ કરશો, એ તમારો નહીં થાય."

પૂજારી બોલતો જતો હતો. શૈલરાજના ચહેરા પર થઈ રહેલા ફેરફાર તરફ એનું ધ્યાન જ નહોતું. શૈલરાજે અચાનક ધસી જઈને પૂજારીના ગળામાં નાખેલો ગમછો બંને હાથે પકડી લીધો. એને ક્રોસ કરીને પૂજારીના ગળા પર ભીંસ દેવા માંડી, "બસ થઈ ગયું! બહુ બોલી લીધું તમે... હું ચૂપ હતો ત્યાં સુધી તમને લાગ્યું કે તમે જેમ ફાવે તેમ બોલી શકો? એ ભાઈ છે મારો. અમારું લોહી જુદું નથી. અમારું કુળ જુદું નથી. મા જુદી છે એ સાચું, પણ સંસ્કાર જુદા નથી. મારી મા પણ વરસની બધી અગિયારસ અને પૂનમના ઉપવાસ કરતી. ઠાકોરજીને થાળ ધરાવ્યા વિના જમતી નહીં. ચોથનો ચંદ્ર દેખાય નહીં ત્યાં સુધી અનાજનો દાણો મોઢામાં નહોતી નાખતી. ચૈત્ર મહિનામાં રામાયણ વાંચતી, રોજ વિષ્ણુસહસ્ર નામના પાઠ કરતી... એ પણ એક પવિત્ર સ્ત્રી હતી. નીલોફરની જેમ જ..."

"બેટા!" મહેરુનો અવાજ ભીનો થઈ ગયો.

"કોઈ એક જમાનામાં ત્રણ જણાથી એક ભૂલ થઈ ગઈ. એ ભૂલનું પરિણામ બાકીના ત્રણ જણા શા માટે ભોગવે? હું સિકંદરને એનું પરિણામ નહીં ભોગવવા દઉં." શૈલરાજે ઊભા ઊભા જ ગુસ્સામાં ધ્રૂજી રહેલા સિકંદરનો હાથ પકડ્યો, એ એને ઘસડવા જતો હતો, પરંતુ સિકંદરે ઝટકો મારીને હાથ છોડાવ્યો, પોતે ત્રણ જ ડગલામાં તો પૂજારીની બિલકુલ સામે જઈને ઊભો રહી ગયો.

પૂજારીની આંખોમાં વેધક નજરે જોયું, પછી ધીમેથી પણ આરપાર વીંધી નાખે એવા અવાજે પૂછ્યું, "ઉપર જ્યારે માણસ બનાવવામાં આવે છે ત્યારે મુસલમાનનું લોહી લીલું કેમ નથી રાખવામાં આવતું? એને એકને બદલે બે નાક અને બેને બદલે ચાર કાન કેમ નથી અપાતા? હિન્દુના કપાળમાં ત્રીજી આંખ કેમ નથી હોતી?"

"મારે તારી સાથે કોઈ દલીલ નથી કરવી." પૂજારી ઊંધો ફરવા જતો હતો, પણ સિકંદરે એનું કાંડુ પકડી લીધું. એ એની આંખોમાં જોતો રહ્યો. એણે પૂજારીનું કાંડુ એટલા જોરથી પકડ્યું હતું કે પૂજારીને લાગ્યું કે એનો હાથ ખડી પડશે.

"એમ વાત અધૂરી છોડીને તો નહીં જવા દઉં. અમારો ખુદા અને તમારો ભગવાન ધર્મનો એટલો જ પાક્કો હોય તો જન્મતા બાળકના કપાળ પર લેબલ મારીને કેમ નથી મોકલતો? કેમ બધાં નવા જન્મેલાં બાળકનું રુદન એકસરખું હોય છે?"

"અરે જા જા... તારા ધર્મના લોકો અમારા માણસોને મારી નાખે છે, ખૂનામરકી કરે છે, લોહી વહાવે છે, જેહાદના નામે આતંકવાદ કરે છે."

"એય..." શૈલરાજે જોરથી બૂમ પાડી, "હવે એક પણ શબ્દ બોલ્યો તો..."

"તું?" પૂજારીએ શૈલરાજ તરફ પણ ધિક્કારથી જોયું, "તું આનો પક્ષ લે છે? શરમ આવવી જોઈએ તને. આની માએ તારી માનો અધિકાર છીનવ્યો. આણે તારો અધિકાર છીનવ્યો. આમના માણસો આપણા હજારો નિર્દોષ લોકોના જીવ લે છે અને તું આનો પક્ષ લે છે? કેવો હિન્દુ છે?"

"તમારાથી સારો." શૈલરાજે નીચે પડેલી સિંદૂરની ડબી પોતાના હાથમાં ઉઠાવી, સિકંદર સામે ધરી, "લે... ભરી દે સિંદૂર..." સિકંદર એક ક્ષણ માટે શૈલરાજ સામે જોઈ રહ્યો.

"જુએ છે શું? સિંદૂર ભર આરતીના સેંથામાં." સિકંદરે ચપટીભર સિંદૂર લઈને આરતીનો આખોય સેંથો ભરી દીધો. બધો તમાશો ચૂપચાપ જોઈ રહેલી આરતી ધ્રૂસકે ધ્રૂસકે રડી પડી. નિમ્મીએ એના ખભાની આસપાસ હાથ વીંટાળી એને આશ્વાસન આપ્યું, પછી શૈલરાજે ફોર્મ આગળ કર્યું, "ચલ સહી કર આમાં..."

"હું નહીં કરું."

"આ બે જણાનાં લગ્ન થઈ ગયાં છે, તારે સહી કરવી પડશે."

"અને ના કરું તો ?" કોઈ કંઈ સમજે તે પહેલાં શૈલરાજે પૂજારીને થપ્પડ ઠોકી દીધી. પૂજારીએ ડઘાઈને એની સામે જોયું, "મને મારે છે ? આ સંસ્કાર છે તારા ?"

"હા, જો તારા જેવા લોકો ધર્મનો ઉદ્ધાર કરવા નીકળવાના હોય તો મારા જેવાએ આવું કર્યા વિના છૂટકો નથી. સહી કરે છે કે લગાવું એક ?"

"શૈલ બેટા..."

"તમે આમાંથી બહાર રહેજો."

પૂજારીએ ધ્રૂજતા હાથે ફોર્મમાં સહી કરી. શૈલે ફોર્મ ઘડી વાળીને પોતાના શર્ટના ખિસ્સામાં મૂક્યું, સિકંદર સામે જોયું, "ચલો, થઈ ગયાં લગ્ન..."

સિકંદર એક ક્ષણ કશું ના બોલ્યો પછી આરતીના ખભે હાથ મૂકીને શૈલના પગમાં પડ્યો. સિકંદર પાસેથી આવા વર્તનની બિલકુલ અપેક્ષા નહોતી એટલે શૈલને શું કરવું એ સમજાયું નહીં, પણ આદતવશ હાથ લંબાવી એણે બંનેના માથે હાથ મૂકી દીધો.

મહેરુએ આંખો લૂછી, આકાશ તરફ જોઈને મનોમન કહ્યું, "ભાઈ, મારા શ્વાસ ચાલે છે ત્યાં સુધીમાં તમારી ઇચ્છા પૂરી થશે એવું લાગે છે."

✸

"શ્રીમતી આરતી સિકંદર..." એણે આરતીને પોતાની પાસે ખેંચતાં કહ્યું, "સિકંદરની આગળ શું લખવું એની મને આજે પણ ખબર નથી પડી. રઘુનંદનસિંહ ઝાલાનું નામ એક ટાંકણી મારીને મારા નામ સાથે ચોંટાડી દેવાયું, પણ એ નામ પર મારો ક્યારેય અધિકાર નહોતો."

"મારે માટે સિકંદર જ પૂરતું છે એની આગળ કે એની પાછળ કશું નહીં હોય તો મને ફેર નહીં પડે."

"શા માટે આટલો પ્રેમ કરે છે મને ? હું તારા પ્રેમને લાયક નથી."

"કોણ કોને લાયક હોય છે એની આપણને ક્યાં ખબર હોય છે ? એ તો

ઉપરવાળો જ નક્કી કરે છે અને સાચા સમયે બે લોકોને ભેગા કરી દે છે." આરતીએ સિકંદરના ખભે માથું મૂકી પોતાનો હાથ એની આસપાસ લપેટ્યો, "જેમ આપણને ભેગાં કર્યાં એમ..."

"કદાચ !" સિકંદરે નિઃશ્વાસ નાખ્યો, આરતીના વાળમાં આંગળાં ફેરવતાં કહ્યું, "તને જે જોઈતું હતું એ મેં આપી દીધું છે, હવે આ સંબંધનું આયુષ્ય કેટલું છે એની મને નથી ખબર."

"મને તો મારા જ આયુષ્યની ખબર નથી." આરતી બંધ આંખે લગભગ તંદ્રામાં બોલી રહી હતી, સિકંદરની સાથે લગ્ન થયાની આ પહેલી રાત હતી. આરતી માટે આ એના સ્વપ્ન સાકાર થયાની ધન્ય ઘડી હતી. સિકંદરના ઘરમાં એના પલંગ પર, એના ખભે માથું મૂકીને અધિકારપૂર્વકથી ઊંઘી શકવાનું સુખ એને ક્યારેય મળશે એવું એણે વિચાર્યું પણ નહોતું, પરંતુ આજે એ સિકંદરની અર્ધાંગિની હતી. એની કાયદેસરની પત્ની !

"આરતી, હવે હું જે કહું છું તે ધ્યાનથી સાંભળ." સિકંદરના અવાજમાં એની ગંભીરતા આરતીને ડરાવી ગઈ.

"શું વાત છે ?"

"હું કદાચ ન રહું...તો વર્સોવાનો બંગલો, થોડા રૂપિયા, થોડા દાગીના વગેરે તને મળશે. બહુ ઉદાર થઈને એને છોડી નહીં દેતી. એ તારો અધિકાર છે અને તારા આવનારા જીવન માટેની જરૂરિયાતો."

"નહીં રહું એટલે ?"

"મને ખબર નથી, મારી આસપાસ ઘણુંબધું બની રહ્યું છે અને એ પણ ઘણું ઝડપથી... મારી અંદર પણ બહુ બધું બદલાય છે, આ બધું આમ જ રહેશે એવી કોઈ ખાતરી નથી મારી પાસે..."

"સિકંદર, શું વિચારે છે ? મને નહીં કહે ?"

"તને નહીં કહું તો કોને કહીશ એવો સવાલ થાય છે. આ દુનિયા છોડું એ પહેલાં એક વાર મારા મનની વાત કોઈને કહેવી એવું તો મને પણ લાગે છે. હું પહેલેથી જ આ ધરતી પર બોજ છું. મારા અસ્તિત્વની કોઈને જરૂરત જ નથી. મારો જન્મ એક અકસ્માત હતો એવું મને હંમેશાં લાગ્યું છે. મારી મા પણ..."

"માઇ કેટલું ચાહતી હતી તને..."

"એના શરીરનો અંશ હતો હું...ચાહે તો ખરી જ ને, પણ ક્યારેક એને પણ લાગતું હશે કે મા બનવાના મોહમાં મને જન્મ આપીને એણે ભૂલ કરી હશે... એની પીડા, એની તકલીફ, એનો અફસોસ રોજ થોડો થોડો જોતો, જોઈને સમજતો. સમજીને ફરી એક વાર જોતો એમ જ મોટો થયો છું હું..." સિકંદરનું ગળું ભરાઈ આવ્યું, "જેમ મારો જન્મ અકસ્માત હતો એમ જ મારું મૃત્યુ પણ..."

"સિકંદર" આરતી ચોંકીને બેઠી થઈ ગઈ, "મૃત્યુની વાત શું કામ કર્યા કરે છે ? વાતો કરવાથી મૃત્યુ આવતું નથી અને ભાગવાથી એના પંજામાંથી બચી શકાતું નથી. એટલું તો સમજે છે ને તું ?"

"હા, સમજું છું અને એટલે જ કહું છું કે હું વાતો નથી કરતો. હું કદાચ કાલે સવારે ન પણ હોઉં, એટલે જ કદાચ તારી સાથે લગ્ન કરવા નહોતો માગતો. આ જન્મમાં પણ તારો સાથ નિભાવી શકીશ કે નહીં એની ખબર ના હોય ત્યારે તને બાંધીને શું કરું ? થોડા દિવસો મારી સાથે ગાળ્યા પછી તને કોઈ વિધવા કહે..."

આરતીએ સિકંદરના મોઢે હાથ મૂક્યો, "બસ, હવે આગળ નહીં બોલતો. હું તારા નામ સાથે જોડાઈને જીવવા માગું છું અને તારા નામને સોડમાં લઈને ચિતા પર સૂઈ જવા માગું છું."

"આમ જ ! આમ જ બોલતી રહી મારી મા...પણ અંતે શું મળ્યું ? અપમાન, એક લાવારિસ સંતાન..."

"ના, એક એવી જિંદગી જે એણે પોતે પસંદ કરી. એક એવું મૃત્યુ જેમાં સંતોષ હતો અને એક એવો દીકરો જે એને આજે પણ દિલ ફાડીને પ્રેમ કરે છે. એક સ્ત્રીની જિંદગી માટે આટલું પૂરતું છે."

"આ બધી રોમૅન્ટિક વાતો છે. મને રસ નથી. હું તને થોડું સમજાવું તે સમજી લે. મારું મૃત્યુ એક અકસ્માત લાગશે, પરંતુ હશે નહીં."

"મને કંઈ સમજાતું નથી."

"સમજવાની જરૂર પણ નથી, માત્ર સાંભળી લે. જેમ જેમ ઘટનાઓ બનતી જશે તેમ તેમ તને બધું જ સમજાતું જશે."

"તું શા માટે કરે છે આ બધું ?"

"ઝાલા ખાનદાન પર અમારા ઉપકારો છે. એટલા બધા કે એ લોકો એના બોજ નીચે દબાઈ ગયા છે. હું એમને હજી વધુ દબાવી દેવા માગું છું. છેલ્લું તણખલું મૂકી દેવા માગું છું જેથી એ લોકો અમારા ઉપકાર નીચે દબાઈને ચૂરચૂર થઈ જાય. મારી માએ એની મા પર ઉપકાર કર્યા... રઘુનંદનસિંહને ક્યારેય અહીંથી લઈ ગઈ નહીં. પોતે તરફડતી રહી, પણ શક્તિબાને..." એ થોડી વાર ચૂપ રહ્યો, "આ મારું વેર છે. શૈલરાજસિંહ ઝાલા પરનું વેર... મારા મૃત્યુથી એને ખૂબ અફસોસ થવો જોઈએ... ખૂબ તકલીફ... એવો અફસોસ જેમાં કશું જ થઈ શકે નહીં. મને બહુ જ સંતોષ થશે... શૈલરાજ પર વેર લઈને."

"આ કઈ જાતનું વેર ?"

"આ અમારું વેર છે. હું ઇચ્છું તો ચપટીમાં શૈલરાજને ઉપર પહોંચાડીને બધી સંપત્તિનો માલિક થઈ જાઉં. પણ, મારે આ સંપત્તિ નથી જોઈતી. મારે શૈલરાજની વેદના જોઈએ છે. એની તકલીફ, એનું ગિલ્ટ, એને પળેપળ બાળે એવું ઇચ્છું છું હું..આ કરોડો રૂપિયાના સુખની પથારી ઉપર પણ શૈલરાજસિંહ ઝાલા ચેનથી ઊંઘી ના શકે ત્યારે જ મને સંતોષ થશે."

આરતી કશું જ બોલ્યા વિના ચૂપચાપ સાંભળતી રહી, સિકંદરે એના ચહેરા પર હાથ ફેરવ્યો, "તું શાંતિથી રહેજે, તારી જિંદગી સુધારજે." સહેજ અચકાઈને કહ્યું, "હવે તો બધું મળી ગયું છે તને... હવે તો નશો નહીં કરે ને ?"

"કરીશ !" આરતી હસી પડી, "તારા પ્રેમનો નશો. તારા સ્વીકારનો, તારા સમર્પણનો નશો એટલો બધો તીવ્ર છે કે બીજી કોઈ વસ્તુની જરૂરત જ નથી."

"આરતી..." સિકંદરે ભાવાવેશમાં કહ્યું અને આરતીને ભેટી પડ્યો. આરતીની આંગળીઓ ધીમે ધીમે એની પીઠ પર સિતાર વગાડવા લાગી !

*

"મારે કોઈ લેવાદેવા નથી તોય મને લાગે છે કે જવાબદારી પૂરી થઈ."

"એનો અર્થ એવો થયો કે તમે સિકંદરને તમારી જવાબદારી ગણતા હતા."

"ક્યારેક..." પોતાનો જવાબ સાંભળીને નિમ્મી ચોંકશે એવી ખાતરી

હોવા છતાં શૈલરાજે પ્રામાણિકતાપૂર્વક કહ્યું, "મને એ નથી સમજાતું કે સિકંદર હવે શું કરવા માગે છે. એના મનનો તાગ નથી મળતો મને, આરતી સાથે લગ્ન કરી લીધાં... અહીંયાં કોઈ પ્રકારના ઉપદ્રવ વિના રહે છે. મારાં બધાં અપમાનો, વિચિત્ર વર્તનોને સહન કરે છે, આ એનો સ્વભાવ હશે ?"

"સ્વભાવ ?" નિમ્મીએ સહેજ સ્માઇલ કર્યું, "સ્વભાવની ખબર નથી, પણ તને જે ભાવ એની પાસેથી જોઈતો હતો એ કદાચ ક્યારેય નહીં મળે." નિમ્મીએ શૈલરાજને સહેજ નજીક ખેંચવાનો પ્રયત્ન કર્યો પણ એણે પોતાની જાતને એનાથી દૂર કરી.

"નિમ્મી, એક વાર આ મિલકત મારા હાથમાં આવી જાય પછી બધું જ સિકંદરને આપીને મારે ઇંગ્લૅન્ડ જતા રહેવું છે."

"શું ?" નિમ્મીએ નવાઈથી શૈલરાજ સામે જોયું.

"હા, મારે આ બધી સંપત્તિ એક વાર મારા હાથમાં આવે પછી સિકંદરના નામે કરી દેવી છે. હું હજારો કિલોમીટર દૂર રહું છું, મારામાં કોઈ તૈયારી નથી કે હું એ દેશ છોડીને અહીંયાં આવું અને એવી ત્રેવડ પણ નથી કે મારી માનું નામ લખેલા આ ઘરને પડ્યું પડ્યું સડી જતું જોઉં. એને બદલે સિકંદર એને જાળવશે એટલી મને ખાતરી છે. મારી માનું નામ સચવાઈ રહેશે, એના નામનું મકાન સચવાઈ રહેશે, બીજું શું જોઈએ મારે ?"

"જો આપી જ દેવાનું હોય તો પછી એને માટે અહીંયાં શું કામ રહે છે ? શું કામ બંને જણા એકબીજાના જીવના દુશ્મન થઈ ગયા છો ? હમણાં જ આપી દે અને નીકળી જા અહીંથી."

"એ તને નહીં સમજાય, પણ હું તને એક વાત કહી રાખું. મને રઘુનંદનસિંહ ઝાલાની આ કરોડો રૂપિયાની પ્રોપર્ટીમાં કોઈ રસ નથી." શૈલરાજનો અવાજ ભીનો થઈ ગયો, "મને રસ છે મારી માના નામમાં... એ નામને સાચવી રાખવામાં.. એ મારા કરતાં સારી રીતે સિકંદર કરશે એવો મને વિશ્વાસ છે."

"મને તો તમે બંને જણા સમજાતા નથી." નિમ્મીએ ફરી શૈલના ગળામાં હાથ નાખ્યો, એને નજીક ખેંચ્યો, "બંને જણા એકસરખા વિચિત્ર છો."

"ગમે તેમ તોય લોહી એક જ છે." શૈલે કહ્યું અને નિમ્મી એની સામે

નવાઈથી જોઈ રહી, "તને એક વાત કહું ? આ રઘુનંદનસિંહ ઝાલાનું જ લોહી છે. એમનું જ ખમીર અને એમની જ ખુમારી છે કે શૈલરાજસિંહ ઝાલાની સામે ઝીંક ઝીલીને ઊભું છે. આ કાચાપોચાની તાકાત નથી."

નિમ્મીને હસવું આવી ગયું. 'ખરો ગર્વ હતો આ લોહી માટે ! અને વિચિત્ર તિરસ્કાર હતો એ જ લોહી માટે !'

એક જ ઘરના બે ઓરડામાં આવા બે જુદા સંવાદ ચાલતા હતા ત્યારે મહેરુ એના રૂમમાં બેસીને એક બ્લેક એન્ડ વ્હાઈટ આલ્બમ ઉથલાવી રહ્યો હતો. આટલાં વર્ષો સુધી એક રહસ્યની જેમ છાતીમાં ધરબી રાખેલું એક સત્ય પણ આ આલ્બમનાં પાનાં ઉપર એની નજર સામે આવતું હતું. પાનું પલટાતાં જ બદલાઈ જતું હતું.

"હું શું કરું ? માલિકને આપેલું વચન તોડીશ તો નમકહરામ કહેવાઈશ, પણ આ છોકરાઓ અંદર અંદર કંઈ કરી બેસશે તો મારી ફરજ પૂરી ન કરી એનો અફસોસ જિંદગીભર કોરી ખાશે. મારે એમને સાચું કહી દેવું જોઈએ ? મને કંઈ સમજાતું નથી." મહેરુએ મનોમન કહ્યું, "સાચું કહીશ તો પરિસ્થિતિ અચાનક પલટાઈ જશે... નીલોફર મને ક્યારેય માફ નહીં કરે, પણ આજે લાગે છે કે જેને જિંદગીભર અન્યાય થયો એને ફરી એક વાર અન્યાય કરવો પડશે... મારે આ છોકરાંઓને સાચું કહી જ દેવું પડશે."

✻

મધુભાઈ ઠક્કરની આંખો આશ્ચર્યમાં પહોળી થઈ ગઈ હતી. એ નવાઈથી સિકંદર સામે જોઈ રહ્યા હતા. એમની સામે બેઠેલો સિકંદર તદ્દન સ્વાભાવિક દેખાતો હતો, પરંતુ મધુભાઈ ઠક્કરનું મોઢું પહોળું થઈ ગયું હતું.

થોડી વાર પહેલા સિકંદરે જે વાત કહી હતી એ સાંભળ્યા પછી મધુભાઈને એ જ નહોતું સમજાતું કે એમણે સિકંદરની વાતનો શું જવાબ આપવો જોઈએ.

"તમે બધા જ, સરસાહેબ સહિત આખું ખાનદાન ખરેખર વિચિત્ર માણસોનું બનેલું છે. હવે જ્યારે થોડાક મહિનાની વાર છે અને તમે બંને શાંતિથી છૂટા પડી શકો એમ છો ત્યારે આ બધું..."

"હું કહું તેટલું કરો. તમે વકીલ છો, મારા સલાહકાર નહીં." સિકંદરે સહેજ

તોછડાઈથી કહ્યું, પછી તરત જ વાતને વાળી લીધી, "આ મારી ઇચ્છા છે... આખરી ઇચ્છા.."

મધુભાઈએ ફરી નવાઈથી સિકંદરની સામે જોયું, "જો બેટા, સરસાહેબ મને બહુ અંગત માનતા હતા. મેં હંમેશાં તમારા બધાનું ભલું ઇચ્છ્યું છે. પૈસા કમાવાનો ઉદ્દેશ રાખવાને બદલે સરસાહેબને હંમેશાં સાચી અને સારી સલાહ આપી છે."

"જાણું છું એટલે જ તમારી પાસે આવ્યો છું."

"બેટા, તને પણ સાચી જ સલાહ આપીશ. તું જે કરે છે એ જરાય જરૂરી નથી અને યોગ્ય પણ નથી."

"એવું તમે માનો છો. યોગ્ય અને અયોગ્ય માણસના પોતાના વિચારો ઉપર આધારિત છે... મારી દૃષ્ટિએ યોગ્ય એ તમારી દૃષ્ટિએ અયોગ્ય હોઈ શકે. હું અહીંયાં ચર્ચા કરવા નથી આવ્યો. તમે મારું કામ કરશો કે નહીં એટલું પૂછવા જ આવ્યો છું."

મધુભાઈ હસી પડ્યા, "જો બેટા, હું વકીલ છું. તારું કામ કરવું એ મારી ફરજ છે, ધંધો છે...પણ સાથે સાથે તને સમજાવવું, સાચી સલાહ આપવી એ પણ મારી ફરજ છે. સરસાહેબને બહુ વિશ્વાસ હતો મારા ઉપર..."

"મને પણ વિશ્વાસ છે એટલે જ આવ્યો છું. તમે આ કામ કરશો કે નહીં એટલું જ પૂછવા માટે... શહેરમાં વકીલોની કમી નથી મધુભાઈ..." સિકંદરે અકળાઈને કહી નાખ્યું.

"કરીશ.." મધુભાઈએ પણ વાત પૂરી કરી. એમને ખ્યાલ આવી ગયો કે હવે સિકંદરને કંઈ પણ સમજાવવાનો અર્થ નહોતો. એ જાણતા હતા આ ખાનદાનની જીદને, એમના અમુક પ્રકારના જડ વિચારો અને માન્યતાને.

"તમે પેપર્સ તૈયાર કરી રાખજો, હું બપોર પછી આવીને સહી કરી જઈશ."

"એટલું જલદી ? કાલ સુધી તો..."

"કાલે કદાચ મોડું થઈ જશે." સિકંદરના અવાજમાં વિચિત્ર દૃઢતા હતી. મધુભાઈને એ દૃઢતા સાંભળીને સહેજ ભય લાગ્યો, પણ એ કશું બોલ્યા નહીં.

એમણે ધીમેથી કહ્યું, "સારું, હું પેપર્સ તૈયાર રાખીશ, તું આવી જજે."

સિકંદર બહાર નીકળી ગયો. મધુભાઈ એને જતો જોઈ રહ્યા પછી એમણે રઘુનંદનસિંહ ઝાલાના બંગલે ફોન લગાવ્યો.

સિકંદર ત્યાંથી નીકળીને સીધો રઘુ પાસે ગયો.

રઘુ એની રાહ જોતો બેઠો હતો, "તારું મગજ ખરાબ થઈ ગયુંછે." સિકંદર દાખલ થયો કે તરત જ રઘુએ એના મનમાં ક્યારની ચાલી રહેલી વાત કહી નાખી.

"મેં પૂછ્યું તને ?"

"ના, તેં નથી પૂછ્યું, હું કહું છું. અને કહું છું કારણ કે તારી ચિંતા થાય છે. તું મૂરખ છે."

"આ વાત મને વર્ષોથી ખબર છે."

"જો સિકંદર.."

"જો રઘુ.." સિકંદરે અકળાઈને કહ્યું, "હું તારી સાથે ચર્ચા કે દલીલ કરવા નથી આવ્યો. મેં તને ફોન પર જ કહ્યું હતું."

"હા, પણ..."

"આમાં કોઈ પણ-બણ નથી. તું મારું કામ કરવાનો હોય તો હા પાડ ! ના કરવાનો હોય તો મારી પાસે ઘણા રસ્તા છે."

"જાણું છું તારી પાસે ઘણા રસ્તા છે." રઘુ અકળાઈ ગયો, "હું તને જે સમજાવું છું તે સમજતો નથી અને બીજી બીજી વાત કર્યા કરે છે."

"તું મારું કામ કરીશ કે નહીં કરે એ સિવાયની કોઈ વાત કરવા હું અહી આવ્યો જ નથી."

"સિકંદર, તું મને બ્લેકમેઈલ કરે છે."

"એમ જ માની લે. એ પછી મારું કામ કરીશ કે નહીં કરે ?"

"શું ઇચ્છે છે ? દોસ્ત થઈને દોસ્તનું ખૂન કરું ?"

"હા, કરી શકીશ ?"

રઘુ સિકંદર સામે જોઈ રહ્યો... સિકંદરની આંખોમાં જાણે નર્યા પથ્થરની દઢતા હતી. એણે રઘુનો હાથ પકડી લીધો, "પ્લીઝ, મારી મદદ કર. મને મરવાનો ડર નથી લાગતો, પણ હું કદાચ મારી જાતે..."

"સિકંદર, આ ગાંડપણ છે."

"ભલે રહ્યું." સિકંદરે આખરી શસ્ત્ર વાપર્યું, "તું નહીં કરે તો આ કામ મારે જાતે કરવું પડશે અને આપઘાત કે ખૂનના કેસમાં આરતીને ફૂટી કોડી નહીં મળે. આરતીનું ભલું ઇચ્છતો હોય તો..."

"આરતીનું નામ લઈને કારણ વગર મને બ્લેકમેઇલ ન કર. તું જાણે છે મને એના માટે લાગણી છે, માન છે."

"એટલે જ કહું છું, એનું ભવિષ્ય સુધાર."

"મેં તારાથી મોટો બેવકૂફ માણસ મારી જિંદગીમાં નથી જોયો. આજે તારી પાસે પૈસા છે, જેને તું ચાહતો હતો એ છોકરી છે, જિંદગી સેટલ થઈ ગઈ છે ત્યારે આ બધી ઊથલપાથલ શું કામ કરે છે ?"

"જે જોઈતું હતું એ મળી ગયું છે એટલે જ સંતોષથી જવા માગું છું. કોઈ ઝંખના બાકી નથી. કોઈ ઇચ્છા બાકી નથી. કોઈ ફરજ બાકી નથી..." સિકંદરનો અવાજ સહેજ ભીનો થયો, "બને એટલો જલદી અમ્મી પાસે જવા માગું છું. જઈને પૂછવા માગું છું કે મારો વાંક શું હતો ? શા માટે મને..." એણે ઊંડો શ્વાસ લઈને આંસુ આવતાં રોકી લીધા, "તું આજે રાત્રે જ..."

"સિકંદર..."

"સારું, કાલે સવારે...આજની રાત આરતી સાથે ગાળી લઉં." એ ઊભો થયો. તાકીદ કરતો હોય એમ રઘુની આંખમાં જોઈ રહ્યો, "ભૂલ થશે તો હું તને માફ નહીં કરું."

એ બહાર નીકળી ગયો. રઘુ એને જતો જોઈ રહ્યો, "શું કરું આનું ?" એણે મનોમન કહ્યું અને પછી સેલફોન ઉપાડીને નંબર લગાડ્યો, "કલ સુબહ સાડે સાત બજે ટ્રક લેકે એક આદમી કો ઉડાના હૈ, ટ્રક વહીં છોડકે ભાગ જાના. બાકી સબ મૈં દેખ લૂંગા.." બાકીની જરૂરી વાતો કરીને એણે ફોન મૂક્યો પછી ટેબલ પર માથું પછાડીને ધ્રુસકે ધ્રુસકે રડી પડ્યો. એણે જોરથી બૂમ

પાડી...,"સિ...કં...દ...ર..." અને ક્યાંય સુધી ટેબલ પર માથાં પછાડી પછાડીને રડતો રહ્યો.

સાંજના સાડા સાત થવા આવ્યા, સિકંદર પોર્ચનાં પગથિયાં ચડતો હતો ત્યારે એનો મૂડ કંઈ અજબ જ હતો. ચહેરા પર ભાગ્યે જ આવતું એક સ્મિત હતું. આરતી ઓસરીમાં ખુરશી નાખીને બેઠી હતી. એને જોતાં જ ખુશ થઈ ગઈ. એની પાસે આવી અને ગળામાં હાથ નાખી દીધો, "હું આજે ડૉક્ટર પાસે જઈ આવી. એમણે કહ્યું છે કે મારાં ડ્રગ્સ છૂટી શકશે. હું સારી થઈ શકીશ."

"તું સારી જ છે, સાજી થઈ શકીશ એમ કહે.."

"સિકંદર... મારે તારા બાળકની મા બનવું છે."

"ગઈ કાલ રાત સુધી તો તારે જીવવું જ નહોતું." સિકંદરે એના ગાલ પર એક ચૂમી ભરી. આરતી શરમાઈ ગઈ.

"પણ, રાત પછી અચાનક મારી અંદર જિંદગીની ઝંખના આળસ મરડીને જાગી છે. તારી સાથે ગાળેલી એક રાતે મને સમજાવ્યું છે કે જિંદગી કેટલી ખૂબસૂરત અને કેટલી જીવવા જેવી છે. તારા વિનાની જિંદગી એક ભેંકાર, વિરાન જંગલ જેવી હતી. તને મળ્યા પછી પ્રત્યેક પળ ફૂલ થઈને મહેકી ઊઠી છે. તારો વિચાર કરું છું તો પણ મનની અંદર કશુંક સુગંધ જેવું છલકાઈ ઊઠે છે. તારું નામ લઉં છું તો એકસાથે સેંકડો સૂરજ ઊગી નીકળે છે. તને કેમ સમજાવું સિકંદર... મારી સાથે લગ્ન કરીને તેં મને જે સન્માન અને સ્વીકાર આપ્યાં છે એનાથી વધારે હું હવે ઈશ્વર પાસે પણ કંઈ માગી શકું નહીં." આરતીની આંખોમાં પાણી ભરાઈ આવ્યાં. એણે પોતાનું માથું સિકંદરની છાતી પર મૂકી દીધું, "બસ, આમ જ તારી સાથે જ જોડી રાખજે મને... એક પળ પણ છૂટી નહીં પડવા દેતો."

સિકંદર કશું બોલ્યો નહીં. એણે આરતીના વાળમાં થોડી વાર સુધી હાથ ફેરવ્યો પછી એને હળવેથી છૂટી પાડી ને પોતાના રૂમ તરફ આગળ વધી ગયો.

પોતાના રૂમમાં જતાં એણે ડ્રોઈંગરૂમમાં લગાડેલી રઘુનંદનસિંહની તસવીર તરફ જોયું. એની આંખોમાં ખુન્નસ ઊતરી આવ્યું, "તમે કંઈ પણ કરો હું તમારી ચાલ સફળ નહીં થવા દઉં. તમને કદાચ એમ લાગતું હશે કે એક વર્ષ સાથે

રહેવાથી શૈલરાજસિંહ અને સિકંદર એકબીજાને માફ કરી દેશે... એકબીજાને પ્રેમ કરવા લાગશે.'' એનો અવાજ સહેજ ધ્રૂજ્યો, ''એવું જ થયું છે રઘુનંદનસિંહ ઝાલા પણ એ પરિસ્થિતિ લંબાય, અમારી વચ્ચેનું આ લીલું સગપણ ઝેર ઓકતું જ બંધ થઈ જાય એ પહેલા હું તમને ખોટા પાડી દઈશ. આખી જિંદગી તમને હરાવવા માટે જીવ્યો છું. તમને ખોટા પાડવા માટે હું કંઈ પણ કરી શકીશ. કંઈ પણ રઘુનંદનસિંહ ઝાલા, કંઈ પણ !'' એની આંખો છલકાઈ આવી. એણે બંને હાથે આંખમાંથી આંસુ બહાર નીકળે એ પહેલાં જ લૂછી નાખ્યાં. વશીકરણ કરતો હોય એમ એકીટશે તસવીર સામે જોઈ રહ્યો, ''તમે મૃત્યુ પછી પણ તમારી ભૂલને સ્વીકારવા તૈયાર નથી. તમે કરેલા અન્યાયની માફી માગવાને બદલે તમે એવું વીલ કર્યું જેનાથી તમે મૃત્યુ પછી પણ સાચા પડો... તમે અમારી વચ્ચે લોહીનો સંબંધ સાબિત કરી દો. પણ હું એવું નહીં થવા દઉં. હું જગત આખાને દેખાડી દઈશ કે સાવકા કોઈ પણ પરિસ્થિતિમાં સાવકા જ રહે છે...'' આટલું કહીને એ સડસડાટ ડ્રોઈંગરૂમમાંથી ચાલ્યો ગયો.

એને તસવીર સામે ઊભો રહીને કંઈ કહેતો જોયો એટલે મહેરુચાચા એની પાછળ આવીને ઊભા હતા.સિકંદર ચાલી ગયો એ પછી મહેરુચાચા વિચાર કરતા ત્યાં જ ઊભા રહ્યા, ''શું કરવા ધાર્યું હશે આ છોકરાએ ? હે ઈશ્વર.. કોઈ અનર્થ ના થાય એ માટે પણ હવે મારે કંઈક કરવું રહ્યું...'' એણે પણ તસવીરની સામે જોયું, ''મને માફ કરજો માલિક... આજે હું તમને આપેલું વચન તોડું છું.''

---

# ૧૩

**રાત** આખી સિકંદર પડખાં ઘસતો રહ્યો. આરતી એને જાગતો-ઊંઘતો, જાત સાથે મનોમંથન કરતો જોતી રહી. એને  વારંવાર વિચાર આવ્યો કે એ એને પૂછે. પરંતુ, એ સિકંદરને ઓળખતી હતી. એને ખબર હતી કે જ્યાં સુધી એને વાત નહીં કરવી હોય ત્યાં સુધી પોતે સવાલો પૂછી પૂછીને થાકી જશે તો પણ સિકંદર જવાબ નહીં આપે.

એ રાત આખી બંનેની વચ્ચે અજંપાઅને ઉજાગરામાં વીતી ગઈ. સિકંદરે આરતીને પ્રેમ કર્યો, વ્હાલ કર્યું, પરંતુ એમાંય જાણે એક અજંપો હતો...

એના સ્પર્શમાં એક ઉચાટ હતો.

ગઈ કાલે રાત્રે આરતીને સિકંદરના સ્પર્શમાં જે શાંતિ અને સુખનો અનુભવ થયો હતો એ શાંતિ અને સુખ આજે સિકંદરના સ્પર્શમાં નહોતાં, બલકે આરતીને એવું લાગ્યું સિકંદર પોતે જ આરતીના સ્પર્શમાં શાંતિ શોધતો હતો.

સામાન્ય રીતે આરતીના શરીરને ફૂલની જેમ સ્પર્શતો સિકંદર આજે એકદમ ઝનૂની અને બરછટ થઈ ગયો હતો.

આરતીને આજે એની હથેળીના મુલાયમ સ્પર્શને બદલે એના હાથમાંથી એક અધૂરપ અનુભવાઈ. એ કશું બોલી નહીં, પણ સિકંદરના સ્પર્શમાં ચોવીસ જ કલાકમાં એક અજબ જેવો ફેરફાર થયો હતો એવું એ ચોક્કસ અનુભવી શકી.

સિકંદરે આરતીના શરીરને કોઈ તકિયાની જેમ, કોઈ રબ્બરના રમકડાની જેમ ચૂંથી નાખ્યું ત્યારે આરતીથી ના રહેવાયું.

“સિકંદર, મને પ્રેમ કરવો એ ફરજ નથી તારી.. આવી રીતે નહીં અડ મને..”

“ફરજ ?” સિકંદર જાણે જાત સાથે વાત કરતો હોય એમ બોલ્યો, “ફરજ તો મેં પૂરી કરી નાખી. હવે શાંતિથી જઈ શકીશ.”

“જઈ શકીશ ? ક્યાં જવાનું છે ?”

“ અહીંથી દૂર...” એના અવાજમાં કંઈક એવું હતું જેનાથી આરતીની

અંદર એક ભય ફેલાઈ ગયો.

"સિકંદર... શું કરવાનો છે તું ?"

"કંઈ નહીં. સૂઈ જા..."

"તું મને નહીં કહે ?" આરતીએ ઘણો પ્રયત્ન કરવા છતાં એ પોતાની જાતને રોકી શકી નહીં એટલે પૂછી જ નાખ્યું.

"કંઈ નથી કરવાનો... હું સવારે થોડી વાર માટે બહાર જવાનો છું, તને ડિસ્ટર્બ નહીં કરું."

"ક્યાં જવાનો છે ?" આરતીએ પૂછ્યું.

સિકંદર અકારણ જ અકળાઈ ગયો, "બહુ સવાલ કરે છે તું.. બહાર જવાનો છું કહ્યું, એટલે બહાર જવાનો છું." એ પડખું ફરીને સૂઈ ગયો, પણ આરતીના મનમાં એક ગૂંચવણ, એક મથામણ ચાલતી રહી.

એ આખી રાત સૂઈ શકી નહીં.

સવારે સિકંદર ઊઠીને તૈયાર થઈને બહાર નીકળતો હતો ત્યારે પથારીમાં પડ્યાં પડ્યાં આરતીએ બહુ સ્વાભાવિક રીતે પૂછ્યું, "હું આવું તારી સાથે ?"

"કોઈ જરૂર નથી."

"તારે જરૂર નહીં હોય, મારે તો છે." આરતીએ લાડ કર્યાં, "સવાર સવારમાં કોઈ ગર્લફ્રેન્ડને મળવા તો નથી જતો ને ?"

સિકંદર એકદમ ગંભીર થઈ ગયો . એ આરતીની નજીક આવ્યો, એના ચહેરા પર હાથ ફેરવ્યો. આરતીને લાગ્યું કે પોતાના ચહેરા પર ફરતો સિકંદરનો હાથ સહેજ ધ્રૂજયો હતો. એણે સિકંદરનો હાથ પકડી લીધો, "ક્યાં જાય છે ? પ્લીઝ મને કહે..."

"બસ..." એણે નિઃશ્વાસ નાખ્યો, "જાઉં છું."

"ક્યારે આવીશ ?"

જવાબ આપવાને બદલે સિકંદરે ઝૂકીને આરતીને ચુંબન કર્યું. એના ચહેરા પર ફરી એક વાર હાથ ફેરવ્યો અને એની આંખોમાં જોયું. પોતાની આંખોમાં પરોવાયેલી સિકંદરની દૃષ્ટિમાં કંઈક એવું હતું જેનાથી આરતી પણ ધ્રૂજી ગઈ.

એણે સિકંદરનો હાથ બંને હાથે પકડી લીધો, "તું... તું કંઈ ખોટું નથી કરવાનો ને ?"

"આજ સુધી કંઈ ખોટું કર્યું છે મેં ?"

"એવું નહીં, પણ તું મને વચન આપ કે તું એવું કંઈ જ નહીં કરે જેનાથી શૈલરાજને નુકસાન થાય."

"હું તને વચન આપું છું." સિકંદરે પણ આરતીનો હાથ પકડી લીધો, "હું તને વચન આપું છું કે હું એવું કંઈ જ નહીં કરું જેનાથી શૈલરાજને નુકસાન થાય. બલકે હું એવું જ કંઈક કરીશ જેનાથી એનો ફાયદો થાય. બસ.."

"હાશ, મને એમ કે તું ગુસ્સામાં કદાચ..."

"શું ?" એ હસી પડ્યો, "એનું ખૂન કરી નાખું ?"

"હા, કદાચ !" આરતીએ અચકાતાં અચકાતાં કહ્યું.

"ના, હું શૈલરાજનું ખૂન નહીં કરું આરતી.. મારું તને વચન છે." એણે કહ્યું અને ઊભો થઈ ગયો, "હું જાઉં ?"

"હા," આરતીએ સ્મિત કર્યું, "જલદી આવજે. હું લંચ માટે તારી રાહ જોઈશ."

"મારી રાહ નહીં જોતી." સિકંદરે કહ્યું, આરતીનો ચહેરો થપથપાવીને સડસડાટ બહાર નીકળી ગયો. આરતી એને જતો જોઈ રહી પછી બે જ મિનિટમાં એને કોણ જાણે શું વિચાર આવ્યો કે રજાઈ ફેંકીને પથારીમાંથી ઊભી થઈ ગઈ. બાથરૂમમાં જઈ મોઢા પર ઠંડા પાણીની છાલકો મારી અને બાજુમાં પડેલા રાતના જીન્સમાં ફટાફટ પગ નાખ્યા, કબાટ ખોલીને જે પહેલું દેખાયું તે ટીશર્ટ શરીર પર ચડાવ્યું. એ ઓરડાની બહાર નીકળી ત્યારે સિકંદર જઈ ચૂક્યો હતો. પરંતુ, મહેરુ થાંભલાને ટેકે ઓસરીમાં ઊભો હતો.

"મહેરુકાકા, સિકંદર..."

"હમણાં જ બહાર નીકળ્યો છે." મહેરુએ આરતીની સામે જોયું, "મને બહુ ચિંતા થાય છે."

"મને પણ..." આરતીની આંખો સહેજ ભીની થઈ ગઈ, "ક્યાં ગયો

હશે ? આજે એના તેવર કંઈ જુદા જ લાગ્યા.'' કહેવું કે નહીં એનો વિચાર કરતાં એક ક્ષણ અચકાઈને મહેરુએ આરતીને કહી જ નાખ્યું, ''ગઈ કાલે સિકંદર મધુભાઈ પાસે પોતાનું વીલ કરાવી આવ્યો છે.''

''વ્હૉટ ?'' આરતીનો અવાજ ફાટી ગયો.

''હા... મેં એને અત્યારે પૂછવાનો બહુ પ્રયત્ન કર્યો, પણ જવાબ આપ્યા વિના ચાલી ગયો.'' મહેરુનો અવાજ ભરાઈ આવ્યો, ''સામાન્ય રીતે મને પગે નથી લાગતો. અત્યારે પગે લાગીને ગયો. મેં એની આંખોમાં ઝળઝળિયાં જોયાં. માન ન માન એ છોકરો કોઈ ખોટા કારણસર...''

''રાત આખી ઊંઘ્યા નથી. મને પણ ચિંતા થઈ એટલે જ...'' આરતીએ ઉદ્વેગમાં કહ્યું, ''મને પણ લાગ્યું કે કંઈ ખોટું છે એટલે જ હું પાછળ આવી. એ નીકળી ગયા ?''

''હા, બેટા...'' મહેરુએ ધીમેથી કહ્યું, ''તું એની પાછળ જાય છે ?''

''હા...''

''તો જલદી જા બેટા, ક્યાંક મોડું ના થઈ જાય.'' આરતી સડસડાટ પોર્ચનાં પગથિયાં ઊતરીને લગભગ દોડતી બંગલાના ગેટ તરફ નીકળી ગઈ મહેરુ ત્યાં જ ઊભો ઊભો કંઈ વિચારતો રહ્યો.

શૈલરાજ ઇલેક્ટ્રિક લેઝરથી દાઢી કરી રહ્યો હતો. સાથે સાથે અરીસામાં દેખાતા પોતાના ચહેરાને જોઈને વિચાર કરી રહ્યો હતો, ''આ ચહેરો કોણ આપે છે માણસને ? આપણું નામ, આપણું શરીર, આપણો સ્વભાવ, આપણી ભાષા, આપણી ઓળખાણ ક્યાંથી આવે છે ? કોણ છે જે માણસને 'એ જે છે તે' બનાવે છે ?'' એને પોતાનો જ ચહેરો અજાણ્યો લાગતો હતો. ઘડીભરમાં પોતાના ચહેરાની જગ્યાએ રઘુનંદનસિંહનો ચહેરો, ઘડીભરમાં સિકંદરનો ચહેરો... તો શક્તિબા અને નિલોફરના ચહેરા પણ પોતાના ચહેરાની જગ્યાએ દેખાતા હતા...

રાત્રે મહેરુ સાથે થયેલી વાત એને ભયાનક પીડા આપી રહી હતી.

એનો અહંકાર, એનું પોતાનું અસ્તિત્વ જ જાણે એને અર્થહીન લાગતું હતું.

એ દાઢી કરતો હતો અને એને બહાર મહેરુનો અવાજ સંભળાયો, ''બાબા...એ બાબા... બાબા બારણું ખોલ.''

શૈલરાજ દરવાજો ખોલે એ પહેલાં નિમ્મીએ ડ્રેસિંગગાઉન પહેરીને દરવાજો ખોલ્યો. મહેરુ અંદર ધસી આવ્યો, "બાબા..." એની સરસરી નજર ઓરડામાં ફરી વળી...

"બાથરૂમમાં છે." નિમ્મીએ કહ્યું. સામાન્ય રીતે કોઈ દિવસ આકળો, ઉતાવળો ન થતો મહેરુ બાથરૂમના બારણાં પાસે પહોંચી ગયો, અને બારણું ખટખટાવા લાગ્યો.

"હા, મહેરુકાકા..." નેપ્કિનથી ચહેરો લૂછતાં શૈલરાજે દરવાજો ખોલ્યો.

મહેરુએ એને ખભામાંથી પકડી લીધો, "આ છોકરો કંઈ ઊંધું-ચત્તું કરવા ગયો છે."

"એટલે ?" શૈલરાજને હજીયે આખી વાતના અનુસંધાન જડતાં નહોતાં.

"સિકંદર... સિકંદરની વાત કરું છું. હમણાં રઘુનો ફોન હતો."

"શું થયું ?"

"એણે પોતાના જ માટે" મહેરુ રડવા જેવો થઈ ગયો, એણે રઘુને પોતાનું જ ખૂન કરવાના સોગંદ આપ્યા છે. રઘુનો માણસ નીકળી ગયો છે અને હવે રઘુનો ફોન ઉપાડતો નથી... એણે અહીં ફોન કર્યો હતો, પણ સિકંદર તો નીકળી ગયો છે."

"ઓહ શીટ..." સિકંદરે નેપ્કિન ફેંક્યો. એ નાઈટસુટ પર ડ્રેસિંગગાઉન પહેરતો બહારની તરફ દોડ્યો, "રઘુ આવું કરી જ કેવી રીતે શકે ?"

"સિકંદરે સોગંદ આપ્યા અને આરતીનું નામ લીધું... આપઘાત કરવાની ધમકી આપી..." નિમ્મી ખરેખર ગભરાઈ ગઈ હતી, "રઘુભાઈ કહે છે કે એમની ભૂલ થઈ ગઈ,પણ તમે એને અટકાવો."

"આ સિકંદર પણ..." શૈલરાજે મહેરુ સામે જોયું, "હું તો આજે એની સાથે વાત કરવાનો હતો." એની આંખોએ કંઈ કહ્યું જે માત્ર મહેરુ જ સમજી શક્યો. શૈલરાજ નીચે ઊતર્યો, પછી એક જ સેકન્ડમાં પાછો આવ્યો. ગાડીની ચાવી લીધી અને દોડતો પોર્ચમાં આવ્યો, સડસડાટ પોર્ચનાં પગથિયાં ઊતરવા લાગ્યો, પાછળ દોડી આવેલી નિમ્મીને એણે બૂમ પાડીને સૂચના આપી, "રઘુને ફોન કર અને પૂછ કે એનો માણસ ક્યાં ઊભો રહેવાનો હતો."

"હા..." ગભરાયેલી, બેબાકળી નિમ્મી અંદર દોડી તો ખરી, પણ એક જ સેકન્ડમાં પાછી આવી, "રઘુનો નંબર.."

"મારા મોબાઈલમાં છે" દરમિયાનમાં શૈલરાજ ગાડી ખોલીને રિવર્સ કરીને ઊભો રહ્યો. નિમ્મી ફોન લગાડતી હતી પરંતુ રઘુનો ફોન સતત બીઝી મળતો રહ્યો.

ગાડી ચાલુ કરીને અકળામણમાં વારંવાર એને રેઈઝ કરતો શૈલરાજ નિમ્મીના જવાબની રાહ જોતો ગાડીમાં બેઠો હતો.

રઘુનો ફોન લાગતો નહોતો.

મહેરુ અકળામણમાં આંટા મારતો હતો...

હાંફળી-ફાંફળી થઈને આરતી ચારે તરફ જોતી પાલીહિલના રસ્તા ઉપર દોડી રહી હતી.

સિકંદર ક્યાંય દેખાતો નહોતો...

દોડતી આરતીએ અચાનક જોયું કે સિકંદર આરામથી ચાલતો મુખ્ય રસ્તાનો ઢાળ ઉતરી રહ્યો હતો, એ બૂમ પાડે એ પહેલા એણે જોયું કે પાલીહિલનો ઢાળ ઊતરતી એક ટ્રક સડસડાટ આવી રહી હતી. એ ટ્રક સામેથી જાણે રસ્તા પર હોય જ નહીં એટલી સ્વાભાવિકતાથી સિકંદર સીધો જ એ ટ્રક તરફ જઈ રહ્યો હતો.

ટ્રક પૂરેપૂરી સ્પીડ સાથે ધસમસતી સિકંદર તરફ આગળ વધી રહી હતી.

સિકંદર પણ એ ટ્રક તરફ જ આગળ વધતો હતો.

આરતીની ચીસ ગળામાં અટકી ગઈ.

"રઘુભાઈ..." નિમ્મીએ લગભગ ચીસ પાડી, "તમારો માણસ ક્યાં ઊભો રહેવાનો છે ?"

"ટ્રક લઈને..." રઘુએ વીંખરાયેલા-તૂટેલા અવાજમાં કહ્યું, "પાલીહિલના રસ્તા પર જ ઊભો રહેવાનો છે. હું એને ક્યારનો ટ્રાય કરું છું, પણ ફોન ઉપાડતો નથી."

નિમ્મીએ આગળની વાત સાંભળ્યા વગર ફોન ડિસકનેક્ટ કર્યો. એ દોડતી બહાર આવી, "આટલામાં જ પાલીહિલના રસ્તામાં ક્યાંક ઊભો રહેવાનો છે."

એ સડસડાટ પગથિયાં ઊતરીને નીચે આવી એણે શૈલના હાથમાં એનો સેલફોન પકડાવ્યો, "જરૂર પડશે."

"ઓ.કે." શૈલ બહાર નીકળી ગયો.

મહેરુ ઉઘાડા ગેટમાંથી નીકળતી ગાડીને જોઈ રહ્યો. એક ક્ષણ અચકાયો પછી પાછળ દોડ્યો, "શૈલ... બાબા..." એણે બૂમ પાડી, પણ ત્યાં સુધીમાં શૈલની ગાડી ગેટ છોડી ચૂકી હતી.

અંદર ટેલિફોનની રિંગ વાગતી હતી. નિમ્મી દોડી. અંદર જઈને એણે ફોન ઉપાડ્યો.

"મારો માણસ... મારા માણસે ટ્રક સિકંદરને અથડાવી દીધી છે." રઘુ ધ્રૂસકે ધ્રૂસકે રડતો હતો, "મને માફ કરો. મારે એની વાત નહોતી સાંભળવી જોઈતી. કોણ જાણે મેં શું કામ..."

"એટલે?" નિમ્મીનો અવાજ ધ્રૂજવા લાગ્યો. એને ગળે શોષ પડવા લાગ્યો અને આંખો ભરાઈ આવી.

"સિકંદરને વાગ્યું છે. મારા માણસનો ફોન હતો." રઘુએ નિરાશ અવાજે કહ્યુ, "હું પહોંચું છું."

"શૈલ એને શોધવા ગયો છે." નિમ્મીએ ફોન મૂક્યો. એ બહાર આવી. મહેરુ પોર્ચનાં પગથિયાં પર માથે હાથ દઈને બેઠો હતો. એની આંખોમાંથી આંસુ વહેતાં હતાં. નિમ્મી આવીને એની બાજુમાં બેસી ગઈ. એણે મહેરુના ખભે હાથ મૂક્યો, "મહેરુકાકા, મોડું થઈ ગયું."

"બેટા, ઉપરવાળાને જેમ મંજૂર હશે એમ જ થશે." મહેરુના અવાજમાં તદ્દન કંગાળ થઈ ગયેલા માણસની નિરાશા હતી. એણે બંને હાથે ચહેરો ઢાંકી દીધો અને રડવા લાગ્યો, "મને માફ કરો સરસાહેબ, મને માફ કરો... મને માફ કરો ભાઈ... મને માફ કરજો બા..." એ એકસરખો રડી રહ્યો હતો. નિમ્મી તદ્દન બેબાકળી થઈને એને રડતો જોઈ રહી હતી.

✻

સિકંદર બગીચામાં ચાલતો હોય એટલી આસાનીથી ટ્રક તરફ જઈ રહ્યો હતો. આરતીએ ચીસ પાડવાનો પ્રયત્ન કર્યો, પણ એની ચીસ ગળામાં જ અટકી

ગઈ. એની અને સિકંદર વચ્ચે વીસ-પચીસ મીટરનું અંતર હતું. એણે દોડીને સિકંદરને રોકવાનો પ્રયત્ન કર્યો, પણ એ પાંચ ડગલાં દોડી શકે એ પહેલાં ટ્રક પોતાની પૂરી ઝડપે સિકંદર સુધી પહોંચી ગઈ.

આરતી કશું કરી શકે એ પહેલાં તો સિકંદર ટ્રકની અડફેટમાં આવ્યો અને ઊડ્યો.

એણે સિકંદરને ઊડીને પછડાતો જોયો. આરતી સિકંદર તરફ દોડી. ટ્રક ભયાનક અવાજ સાથે બ્રેક મારીને અટકી. એમાંથી એક માણસ ઊતર્યો અને દોડવા લાગ્યો...

આરતી એ માણસની પાછળ દોડવું કે સિકંદરને સંભાળી લેવો એ બેની વચ્ચે ઝોલાં ખાતી પહેલાં માણસ પાછળ દોડવા ગઈ, પરંતુ સિકંદરને પડેલો જોઈને એની પાસે અટકી ગઈ...

ટ્રકના ભયાનક અવાજને કારણે બેએક જણા ત્યાંથી પસાર થતા હતા તે અટક્યા. માણસને દોડતો જોયો એટલે પકડવા ગયા, પરંતુ કોણ જાણે કઈ ગલીમાંથી એક મોટર સાઇકલ સવાર આવ્યો. ટ્રકમાંથી ઊતરેલો માણસ એની પાછળ બેઠો અને પળવારમાં મોટર સાઇકલ આંખથી ઓઝલ થઈ ગઈ.

"સિકંદર..." આરતીએ ચીસ પાડી.

સિકંદરના માથામાંથી, હાથમાંથી લોહી વહી રહ્યું હતું. એના પગ ફ્રેક્ચર થઈ ચૂક્યા હતા... એ બેભાન હતો. એના માથામાંથી સડસડાટ લોહી વહી રહ્યું હતું. ધીમે ધીમે એના માથાની પાસે લાલ કુંડાળું રચાતું જતું હતું.

"સિકંદર..." આરતીએ એને જગાડવાનો પ્રયત્ન કર્યો, પણ એની આંખો બંધ હતી. લગભગ પચીસ ફૂટ ઉડાડ્યો હતો એને ટ્રકે. હવામાં ફંગોળાઈને પાછો નીચે પડ્યો હતો. પડ્યા પછી પાલીહિલના રસ્તા પર ગબડ્યો હતો...

આ બધું જ આરતી ફાટી આંખે અધ્ધર શ્વાસે જોઈ રહી હતી.

સિકંદરના માથાની આસપાસ રચાતા લાલ કુંડાળામાં આરતીને એનું મોત દેખાતું હતું. એણે ચીસાચીસ કરી મૂકી. આસપાસ કોઈ હોય તો બોલાવવા માટે બૂમાબૂમ કરી, પરંતુ પોશ બંગલાઓ અને ઊંચાં મકાનોના એ વિસ્તારમાં આટલી વહેલી સવારે ભાગ્યે જ કોઈ હોય !

મોર્નિંગ વૉક માટે નીકળેલા એક-બે ઘરડા રાહદારીઓ અને જોગિંગ કરતા એક-બે જણાએ આરતીની મદદ કરવાનો પ્રયત્ન કર્યો, પરંતુ સિકંદરને જે રીતે વાગ્યું હતું એ જોતાં એ લોકોએ આશા છોડી દીધી. એમાંના એક જણે પોતાનો મોબાઇલ કાઢીને એમ્બ્યુલન્સને ફોન કર્યો...

મુંબઈગરાઓ પાસે સવારના પહોરમાં આવા બધા 'ઇશ્યૂઝ' માટે સમય ક્યાંથી હોય?

આરતીને આશ્વાસન આપીને એક-બે જણા ચાલી નીકળ્યા તો ટોળામાં એક-બે જણા બીજા ઉમેરાયા....

ચીસો પાડતી, રડતી, કકળતી એકલી છોકરી અને સિકંદરના માથામાંથી ધડધડાટ વહેતું લોહી ભય ઉપજાવે તેવું દૃશ્ય હતું.

આરતી અસહાય થઈને રડી રહી હતી. બેભાન સિકંદરને જગાડવાનો પ્રયત્ન કરી રહી હતી. એકાદ જોગરના હાથમાં પાણીની બોટલ હતી. એમાંથી સિકંદરના મોઢા પર પાણી છાંટીને એને જગાડવાનો વ્યર્થ પ્રયત્ન પણ કરી જોયો...

બરાબર એ જ વખતે શૈલરાજ ગાડી લઈને ત્યાં પહોંચ્યો..

ચૂં..ચૂં..ઉં..ઉં... અવાજ સાથે બ્રેક મારી અને ગાડીમાંથી ઊતરીને રડતી આરતી તરફ દોડ્યો.

"સિકંદર..." એણે પણ લસ્ત, બેહોશ પડેલા સિકંદરને જગાડવાનો પ્રયત્ન કર્યો, પરંતુ સિકંદરની બેહોશ ચેતના સુધી શૈલરાજનો અવાજ પહોંચ્યો નહીં.

એણે માથા નીચે હાથ નાખીને સિકંદરને ઊંચકી લીધો... ગાડીમાં સુવાડ્યો.

જે ઝડપે ગાડી હૉસ્પિટલ તરફ જતી હતી એ ઝડપ આરતીની અંદર પ્રત્યેક પળે એક ભયનું લખલખું પસાર કરી દેતી હતી. દરેક વળાંકે ચૂં...ઉં...ઉં...નો અવાજ આવતો. આગળથી પસાર થતી ગાડીઓને શૈલરાજ જે રીતે ઓવરટેક કરતો હતો એ ખરેખર ભયજનક હતું. મોટા ભાગની ગાડીઓની એટલી નજીકથી પસાર થતો કે બે ગાડીની વચ્ચે એક વેંત જેટલી પણ જગ્યા નહોતી રહેતી. આરતી વારે વારે પાછળ વળીને સિકંદરને જોઈ રહી હતી. એની આંખો બંધ હતી.

બંને પગમાં ફ્રેક્ચર હોવાને કારણે ધીમે ધીમે સોજો ચડતો જતો હતો. માથાના ઘામાંથી લોહી હજી પણ વહી રહી રહ્યું હતું...

"શું થશે ?" આરતીથી રહેવાયું નહીં.

"હું એને મરવા નહીં દઉં." શૈલરાજના દાંત ભીંસાઈ ગયા, "એમ ત્યાગ કરીને, મારા ઉપર ઉપકાર કરીને એને જવા નહીં દઉં. ઝાલા રાજપૂત છું. કોઈનું દાન નહીં સ્વીકારું હું."

"શૈલ, લોહી બહુ વહી ગયું છે."

"કંઈ પણ થાય, સિકંદર મરશે નહીં." શૈલરાજ જાણે ભવિષ્યવાણી કરતો હોય એમ બોલ્યો. એ પછી હોઠ ભીંસીને એણે એક્સલેરેટર પર પગ વધુ દબાવ્યો. આરતીએ આંખો મીંચી દીધી, રસ્તા વીંધીને ગાડીઓની વચ્ચેથી માર્ગ કરતી શૈલરાજની ગાડી લીલાવતી હૉસ્પિટલની બહાર ઊભી રહી ત્યારે જ એણે આંખો ખોલી.

"એક્સિડેન્ટ..." શૈલરાજે ઇમરજન્સી વિભાગમાં દાખલ થઈને ત્રાડ પાડી, એ હજી ડ્રેસિંગ ગાઉનમાં જ હતો. સવારના સુસ્ત વાતાવરણમાં અચાનક જ જાણે હલચલ થઈ ગઈ. માણસો દોડવા લાગ્યા. સિકંદરને ગાડીમાંથી કાઢીને સ્ટ્રેચર પર સુવાડવામાં આવ્યો. ફરજ પર હાજર ડૉક્ટરને બોલાવી લેવાયા... ટ્રીટમેન્ટ શરૂ કરી દેવામાં આવી.

"લોહી બહુ વહી ગયું છે." ડૉક્ટરે શૈલરાજને ગંભીરતાથી કહ્યું, "બ્લડ આપવું પડશે. ઓ-નેગેટિવ... બહુ મુશ્કેલ બ્લડગ્રૂપ છે."

"મારું... મારું બ્લડગ્રૂપ ઓ-નેગેટિવ છે." શૈલરાજે કહ્યું.

"વેરી ગુડ..." ડૉક્ટરે શૈલરાજે અંદર આવવાનો ઇશારો કર્યો. શૈલરાજ ડૉક્ટરની પાછળ દોડ્યો. આરતી હજી ત્યાં જ ઊભી હતી.

શૈલરાજે ડૉક્ટરની પાછળ જતાં જતાં આરતીને કહ્યું, "ઘરે ફોન કરી દે. નિમ્મી અને મહેરુકાકાને બોલાવી લે." એણે પાછા આવીને આરતીના હાથમાં ફોન પકડાવ્યો.

આરતી ઘરે ફોન કરી રહી હતી એ દરમિયાન શૈલરાજ પોતાનું બ્લડગ્રૂપ ચેક કરાવતો હતો.

"સરપ્રાઈઝિંગ..." ડૉક્ટરે નવાઈથી શૈલ સામે જોયું, "પરફેક્ટ ક્રોસમેચ..."

"ભાઈ છે મારો." શૈલરાજનું ગળું ભરાઈ આવ્યું. આંખોમાંથી આપોઆપ આંસુ વહી નીકળ્યાં, "એને કંઈ થશે નહીં ને ?"

"કહેવું અઘરું છે." ડૉક્ટરે શૈલરાજનો ખભો થપથપાવ્યો, "બ્લડલોસ બહુ છે. મલ્ટિપલ ફ્રેક્ચર છે. પાંસળીમાં ક્રેક છે. હાર્ટ અને લીવર પર કેટલું ડેમેજ છે તે જોવું પડશે."

"એને બચાવી લો ડૉક્ટર, પ્લીઝ એને બચાવી લો." શૈલરાજે પોતાના ખભે મુકાયેલો ડૉક્ટરનો હાથ પકડી લીધો, "હું ક્યારેય મારી જાતને માફ નહીં કરી શકું."

"શાંતિ રાખો. અમારી પૂરી કોશિશ છે, છતાંય બચાવનારો તો ઉપરવાળો છે." ડૉક્ટરે નર્સને શૈલરાજનું બ્લડ લેવા ઈશારો કર્યો. નર્સ સિરિંજ લઈને આગળ વધી, શૈલરાજનું લોહી ટપટપ કરતું એક કોથળીમાં ભરાવા લાગ્યું...

ફોન મૂકીને નિમ્મીએ મહેરુ તરફ જોયું, "એ લીલાવતી હૉસ્ટિપલમાં છે. આપણે જવું પડશે."

"ચાલ બેટા..." મહેરુની આંખો હજીયે વહી રહી હતી, "સારું થયું મેં શૈલરાજને બધી જ વાત ગઈ કાલે રાત્રે કહી દીધી."

"બધી વાત ?" નિમ્મીએ નવાઈથી મહેરુ તરફ જોયું, "કઈ વાત ?"

"શૈલના જન્મની વાત... એના જન્મનું સત્ય. એ જે સગપણને લીલું ઝેર જેવું માનતો હતો એ એના પોતાના લોહીનું લાલ સગપણ છે એ વાત."

"હું સમજી નહીં."

"બેટા, અત્યારે વાતો કરવાનો સમય નથી." મહેરુએ ઉતાવળા અવાજે કહ્યું, "જલદી કર, પહેલાં હૉસ્પિટલ પહોંચવું પડશે."

નિમ્મીને અચાનક ખ્યાલ આવ્યો કે રાત્રે એણે અડધી ઊંઘમાં શૈલને પિતાની તસવીર સામે ઊભેલો જોયો હતો, એ રાતભર કોઈ આલબમ જોઈ રહ્યો હતો... કોઈ કાગળો શોધી રહ્યો હતો.

નિમ્મીએ એકાદ વાર એને સૂઈ જવાનું કહ્યું હતું, પરંતુ નિમ્મીને જવાબ

આપ્યા વિના શૈલ પોતાનું કામ કરતો રહ્યો હતો. નિમ્મી માટે આ નવું નહોતું. એટલે એ વખતે એને લાગ્યું કે એના મગજમાં કંઈક ચાલતું હશે. એને સવાલો પૂછ્યા વિના એ ચૂપચાપ પડી રહી હતી, પરંતુ અત્યારે એને સમજાયું કે શૈલરાજ આખી રાત કઈ બાબતે જાગ્યો હતો.

હવે એના મનમાં પણ સવાલો ઊઠ્યા હતા, "શું હતું એ જન્મનું રહસ્ય ? કઈ બાબતે શૈલરાજ આટલો બેબાકળો થયો હતો. સિકંદરના લોહીનો તરસ્યો થઈ ગયેલો શૈલરાજ સવારે આમ અચાનક ગાડી લઈને એનો જીવ બચાવવા કેમ દોડ્યો હતો ? મહેરુએ રાતના એવું તે શું કહ્યું કે જે વાતે શૈલરાજની આખી માનસિકતા બદલી નાખી હતી."

એ કશું જ બોલ્યા વિના ટૅક્સીમાં વિચારો કરતી રહી હતી.

મહેરુ રડતો રહ્યો હતો.

બંને જણા લીલાવતી હૉસ્પિટલ પહોંચીને શૈલરાજને શોધતા ઉપર પહોંચ્યા ત્યારે સિકંદર આઇ.સી.સી.યુ.માં હતો...

"કાકા..." શૈલ દોડીને મહેરુને ભેટ્યો હતો, "સિકંદર બચી જશે ને ?"

નિમ્મી અને આરતી નવાઈથી જોઈ રહ્યાં હતાં.

બધા દિવસભર બેચેન રહ્યા હતા.

કોઈને સમજાતું નહોતું કે હવે શું થશે ?

શૈલરાજ ઘેર જઈને કપડાં બદલી આવ્યો હતો. થોડા પૈસા લઈ આવ્યો હતો. રઘુ ઘડી ઘડી ફોન કરીને એના ખબર પૂછતો હતો, અપરાધભાવથી એટલો તો દબાઈ ગયો હતો કે હૉસ્પિટલ પણ આવ્યો નહોતો.

જીવન-મરણ વચ્ચે ઝોલાં ખાતો સિકંદર સૌને માટે ચિંતાનું કારણ હતો.

શૈલરાજ દર બીજી મિનિટે કાચના દરવાજાની પેલી તરફ સુવાડેલા સિકંદરને જોતો અને બેચેન થઈ જતો. મહેરુએ એને અવારનવાર ખાઈ લેવાનો આગ્રહ કર્યો હતો, પણ શૈલે અનાજનો એક દાણો મોઢામાં નાખ્યો નહોતો. નિમ્મીએ આગ્રહ કરીને આરતીને એક જ્યુસ પીવડાવ્યો હતો. મહેરુએ નિમ્મીના આગ્રહને વશ થઈને એક કપ ચા પીધી હતી, પરંતુ દરેકનો જીવ તાળવે ચોંટેલો હતો.

ડૉક્ટરે ચોવીસ કલાક ઓબ્ઝર્વેશનના કહ્યા હતા. લોહી તો સારા એવા

પ્રમાણમાં પાછું અપાઈ ચૂકયું હતું. એટલે એ બાબતની ચિંતા ઘટી હતી, પરંતુ એનાં ફ્રેક્ચર્સ, લીવરનું ડેમેજ અને બાકી બધી ઈજાઓ જોતાં ડૉક્ટર્સને પોતાને પણ એનું બચવું અઘરું લાગતું હતું.

દિવસ પૂરો થઈ ગયો હતો. સાંજ ઢળવા આવી હતી. ચારમાંથી એકેય જણ ત્યાંથી ખસ્યું નહોતું. કાચની દીવાલની પાછળ સૂતેલા સિકંદરના મોઢામાં, ગળામાં નળીઓ હતી. ઑક્સિજન માસ્ક હતો. જાતજાતની મોનિટરિંગ સિસ્ટમ્સ ઑન હતી.

કાચની દીવાલની આ તરફ ઊભેલા ચારેય જણા થોડી થોડી વારે ઝળઝળિયાં ભરેલી આંખે સિકંદરને જોતા હતા. મોનિટરિંગ સિસ્ટમ્સ પર સિકંદર વારે વારે સિન્ક થઈ જતો હતો. પાંસળી તૂટી ગઈ હોવાને કારણે એને હાર્ટમસાજ પણ બહુ આપી શકાય એમ નહોતો.

સૌ અથાગ પ્રયત્નો કરી રહ્યા હતા, કાચના બંધ બારણાની પેલી તરફ સિકંદરનો જીવ બચાવવા માટે ડૉક્ટર્સ ઈશ્વરની સામે યુદ્ધે ચડ્યા હતા. તો આ તરફ ચાર જીવો મનોમન ઈશ્વરને પ્રાર્થના કરી રહ્યા હતા.

ઘડિયાળના કાંટા સડસડાટ આગળ વધતા હતા.

સિકંદરના શ્વાસ સાવ ધીમા ચાલતા હતા.

આરતી વારે વારે હિંમત ખોઈ બેસતી હતી...

શૈલરાજ એકલા-અટૂલા ચૂપચાપ બેઠેલા મહેરુ પાસે જઈને ઊભો રહ્યો, “કાકા, ફરી એક વાર આનો ઉપકાર ચડશે ઝાલા કુટુંબ પર ?”

મહેરુએ વેધક નજરે શૈલરાજ સામે જોયું, “બેટા, ઈશ્વર હિસાબ બરોબર કરતો હોય છે. એની માએ પોતાનું લોહી સીંચીને ઝાલા કુટુંબનો વંશ રાખ્યો તો આજે ઈશ્વરે તને તારું લોહી આપીને એનો જીવ બચાવવાનો મોકો આપ્યો ને ?”

“એનો જીવ બચશે ?”

“સો ટકા બચશે. એ સત્ય જાણ્યા વિના ભગવાન પાસે પણ નહીં જઈ શકે બેટા.” મહેરુના અવાજમાં ગજબનો આત્મવિશ્વાસ હતો.

“કાકા, તમે એને તો કંઈ કહ્યું નથી ને ?”

“ના બેટા, એને કહેવાની તો મારી હિંમત જ નહોતી. આખી જિંદગી જે

અન્યાય અને પરિતાપ નીચે જીવ્યો છે એવા માણસને કઈ રીતે કહું કે એ બધું એના ભાગ્યમાં જ નહોતું... ખરેખર તો એ પણ બધા જ સ્નેહ, બધા જ સન્માનનો અધિકારી હતો, જે તને મળતાં રહ્યાં..." મહેરુએ શૈલનો હાથ પકડી લીધો.

બંને જણને વાતો કરતા જોઈ નિમ્મી નજીક આવી ગઈ, "કાકા, સવારથી મારા મનમાં એ સવાલ ઊઠ્યા જ કરે છે કે શું છે શૈલના જન્મનું રહસ્ય ? જે માણસને મેં તન અને મન સોંપ્યું છે એની સચ્ચાઈ શી છે ?"

"બેટા, મેં શૈલને ગઈ કાલે રાત્રે જ કહ્યું હતું કે તને બધું સાચું કહી દે..."

"હું ન કહી શક્યો કાકા ! મને અચાનક મારો પોતાનો ચહેરો અજાણ્યો લાગ્યો. મારું પોતાનું નામ પારકું લાગવા માંડ્યું. જે બાબતને તલવાર બનાવીને મેં આજ સુધી કેટલાય સંબંધો વાઢી નાખ્યા એ તલવાર તો લાકડાની હતી એ વિચારે મારી અંદર બધું હચમચી ગયું."

"તમે જ કહી દો કાકા, ખરેખર સત્ય શું છે ? "

મહેરુએ શૈલરાજ સામે જોયું. શૈલરાજે ડોકું ઝુકાવીને મહેરુને સત્ય કહેવાની જાણે રજા આપી દીધી. મહેરુએ ઊંડો નિઃશ્વાસ નાખ્યો પછી નિમ્મી સામે જોઈને કહ્યું, "બેટા, શૈલ અને સિકંદર જે વાત પર લડતા રહ્યા એ વાત સાવ પાયાવિહોણી અને પોકળ હતી."

"એટલે ?" નિમ્મીનાં ભવાં સંકોચાયાં.

"એટલે એમ કે શૈલ અને સિકંદર બે જુદી માઓનાં સંતાન જ નથી."

"શું ?" નિમ્મીની આંખો ફાટી ગઈ. એણે માથું ઝુકાવાને એકલી બેઠેલી આરતીને પોતાની પાસે બોલાવી, "આરતીએ પણ આ જાણવું રહ્યું."

"જેને નહોતું કહેવાનું એને કહી દીધા પછી હવે કોઈ પણ જાણે અથવા કોઈ પણ ન જાણે, મને શું ફેર પડે છે !" મહેરુએ નિમ્મી સામે જોઈને શાંતિથી કહ્યું, "મેં શૈલરાજને ગઈ કાલે આલબમ આપ્યું, જે તસવીરો સ્વિત્ઝર્લેન્ડમાં પાડેલી હતી. નીલોફર, ભાઈ અને શક્તિ બા શૈલરાજના જન્મ માટે સ્વિત્ઝર્લેન્ડ ગયાં હતાં. એવું કહેવામાં આવ્યું હતું કે ડૉક્ટરે શક્તિ બાને આરામ કરવાનું કહ્યું છે, યુરોપની હૉસ્પિટલમાં એમના કોમ્પ્લીકેટેડ કેસમાં સરળતા પડશે...

ખરેખર નીલોફર મા બનવાની હતી શક્તિબાએ નીલોફર પાસે વચન લીધું હતું કે નીલોફર પોતાનું પહેલું સંતાન શક્તિબાને આપી દેશે.''

શૈલરાજનો ચહેરો તદ્દન તેજ વગરનો થઈ ગયો હતો. ચોવીસ કલાકમાં શૈલરાજની અંદર બધું જ બદલાઈ ગયું હતું. એનો કડપ, એની ખુમારી, એનું તેજ અને અભિમાન બધું જ ઓગળીને એની જગ્યાએ એક તદ્દન નિરાશ, હતાશ અને હારેલો માણસ ગોઠવાઈ ગયો હતો.

''બેટા, નીલોફરે જીવતાંજીવત ક્યારેય શૈલરાજ વિશે એક શબ્દ ઉચ્ચાર્યો નથી. એટલું જ નહીં, જ્યારે બીજું સંતાન એટલે કે સિકંદર જન્મવાનો હતો ત્યારે શક્તિબાએ એને કરેલા તમામ અન્યાય એણે ચૂપચાપ સહ્યા છે. પોતાના સંતાનના કોઈ અધિકારો એણે ક્યારેય માગ્યા નહીં...''

''પણ શક્તિબા...''

''સ્ત્રી હતાં ને?'' મહેરુના ચહેરા પર ફિક્કું સ્મિત આવી ગયું, ''પોતાનું સંતાન એમને મળી ગયા પછી કદાચ એમને નીલોફરનો ભય લાગવા માંડ્યો હતો. એ જાણતાં હતાં કે આ ત્યાગ કરીને નીલોફરે સરસાહેબને જીતી લીધા છે. સરસાહેબનો ઝુકાવ સ્વાભાવિક રીતે જ નીલોફર તરફ વધતો ચાલ્યો હતો. જેમ જેમ શક્તિબા સરસાહેબને રોકતાં તેમ તેમ એમનો ઝુકાવ વધતો અને જેમ એમનો ઝુકાવ વધતો એમ શક્તિબા વધુ ઝનૂની થઈને એમને રોકતાં. એક અજબ જેવું વિષચક્ર ફરતું રહેતું હતું.''

''અને એમાં પીસાતો-ભીંસાતો, ગેરમાર્ગે દોરવાતો રહ્યો હું.'' શૈલરાજે મહેરુની સામે જોઈને અત્યંત પીડાથી કહ્યું, ''મારી માને દુઃખી જોઈને મને સતત લાગતું રહ્યું કે એનું કારણ આ નીલોફર અને એનો દીકરો છે...'' શૈલરાજની આંખો છલકાઈ આવી, ''મારી પોતાની જન્મદાત્રી માને મેં શું શું નથી કહ્યું? કેવા કેવા શબ્દો નથી વાપર્યા એના માટે. ઈશ્વર મને ક્યારેય માફ નહીં કરે...'' શૈલરાજનું ડૂસકું છૂટી ગયું, ''મારા પિતાને પણ અન્યાય કર્યો, મારા ભાઈને પણ અન્યાય કર્યો... મારી જાતને અન્યાય કર્યો, મારા અસ્તિત્વને અન્યાય કર્યો. હું જે છું જ નહીં તે બનીને જીવતો રહ્યો અને જે હતો એ ક્યારેય જાણી શક્યો નહીં.''

''બેટા, હવે જે આ ધરતી પર જ નથી એને માફ કરી દે. ભૂલી જા.''

"ભૂલી જાઉં ? શું ભૂલી જાઉં ? હું કોણ છું એ ભૂલી જાઉં ? શું થઈને જીવ્યો એ ભૂલી જાઉં ? અને કઈ રીતે માફ કરું ? કોને માફ કરું ?" શૈલરાજના પ્રત્યેક શબ્દમાંથી એના અસ્તિત્વનો વિખરાયેલો સાદ સંભળાતો હતો, "મારા પોતાનાઓને ધિક્કાર્યા... શું કામ ?" એણે હાથની મુઠ્ઠી વાળીને કંપાળમાં પછાડી. નિમ્મીએ એનો હાથ પકડી લીધો અને ચૂપચાપ એના હાથ પર હાથ ફેરવતી રહી. શૈલરાજ નાના બાળકની જેમ રડી રહ્યો હતો...

મહેરુએ એના માથે હાથ ફેરવ્યો, ઊભો થયો અને ફરી કાચની દીવાલ પાસે જઈને સિકંદર તરફ જોતો રહ્યો.

હત્પ્રભ થઈ ગયેલી આરતી હજી આઘાતમાંથી બહાર જ નહોતી આવી. નાનપણથી સિકંદરની સાથે ઊછરેલી આરતીએ એનો સતત થતો તિરસ્કાર અને એની પીડા જોયાં હતાં...

ધ્રૂસકે ધ્રૂસકે રડતા શૈલરાજને અચાનક કોણ જાણે શું થયું કે એણે ધક્કો મારીને કાચનો દરવાજો ખોલી નાખ્યો. સિકંદરને પળેપળ મોનિટર કરી રહેલા ડૉક્ટરને ખસેડીને એ સિકંદરની પાસે ઊભો રહી ગયો. એણે પોતાના બંને હાથ એના ગાલ પર ગોઠવ્યા અને એના ગાલ થપથપાવ્યા.

"તમે શું કરોછો ?" ડૉક્ટરે શૈલરાજને રોકવાનો પ્રયાસ કર્યો, પણ શૈલરાજે હાથ ઊંચો કરીને એમને કંઈ જ ન બોલવા જણાવ્યું.

"આંખો ખોલ સિકંદર..." શૈલરાજે એના ગાલ ફરી થપથપાવ્યા.

"જુઓ મિસ્ટર..." ડૉક્ટર કંઈ બોલવા ગયા, પણ શૈલરાજનો ચહેરો જોઈને ચૂપ થઈ ગયા.

"સિકંદર... હું તારો ભાઈ છું, શૈલરાજ... આંખો ખોલ. મને ખબર પડી ગઈ છે કે તું મને ભાઈ કેમ કહેતો હતો. મને જાણ થઈ ગઈ છે કે હું જેને ઝેરનું સગપણ માનતો હતો એ લોહીનું સગપણ છે. આંખો ખોલ સિકંદર... એક વાર મારી સામે જો. એક વાર..." શૈલરાજની આંખોમાંથી ટપકતાં આંસુ સિકંદરના ચહેરા પર પડતા હતા, "સિકંદર, તું એમ મરી નહીં શકે. મને માફ કરવા પણ તારે આંખો ખોલવી પડશે... તારે મને નીલોફર મા તરફથી, રઘુનંદનસિંહ ઝાલા તરફથી અને તારા પોતાના તરફથી માફ કરવાનો છે...

ત્રણ ત્રણ જણનું દેવું માથે લઈને તું જઈ નહીં શકે. હું નહીં જવા દઉં તને. જાગ સિકંદર... આંખો ખોલ.'' રડતો શૈલરાજ એના ગાલ થપથપાવી રહ્યો હતો.

આસપાસ ઊભેલા ડૉક્ટર્સ અને નર્સ કોઈ ચમત્કાર થવાની આશાએ શૈલરાજને પોતાનો પ્રયત્ન કરવા દઈ રહ્યાં હતાં. કાચની દીવાલને પેલે પાર ઊભેલા ત્રણેય જણા પોતાની પૂરી શક્તિ અને શ્રદ્ધાથી ઈશ્વરને વિનંતી કરી રહ્યાં હતાં. એમાં એકમાત્ર નિમ્મી જાણતી હતી કે જો સિકંદરને કંઈ થઈ ગયું તો શૈલરાજને સંભાળવો લગભગ અસંભવ હતો.

"ઊઠ સિકંદર... જાગ સિકંદર..." શૈલરાજ એકસરખું કહી રહ્યો હતો.

"ભ... ભ... ભાઈ..." સિકંદરના હોઠ ફફડ્યા. એની આંખો હજુ બંધ હતી. કાચની દીવાલને પેલે વાર ઊભેલા ત્રણેય જણાએ એના હોઠ ફફડતા જોયા અને ત્રણેયની આંખોમાંથી આંસુ વહી નીકળ્યાં.

"હા ભાઈ, હું... શૈલરાજ... આંખો ખોલ."

"ભાઈ !" સિકંદરનો અવાજ સ્પષ્ટ થયો. આસપાસ ઊભેલા ડૉક્ટર્સ મેડિકલ સાયન્સનો આ ચમત્કાર જોઈ રહ્યા હતા. સિકંદરે ધીમેથી આંખો ઉઘાડી, શૈલરાજ સામે જોયું, "ભાઈ..." એણે ફરી કહ્યું.

શૈલરાજ ધ્રૂસકે ધ્રૂસકે રડી પડ્યો, "હા, ભાઈ... તારો ભાઈ... તારો મા જણ્યો, એક લોહીમાંથી જન્મેલો સગો ભાઈ..."

સિકંદરના ચહેરા પર હળવું સ્મિત આવ્યું, "આખરે તમે જાણી જ લીધું. મારી મા મહેરુકાકાને કયામતના દિવસે માફ નહીં કરે." એણે ધીમેથી કહ્યું અને શૈલરાજ કોઈનીય ચિંતા કર્યા વિના સિકંદરને ભેટી પડ્યો.

કાચની દીવાલને પેલે પાર ઊભેલા ત્રણેય જણાં લોહીનું આ લીલુંછમ સગપણ જોઈને દુનિયામાં હજીયે ઈશ્વર છે એ વાતનાં સાક્ષી બનીને આંખો લૂછતાં રહ્યાં.

● ● ●